॥मृत्युंजयी॥

रत्नाकर मतकरी

मेहता पब्लिशिंग हाऊस

- *या पुस्तकातील लेखकाची मते, घटना, वर्णने ही त्या लेखकाची असून त्याच्याशी प्रकाशक सहमत असतीलच असे नाही.*

MRUTYUNJAYEE by RATNAKAR MATKARI

मृत्युंजयी : रत्नाकर मतकरी / कथासंग्रह

© सौ. प्रतिभा मतकरी

राधा निवास, टिळक रोड, दादर, मुंबई - ४०००१४.
matkari_ratanakar@yahoo.co.in

प्रकाशक : सुनील अनिल मेहता, मेहता पब्लिशिंग हाऊस,
१९४१ सदाशिव पेठ, माडीवाले कॉलनी, पुणे - ४११०३०.

अक्षरजुळणी : एच्. एम्. टाइपसेटर्स, ११२०, सदाशिव पेठ, पुणे -४११०३०.

मुखपृष्ठ : चंद्रमोहन कुलकर्णी

प्रकाशनकाल : ४ ऑक्टोबर, १९८३ / मार्च, २००८, / डिसेंबर, २००८ /
जून, २०१० / जून, २०१२ / जानेवारी, २०१५ /
पुनर्मुद्रण : मार्च, २०१८

P Book ISBN 9788177669527
E Book ISBN 9788184985962
E Books available on : play.google.com/store/books
www.amazon.in

प्रार्थनासमाजाच्या राममोहन इंग्लिश स्कूलच्या
एक एकनिष्ठ शिक्षिका, आणि आम्हा विद्यार्थ्यांवर वात्सल्यपूर्ण
माया करणाऱ्या 'मराठीच्या बाई'
श्रीमती लीला नाबर
यांना, विनम्रपणे.

.

अनुक्रमणिका

मृत्युंजयी

पंडित विश्वेश्वरशास्त्र्यांचा वाडा समुद्रकाठी होता.

गाढ निळाभोर समुद्र. त्याला लागून मऊमऊ सोनेरी वाळूचा पट्टा. त्यालाच जोडून पाषाणांची मोठीथोरली उतरंड. आभाळ छातीवर झेलून उभी असलेली. या पाषाणांमधेच पंडितांचा वाडा होता. पाषाणावरच माथे टेकून राहिल्यासारखा. सागरतीरी येऊन उच्चासनावर ध्यानधारणेला बसल्यासारखा. त्याने खाली पाहायचे म्हटले असते, तर त्याच्या नजरेला पडत्या सागराच्या धीरगंभीर लाटा. किनाऱ्यावर येऊन स्वतःला समर्पित करणाऱ्या. रात्रंदिवस त्यांचा घनगर्जन शब्द पुळणीवर येऊन फुटायचा, आणि त्याचे प्रतिध्वनी वाड्याच्या तळीच्या पाषाणांवर तुषारासारखे पडायचे.

निरामयी आपल्या खिडकीतून हे एकच एक दृश्य सदा बघत राहायची. निरामयी, पंडितांची एकुलती एक कन्या. रूपानं, गुणांनी सुंदर, पण दुर्दैवी. मोठ्या सधन, रसिक घरातल्या सद्गुणी मुलाशी पंडितांनी तिचा बालपणी विवाह करून दिला होता. एवढ्याच हेतूनं, की वयपरत्वे वाढणाऱ्या सौंदर्यानं पुढं तिला संकटात आणू नये. कधी काळी अचानक आपलंही छत्र काळानं नेलं, तर ही आईवेगळी मुलगी उघड्यावर पडू नये. यासाठी त्यांनी ते देखणं सुगंधी फूल कळी असतानाच, त्याच्या रंगच्छटा पुरत्या उमलण्याआधीच एका नामवंताच्या देव्हाऱ्यात नेऊन वाहिलं. पण पोरीचं दुर्भाग्य आड आलं. कुठल्याशा नाव नसलेल्या क्षुद्र ज्वरानं तिच्या कुमारवयीन पतिदेवाचा घास घेतला आणि ती आपल्या पित्याघरी कायमची परत आली. तिच्या गुणांवर लोभावलेल्या सासूसासऱ्यांनी म्हटलं, 'आहे ते सारं तिचंच आहे. मानू हिला आम्ही आमचीच मुलगी.' पण पंडितांनी या प्रस्तावाला नम्र नकार दिला, आणि निरामयीला माघारी आणलं. पाकळ्या उमलण्याआधीच त्या नाजूक फुलातले रंग आतल्या

आत गोठून गेले. आपलं रंगहीन आयुष्य कसंबसं जगत, निरामयी पंडितांच्या वाड्यात दिवसामागून दिवस घालवू लागली.

पण पित्याच्या मायेला जेवढं शक्य होतं, तेवढं सारं पंडितांनी तिच्यासाठी केलं. तिच्या उमलत्या तारुण्याला त्याचा कितपत उपयोग होता कोण जाणे! पण तिच्या दु:खावर फुंकर घालण्याचा प्रयत्न पंडितांनी मनापासून केला. त्यांनी तिला ग्रंथवाचनाची आवड लावली, अनेक भाषा शिकवल्या, काव्यनाटकांमधलं सौंदर्य समजावून दिलं.

बुद्धिमती निरामयीनं ते सारं आत्मसात केलं. मग त्यामुळं तिचं कितपत समाधान झालं असेल ते असो. तिच्या बुद्धीचे सारे सोस भागले, पण मन मात्र उपाशीच राहिलं. आपली गत जाणून निरामयी कधीच वाड्याबाहेर गेली नाही. अभ्राआडच्या चंद्रकोरीसारखी दिवसेंदिवस अधिक फिकुटली होत ती चार भिंतींच्या आडच राहिली. काव्यनाटकांत वर्णन केलेलं प्रीतीचं सारं सौंदर्य तिनं केवळ मनानं अनुभवलं. प्रत्यक्षात मात्र तिला भावलं ते सागरतीरावर उगवणाऱ्या, मावळणाऱ्या सूर्याचं वैभव. एकटक लावून ती खिडकीतून पाहत राही, ते पहाटे कोळशाच्या राशीत अचानक लखलखू लागलेलं तेजस्वी लाल माणिकरत्न. मग साऱ्या आभाळभर थाटलेला केशरी मांडव, दुपारी शाळूवर उधळलेलं सोनं, सायंकाळी नाना रंगांच्या उधळणीतच विरघळणारा तेजोगोल आणि रात्री किनाऱ्याला घातलेलं गडद निळ्या काळोखाचं पांघरूण. पडल्या पडल्यादेखील खिडकीच्या झरोक्यातून कधी कधी चंद्राचा नारिंगी तुकडा तिला दिसे, आणि एका नाव नसलेल्या अस्वस्थतेनं ती पछाडल्यासारखी होई. या कुशीवरून त्या कुशीवर वळताना ती तेच-तेच प्रश्न पुन्हापुन्हा स्वत:ला विचारी : 'कां राहिलेय मी जिवंत? आणि कां गेले ते इतक्या लौकर? माझे पिताजी– त्यांचं वय होत आलंय. तेही अचानक गेले तर? कां ही अनिश्चिती? कां हे संकट माणसांवर?'

आणि या सगयांमधून एकच एक प्रश्न त्या बुद्धिमतीच्या मनात पुन्हापुन्हा येई, मरणाला जिंकता येणारच नाही का?

कोण जिंकेल मरणाला? काय असेल मरणाला जिंकण्याचं रहस्य?

निरामयी रोजच्यासारखीच खिडकीतून समुद्राकडे पाहत बसली होती. इतक्यात दूरवरून वाळू तुडवीत एक घोडेस्वार येताना दिसला. कुठं चालला असेल हा? किंचित औत्सुक्यानं ती त्याच्याकडे पाहत राहिली.

पण तो पाषाणांच्या दिशेला वळला, आणि तिचं औत्सुक्य अधिकच वाढलं. म्हणजे? हा आपल्याकडे यायला निघालाय की काय? नाहीतर दुसरं घरच नाही या टेकाडावर.

आहे तरी कोण तो?

पण कितीतरी वेळ तो तिच्या नजरेआडच राहिला. आणि तिच्या अधीरतेला उत्तरच मिळालं नाही.

ती दुसऱ्या खिडकीशी गेली – आणि पटकन मागे वळली. कारण समोरूनच तो येताना दिसला. पायवाटेवरून.

हा तर निर्गुण. श्रीमान मणिशंकरांचा थोरला मुलगा. पंडितांकडे तो कित्येकदा येई. पण निरामयी कधीच पुढं होऊन त्याच्याशी बोलली नव्हती.

आज मात्र एकाएकीच तिच्या मनात आलं, 'किती बलिष्ठ दिसायला लागला हा!' जशी काही ती त्याला आज पहिल्यांदाच पाहत होती. पण एखादी गोष्ट नेहमी पाहत आलं, तरीही तिच्यात एखाद्या वेळी नवीनच काहीतरी नजरेला पडतं. पहिल्यांदाच पाहावं तसं. निरामयीचं आज तसंच झालं. ती उगाच स्वत:शी चकित होऊन गेली.

निर्गुण निरामयीला पाहायचा आणि पाहायचा नाहीही. तो पंडितांकडे आला की आतल्या बाजूला हालचाल जाणवे. पण ती जळातल्या चंद्रबिंबासारखी. अस्पष्ट, थरथरती आणि प्रत्यक्षात तितकीच दुष्प्राप्य.

पंडितांशी बोलताना नेहमीच त्याचे कान, डोळे आतल्या हालचालीचा वेध घेण्याचा प्रयत्न करीत. प्रत्यक्ष भेटीचा योग येणार नाही, हे त्याला ठाऊकच होतं. तरीही प्रत्येक क्षण यायचा तो आशा लावूनच. आणि घुटमळणाऱ्या पायांबरोबर मनाला खेचून निर्गुण परतायचा, तोदेखील एका हरवलेल्या अवस्थेत. ज्याचे शब्द माहीत नाहीत, अशा एखाद्या गाण्याच्या लकेरी पुन्हापुन्हा नकळत मनात जाग्या होत राहाव्यात, तशा बेचैनीत.

आज मात्र निर्गुणची परिस्थिती अगदीच विपरीत होती. जड पावलांनी तो चालत होता. कसलं तरी जड ओझं वाहात असल्यासारखे त्याचे खांदे खाली झुकले होते, आणि डोळे सुजल्यामुळे चेहेरा शोकाकुल दिसत होता.

त्याला पाहताच पंडित एकदम पुढं झाले आणि त्यांनी त्याला जवळ घेतलं. थोपटल्यासारखं केलं. आसनावर बसवलं.

काही क्षण तो जमिनीवर रेखलेल्या चित्राकृतीकडे पाहत बसून राहिला. मग पंडितच आश्वासक स्वरात म्हणाले,

"मला समजलं. फार भयंकर प्रकार! मी आज यायलाच निघालो होतो."

तरीही निर्गुण काहीच बोलला नाही. विजेचा धक्का बसून पुतळा झालेल्या माणसासारखा बसून राहिला.

एकूण प्रकार धक्का बसण्यासारखा होत हे खरंच!

निर्गुणचे वडील श्रीमान मणिशंकर हे नगरीतले अतिशय धनाढ्य व्यक्ती होते. पण त्यांची प्रसिद्धी तेवढ्यापुरतीच नव्हती. इतर धनसंपन्न माणसांपेक्षा

एका बाबतीत त्यांच्यात वेगळेपणा होता. त्यांचा व्यासंग असामान्य होता. लक्ष्मी आणि सरस्वती या घरात वैरिणी नव्हत्या, सवतीही नव्हत्या; तर जुळ्या बहिणी होत्या. मणिशंकरांचा पुस्तकसंग्रह साऱ्या नगरीत नावाजलेला होता. पंडित विश्वेश्वरशास्त्र्यांसारख्या विद्वानाशी देखील त्यांचा स्नेह होता तो मुख्यत: ग्रंथप्रेमाच्या धाग्यानंच बांधलेला. ग्रंथांची ने-आण करण्याच्या निमित्तानं निर्गुण अनेकदा इथं आलेला होता.

ग्रंथसंग्रह वाढवण्याच्या निमित्तानं श्रीमान मणिशंकर देशभर फिरले होते. देशाच्या कानाकोपऱ्यांतून, कधी राजमान्यांकडून, तर कधी फिरस्त्यांकडून त्यांनी ग्रंथ खरीदले होते. ग्रंथाचं मोल न कळणाऱ्या एखाद्या अभागी पथिकाला केवळ एक वेळचं अन्न देऊन एखादा अमोल ग्रंथ घेतला होता, तर एखाद्या ग्रंथापायी आपला खजिना हलका केला होता. गणितासारख्या पार्थिव जड विषयापासून ते जारण-मारणासारख्या अतिमानुष विषयापर्यंत सारे लहानमोठे ग्रंथ त्यांनी जमा केले होते.

– आणि दोन दिवसांपूर्वी एकाएकी वीज पडून त्यांच्या वाड्याला आग लागली होती, आणि त्यांचा तो साऱ्या नगरीनं हेवा करावा असा अमोल ग्रंथसंग्रह, पाहता पाहता आगीच्या भक्ष्यस्थानी पडला होता.

दुर्दैव म्हणायचं की सुदैव, कोण जाणे; पण आपला जिवापाड जपलेला आणि पोटच्या पोराच्या संचित मायेनं वाढवलेला तो ग्रंथसंग्रह नष्ट झाल्याचं भयंकर दु:ख श्रीमंतांना सहन करावं लागलं नाही; कारण त्याच आगीनं ते स्वत:ही प्राणाला मुकले होते. घराचा पाऊण भाग जळून गेलेला, ग्रंथसंग्रह पूर्ण नाहीसा झालेला आणि पित्याचं छत्र एकाएकी गेलेलं, अशा परिस्थितीत तरुण निर्गुण भांबावून गेला असता, तर नवल नव्हतं.

पण पंडित त्याचं सांत्वन करू गेले, तेव्हा त्यांच्या लक्षात आलं की त्याची अस्वस्थता नुसत्या दु:खापोटी जन्मलेली नाही. तिला वेगळंच काही कारण आहे.

''काय आहे? बोलून टाक.'' ते निर्गुणला धीर देत म्हणाले.

तरीही निर्गुण गप्पच. कदाचित मनातल्या मनात शब्दांची जुळणी करीत राहिलेला.

बोलताबोलता त्या दोघांमध्ये अचानक पसरलेली शांतता निरामयीला आतल्या दालनातसुद्धा जाणवली. एरवी निर्गुण आला असताना तिनं त्या दोघांचं संभाषण कधीच फारसं लक्ष देऊन ऐकलेलं नव्हतं. पण आज मात्र निर्गुणचा एकंदर अवतार पाहिल्यानंतर तिला ते ऐकावंसं वाटलं होतं. त्यातून त्याच्या घरावर ओढवलेल्या आपत्तीची वार्ता पंडितांनी तिच्या कानावर घातलेली होती. निर्गुणच्या दु:खानं

तिचेही डोळे पाणावले होते. पण त्याच्या मौनानं मात्र ती चकित झाली होती.

"बोल बेटा," पंडित म्हणाले, "कितीही विचित्र वाटलं तरी बोल. माणसाला गोंधळात टाकणाऱ्या कितीतरी गोष्टी या जगात आहेत. त्या खऱ्या वाटोत की खोट्या, त्यांचा निदान मोकळ्या मनानं स्वीकार करणं, हे मी माझं कर्तव्य समजतो."

"मग पिताजी गेले तेव्हा जी एक अत्यंत विचित्र गोष्ट घडली, तिचा अर्थ आपल्यासारखीच व्यक्ती लावू शकेल." निर्गुण म्हणाला, "तो भयंकर प्रकार ज्या रात्री घडला, त्याच संध्याकाळी पिताजी पर्यटनाहून परत आले होते. मी त्यांचं स्वागत केलं, तेव्हा एक गोष्ट माझ्या लक्षात आली."

दारात शिबिका थांबल्याचा आवाज झाल्याबरोबर निर्गुण धावतच सज्ज्यात गेला. त्याचे पिताजी शिबिकेतून खाली उतरत होते. आजकाल त्यांच्या हालचालींमधून त्यांचं वार्धक्य जाणवल्याशिवाय राहत नसे. व्यवहाराचा ताप आणि शिवाय वेळीअवेळी केलेली पर्यटनं यामुळं ते थकल्यासारखे झाले होते. पण आज मात्र शिबिकेतून उतरताना या थकव्याचा लवलेशही त्यांच्या चर्येवर दिसत नव्हता. कसलं तरी नवीन संजीवन मिळाल्यासारखा उत्साह त्यांच्यात संचारलेला दिसत होता.

निर्गुण भराभर पायऱ्या उतरून खाली आला. स्वामींच्या स्वागतासाठी पुढं झालेल्या दोघा-चौघा सेवकांना मागं सारून त्यानं स्वत:च त्यांचं स्वागत केलं. नेहमीप्रमाणेच श्रीमंतांनी एक भगव्या रेशमी वस्त्रात गुंडाळलेलं बाड स्वत:च्या हातात वागवलं होतं. त्यांना सापडलेला एखादा नवीन दुर्मिळ ग्रंथराज त्या बासनात बांधलेला असणार हे उघड होतं. अशा वेळी इतर सारं सामान सेवक उतरवीत; पण त्या विशिष्ट बासनाला मात्र ते सेवकांना हात लावू देत नसत. मग निर्गुण पुढे होऊन ते त्यांच्या हातून काढून घेई. आजदेखील तो स्वागताला पुढे झाला ते त्याच उद्देशानं.

पण आज श्रीमंतांनी ते भगव्या वस्त्रात गुंडाळलेलं बाड त्याच्याही हातात दिलं नाही. त्या अर्थी हा ग्रंथ विशेषच मोलाचा असणार हे उघड होतं. श्रीमंतांनी नुसतीच मानेनं खूण करून त्याला आपल्याबरोबर यायला सांगितलं. निर्गुण त्यांच्या मागोमाग त्यांच्या दालनात गेला.

आत गेल्याबरोबर श्रीमंतांनी दरवाजा बंद करून घेतला. त्यानंतरही ते क्षणभर कानोसा घेत उभे राहिले. मग म्हणाले, "बेटा निर्गुण, मला आज विलक्षण आनंद झालाय. आजवर ग्रंथ गोळा करण्यासाठी मी जे श्रम घेतले, त्याचं आज सार्थक झाल्यासारखं वाटतंय. आता माझं वय उताराला लागलंय. हे सगळं वैभव नि सगळा ग्रंथसंग्रह मागे सोडून कधी ना कधी तरी मला मृत्यूच्या स्वाधीन व्हावं लागणारेय. विचार केला की धडकी भरते. वाटतं, ते

सगळं असं अर्धवट टाकून जावं लागणार असेल, तर ते मी मिळवलं तरी कशासाठी? माझा प्राणाहून प्रिय ग्रंथसंग्रह– तो अजून मी दशांशानंदेखील वाचलेला नाही. तो तसाच सोडून मी जाऊ तरी कसा? पण मृत्यू कधी ना कधी येणारच. तो आल्याशिवाय कसा राहील?''

'कठीण प्रश्न!' निर्गुण मनाशी म्हणाला, 'मृत्यूला कोण जिंकेल?'

जणू त्याच्या मनातला प्रश्न ऐकू गेल्याप्रमाणे श्रीमंत म्हणाले, ''मृत्यूला जिंकण्याचा उपाय माझ्या हाती आलाय. मग तूच सांग, कां मला आनंद होऊ नये?''

निर्गुण चकित झाला. ''मृत्यूला जिंकण्याचा उपाय? म्हणजे?'' त्याने विचारलं.

श्रीमंतांनी भगवं रेशमी बासन हलकेच सोडलं. हात जोडीत ते म्हणाले, ''ही पोथी. मला पर्यटनात मिळालेली. ही पोथी साधीसुधी नाही. ही मृत्युंजयी आहे.''

मृत्युंजयी पोथीचं नाव निर्गुणनं यापूर्वी एकदोघांच्या तोंडून ऐकलं होतं. पण ती कुणी वाचल्याचं त्याला माहीत नव्हतं. कुणाला सापडल्याचं ठाऊक नव्हतं. इतकंच नाही, तर ती कुठे मिळते, याचीही त्याला कल्पना नव्हती. म्हणून त्यानं विलक्षण कुतूहलानं त्या पोथीकडे पाहिलं. पोथी सर्वसाधारण जाडीची होती. तिची पानं अगदी जीर्णशीर्ण झालेली दिसत होती. पण विशेष म्हणजे तिच्यावरचं एक अक्षरही त्याला वाचता येत नव्हतं. त्याला आश्चर्य वाटलं. ही लिपी देवनागरी दिसत नव्हती.

''ही पोथी संस्कृतात नाही.'' श्रीमंत म्हणाले, ''कैवल्यवाणीमधे आहे. हिची लिपीदेखील स्वतंत्र आहे. सुदैवानं मला कैवल्यवाणी थोडीफार येते. आपल्या पंडित विश्वेश्वरशास्त्र्यांनाही येते. या पोथीत मृत्यूला जिंकण्याचे मंत्र दिलेले आहेत. अर्थातच सर्वसाधारण माणसांना ते वाचता येऊ नयेत, म्हणून ते अशा वेगळ्या भाषेत आहेत.''

''मिळाली कुठं पण ही पोथी तुम्हाला?''

श्रीमंतांच्या मुद्रेवर एक गूढ स्मित झळकलं. ''ती कुठं मिळाली हे सांगायचं नाही, अशी अट आहे. असं समज, की ती पोथी पडायची त्याच्या हाती पडते. नाही त्याच्या नाही. तसं नसतं तर आजवर कैक माणसं अमर झालेली दिसली असती – नाही?''

क्षणभर निर्गुणच्या मनात आलं, की कित्येक माणसं अशीही असतील, की त्यांना अमर व्हायचंच नसेल. पण पित्याच्या बोलण्यावर तो काही बोलला नाही.

''आज रात्रीच सुरू करणार आहे मी या पोथीचं अध्ययन.'' श्रीमंत म्हणाले.

आणि त्यांनी पुन्हा पोथीला हात जोडले. मग त्यांनी खिशातून एक किल्ली काढली आणि कुसुंबी रंगाचा मखमली पडदा बाजूला केला. पडद्यामागे एक लहानसा दरवाजा होता. त्यातून ते आत गेले.

निर्गुण बाहेरच थांबला. त्याला ठाऊक होतं, आत गेल्यानंतर पिताजी पुन्हा दुसरी एक चावी लावून आणखी एक छोटं दार उघडतील. आतल्या प्रशस्त दालनात गालिच्यापासून तक्तपोशीपर्यंत चारी भिंती व्यापून टाकणाऱ्या कपाटांमधून त्यांचे लाडके ग्रंथ ठेवलेले आहेत. त्यांच्याकडे समाधानानं पाहत ते काही वेळ तसेच उभे राहतील. मग एखाददुसरा ग्रंथ इकडेतिकडे तर नाही झाला, हे पाहतील. एखाद्या प्रिय ग्रंथावरची नसलेली धूळ उगाचच बोटानं उडवून स्वच्छ करतील. मग एखादं पुस्तक काढून सहज चाळत म्हणून बसतील, ते बाहेर चांगलीच हाकाटी होईपर्यंत.

आपल्या या ग्रंथसंग्रहात मृत्युंजयी पोथीसाठी पिताजींनी कुठली जागा निश्चित केली असेल, याचा विचार करीत निर्गुण स्वत:च्या दालनात गेला. पण मघा दडपलेला तो विचार अजूनही त्याचा पाठपुरावा करीतच होता.

अमर होणं खरंच इतकं महत्त्वाचं आहे का?

सारं घर झोपलं होतं. आभाळात गडगडत होतं. ढगांमुळं चंद्रही दिसेनासा झाला होता.

श्रीमंत स्नान करून पूजेला बसले होते. आज त्यांची पूजाअर्चा नेहमीपेक्षा जरा अधिकच लांबली. पूजा संपवून ते तसेच सोवळ्यानं देवघराबाहेर आले. कानोसा घेतला. बाहेर सगळं शांत होतं. दूरवरून ढगांचा गडगडाट जवळ जवळ येत असल्यासारखा वाटत होता.

स्वस्थ चित्तानं ते पायऱ्या चढून वर गेले. भिंतीतली एक कळ दाबली. त्याबरोबर एक लाकडी कमळफूल उघडलं. त्यात ठेवलेला किल्ल्यांचा जुडगा काढून त्यांनी कमळफूल बंद केलं. कुसुंबी मखमली पडदा बाजूला केला.

दार बंद करून त्यांनी चौरंग मांडला, आणि त्यावर मृत्युंजयी पोथी ठेवली. हात जोडले, कुळस्वामीचं स्मरण केलं, आणि आता ते पोथीवरचं रेशमी आवरण दूर करणार–

इतक्यात कानठळ्या बसवणारा आवाज झाला, आणि भिंत फोडून आगीचा लोळ आत शिरला.

काय होत आहे हे समजण्याआधीच ती बंद खोली ज्वाळांनी भरून गेली होती. श्रीमंत खुळ्यासारखे या भिंतीपासून त्या भिंतीपर्यंत धावून ग्रंथ वाचवण्याचा प्रयत्न करू लागले. त्यांचं भानच नाहीसं झालं होतं. अखेरीस त्यांनी कशीबशी

ती मृत्युंजयी पोथी उचलली आणि ते दाराशी आले. तोवर त्यांच्या अंगावरचं रेशमी वस्त्र भुरुभुरू पेटू लागलं होतं. एव्हाना दारानंही पेट घेतला होता. ते तसेच मागं फिरले आणि पोथी ज्वाळांपासून वाचवण्याचा प्रयत्न करीत ती छातीशी धरून खाली वाकले.

विजेच्या कडकडाटानं सारे कुटुंबीय जागे झालेच होते. पण घर पेटलं आहे, हे त्यांच्या फार उशीरा लक्षात आलं. तोवर बाहेरचा भाग कडाकड मोडून पडायला सुरुवात झाली होती. कुठून तरी एकदम सूचना मिळाल्यासारखा निर्गुण धावला तो श्रीमंतांच्या खाजगी दालनात. पण तो दारापर्यंतही जाऊ शकला नाही. ग्रंथसंग्रहाचं दालन म्हणजे एक धगधगतं अग्निकुंड झालं होतं.

पहाटेपर्यंत सगळेजण आग विझवण्याचा प्रयत्न करीत होते. उजाडताना ती विझली. घराची एक बाजू सबंध जळून खाक झाली होती. ग्रंथांची तर राखच होऊन गेली होती. गुडघे मोडून ओणवा वाकलेला श्रीमंतांचा देह जळून कोळसा झाला होता. आश्चर्य असं की, त्या सबंध भस्मीभूत दालनात एकच वस्तू तेवढी अजिबात न जळलेली, अगदी जशीच्या तशी होती!

ती मृत्युंजयी पोथी!

''हे कसं काय झालं असावं हे मला अजून कळत नाही.'' निर्गुण म्हणाला, ''कोणी कितीही संरक्षण दिलं, तरी त्या एवढ्या भडकत्या आगीत एका पानालाही धक्का न लागता ती पोथी सुरक्षित राहावी हे कसं?''

''याचा अर्थ एकच होतो.'' पंडित म्हणाले, ''श्रीमंतांनी तुला सांगितल्याप्रमाणे ती पोथी खरोखरीच अद्भुत आहे. मृत्युंजयी आहे. तिला मृत्यू कसा येईल? खरं तर एका परीनं ही त्या पोथीची कसोटीच झाली. तिच्यातले मंत्र विलक्षण सामर्थ्यवान असतील, याविषयी मला तरी शंका राहिलेली नाही.''

''मला वाटलंच की आपल्याला यात स्वारस्य वाटेल. म्हणून तर मी आपल्याकडे आलो.''

''अरे पण येताना ती बरोबर नाही का आणायची? मला ती समक्ष पाहायची कोण उत्सुकता लागल्येय.'' पंडित म्हणाले.

''खरं सांगू पंडित?'' निर्गुण म्हणाला, ''हे सगळं ऐकल्यानंतर आपण तिचा स्वीकार करालच याची मला खात्री नव्हती. म्हणून मी ती घेऊन आलो नाही. नाही तर माझ्या मनातून ती आपल्यालाच देऊन टाकायची आहे. तसं केल्यानं ती सत्कारणी पडल्यासारखं होईल. मला स्वतःला तिचा काहीच उपयोग नाही. मला अमर तर व्हायचं नाहीच. पण व्हायचं असतं तरी काय उपयोग? मला कैवल्यवाणी येत नाही.''

"सुदैवानं मला थोडीफार येते. निरामयीलाही मी ती शिकवलीय."

निरामयीचा उल्लेख होताच निर्गुणला एकदम एक वेगळं भान आलं. वाटलं, आपल्या दु:खामध्ये आपण आज तिला विसरूनच गेलो की! नकळत त्याची नजर आतल्या न दिसणाऱ्या हालचालींकडे गेली. मनात नेहमीचं बिनशब्दांचं गाणं सुरू झालं.

"चल. आत्ताच येतो मी तुझ्याबरोबर." पंडित निर्गुणला म्हणाले.

काही वेळ निर्गुण एकटाच बसून राहिला. पंडितांनी अंगरखा चढवला, उपरणं घेतलं आणि फेटाही बांधला. हे करता करताच निरामयीचा निरोप घेतला. निरामयी मागल्या दारी गेली, पंडितांची भुऱ्या घोड्यांची गाडी जोडायला सांगून आली, आणि जाऊन खिडकीत उभी राहिली. पंडित आणि निर्गुण टेकाड उतरत होते. निर्गुणनं वळून पाहिलं, की आपल्यालाच भास झाला? — तिची खात्री होईना.

थोड्याच वेळात वाळूतून एक भुऱ्या घोड्यांची गाडी आणि एक घोडेस्वार वेगानं जाताना तिनं पाहिलं. ते दिसेनासे होईपर्यंत ती पाहत राहिली. मग तिची नजर समुद्राकडे गेली. त्यावर एक काळसर सावली पसरू लागली होती. दूरवरून काळ्या ढगांची माळच्या माळ येऊ लागलेली दिसली. कां कोण जाणे, तिला एकदम अस्वस्थ वाटू लागलं.

पंडितांनी ती पोथी पाहिली, आणि ती साधीसुधी वस्तू नाही, याबद्दल त्यांची खात्री पटली. हा वेगळेपणा कसला होता, हे त्यांना सांगता आलं नसतं, परंतु ती पोथी काही अद्वितीय होती खास!

श्रीमंतांच्या घराला मरणकळा आली होती. घराची झालेली दशा पाहून पंडितांना गहिवरून आलं. श्रीमंतांच्या व्यक्तिमत्वाच्या खुणा जागोजागी उमटल्या होत्या. पंडितांचा एक सोबती त्यांच्या नकळत निघून गेला होता. आणि तोदेखील नेमका मृत्यूला जिंकण्याच्या मार्गावर असताना! श्रीमंतांच्या घरातल्या मंडळींचं कसंबसं सांत्वन करून पंडितांनी त्यांचा निरोप घेतला.

भगव्या रेशमी बासनातल्या मृत्युंजयी पोथीला घेऊन पंडित निघाले, तेव्हा आभाळात गडगडायला सुरुवात झाली. गाडीवानानं घोड्यांचा वेग वाढवला. भुऱ्या घोड्यांनादेखील घरी पोचायची घाई झाली.

हळूहळू आभाळ काळवंडायला लागलं. एकमागून एक काळ्या ढगांच्या सेना येऊ लागल्या. प्रत्येक सेना अधिकाधिक काळीकुट्ट! होताहोता त्यांनी सूर्याला घेरलं. दिसेनासा होता होता सूर्यानं काळ्या ढगांतून फेकलेला एखादा असहाय किरण अधिकच केविलवाणा वाटू लागला.

पंडित आपल्याच विचारात मग्न होते. एक महाविलक्षण गोष्ट– मुद्दाम शोधून सापडणार नाही अशी! एकाएकी अगदी सहजपणे हाती आली! पण इतक्या भयंकर रीतीनं मित्राचा मृत्यू झाल्यानंतर! ती आपल्याच हाती यावी, असा ईश्वरी संकेत असला पाहिजे! नाहीतर श्रीमंतांना मृत्यू कां यावा? नाही तरी या जगात पंडितांनाच आयुष्य लाभण्याची गरज आहे! त्यांच्याशिवाय जगाला अज्ञानातून कोण बाहेर काढणार?

गाडी खडकाळ भागातून धावू लागली. पुन्हा एकदा मोठा गडगडाट झाला.

पंडितांना बाहेरच्या या थैमानाचं भान नव्हतं. त्यांनी गाडीचे पडदे ओढून घेतले होते. पण गाडीला फार धक्के बसू लागले, तेव्हा त्यांनी एकदा पडदा किंचित बाजूला करून गाडीवानाला 'जरा सावकाश–' असं सांगितलं.

त्यांना निरामयीची आठवण झाली. तिला तर आपली फारच गरज आहे! बिचारीला आपल्यावाचून दुसरं आहे कोण? आपण अमर व्हायला हवं! तिच्यासाठी व्हायला हवं!

त्यांनी नकळत मांडीवरल्या पोथीला हात जोडले.

आणि एकाएकी त्याच क्षणी बाहेर वीज चमकली. लख्ख प्रकाश पडला, आणि त्या प्रकाशानं दिपलेले घोडे चौखूर उधळले. गाडीचे आटे सैल झाले आणि गाडी एकदा हवेत उडाल्यासारखी होऊन परत चाकांवर आपटली. त्या प्रहारानं गाडीचं एक चाक निखळलं आणि गाडी लांब खड्ड्यात जाऊन पडली. गाडीवाल्यानं उडी मारण्याचा प्रयत्न केला आणि तो एका झुडपावर जाऊन बेशुद्ध होऊन पडला. पंडितांनी धक्क्यातून सावरण्यासाठी दाराचा आधार घेतला. त्याच क्षणी दार उघडलं आणि पंडित बाहेर फेकले गेले. त्यांचं डोकं दगडावर खचकन आपटून फुटलं. निखळलेलं चाक वेगामध्ये फिरतफिरतच दूर कुठंतरी गेलं. एक घोडा गाडीच्या पुढच्या भागाखाली वेडावाकडा सापडला, त्याची मान मोडली, आणि तो आचके देऊ लागला. दुसरा गाडीपासून सुटला आणि काळ्या क्षितिजापर्यंत भन्नाट दौडत निघाला....

दिवेलागणी झाली तरी पंडित घरी आले नाहीत, तेव्हा निरामयीची अस्वस्थता फारच वाढली. साऱ्या आयुष्याचा एकटेपणा तिला खायला उठला.

मध्यरात्री येऊन कुणी तरी तिला ती भयंकर वार्ता सांगितली. ती ऐकताक्षणी निरामयी जणू जागच्या जागी गोठून गेली. त्या माणसाबरोबरच ती गेली, आणि तिनं आपल्या पित्याचं अंत्यदर्शन घेतलं.

शोकदेखील करता येणार नाही, इतकी ती बधिर होऊन गेली होती. रात्रीच्या काळोखातच ती कुणाबरोबर तरी परतली, आणि तशीच बधिरपणे

बसून राहिली. दुसरा संबंध दिवस ती तशीच बसून राहिली. तिला खाण्याजेवण्याची शुद्ध नव्हती, की उठायझोपायचं भान नव्हतं.

संध्याकाळ सरतासरता ती थोडी भानावर येऊ लागली. भांबावलेल्या मनात हळूहळू विचार जागे व्हायला लागले. पिताजी गेले! कालच गेले! मला एकटीला– निराधार टाकून! तेव्हा ते गेले आणि आता हे! मृत्यूनं मला दोन वेळा लुटलं. ते अगदी कुमारवयात गेले. आणि हे– हे अपघातानं गेले. दोघांच्याही मरणाला कारण नव्हतं. पण तरी मरणानं त्यांना खेचून घेतलं. उगाचच मनात आलं म्हणून! कां हे मरण असं थैमान घालतं? कुणालाही असं जिंकून घेतं?

तोच प्रश्न. नेहमीचा. या मरणाला कुणी जिंकूच शकत नाही का?

कुणीतरी दारात उभं होतं.

तिनं मान उचलून त्याच्याकडे पाहिलं.

''मी निर्गुणचा स्नेही. अविचल. सांगायला आलो होतो. अग्निसंस्कार झाले. पंडितांच्या प्रतिष्ठेला शोभतील असे. निर्गुणनं सारं काही जातीनं केलं. देह परस्पर स्मशानभूमीतच नेला. आपल्याला या अवस्थेत नेणं योग्य नव्हतं. शिवाय आपण एक स्त्री. पण मुद्दाम सांगायला आलो, की सगळं यथासांग पार पडलं.''

ती काहीच बोलली नाही. पण कुठंतरी बरं वाटलं. यात कुठं समाधानाला जागा होती? पण ते वाटलं खरं. असंही वाटलं की या सभ्य माणसाबद्दल कृतज्ञता दाखवायला हवी. आणि तरीही तिच्या तोंडून शब्द बाहेर पडला नाही.

अविचल अजून दारातच उभा होता. तो थोडा पुढे झाला आणि त्यानं हातातलं गाठोडं पुढं केलं.

''या त्यांच्या वस्तू आपल्यासाठी आणल्यायत.''

तिनं बसल्याबसल्याच त्या घेतल्या. तिचा निरोप घेऊन अविचल निघून गेला.

काही वेळ ती तशीच निश्चल बसून राहिली. मग तिनं पुढं होऊन ते गाठोडं ओढलं. ती त्याच्यावरून मायेनं हात फिरवीत राहिली. आणि तिला हुंदके आवरेनासे झाले.

पिताजींच्या वस्तू! जोडे, काठी, अंगठी आणि– आणि–

यापूर्वी न पाहिलेली एक नवीन वस्तू! पण त्यांचीच!

पोथी!– हीच का ती मृत्युंजयी पोथी?

नक्कीच! पण त्या अपघातानंतर हिचं एकही पान चुरगळलेलं नाही. चिखलामातीचा एकही डाग हिच्यावर नाही.

ही– ही वाचून पिताजी अमर झाले असते! पण त्याआधीच त्यांना मृत्यूनं गाठलं. ते अमरपदाच्या उंबरठ्यावर असतानाच!

–जसे श्रीमंत मणिशंकरही पोथी वाचण्याच्या बेतात असतानाच–

पण हा निव्वळ योगायोग असेल का?

का– की मृत्युंजयी पोथी वाचून ते अमर होण्याच्या आतच मरणानं त्यांना गाठलं होतं? जाणूनबुजून? आपल्याला चुकवू पाहणाऱ्या त्या दोघांना वेळीच टिपलं होतं?

या जगात कुणीच अमर होऊ शकत नाही. मरणाला कधीच कुणी जिंकू शकत नाही. मग मृत्युंजयी पोथी हाती आली तरी! असाच तर याचा अर्थ नसेल?

पण तसं चालायचं नाही. मरणाला जिंकता यायला हवं. हे मरण भयंकर असतं. या मरणानं मला दोनदा निराधार केलं. मी– मी त्याचा सूड घेईन! मी जिंकेन मरणाला!

मला कैवल्यवाणी येते.....

निरामयीनं पोथी समोर धरली आणि हात जोडले.

तत्क्षणी काळ्याभोर आकाशात वीज कडाडली. कोसळली ती नेमकी पंडितांच्या वाड्यावर!

वाडा गदगदा हलला. क्षणमात्र! आणि दुसऱ्याच क्षणी त्याचं छप्पर ढासळलं. बाजूच्या भिंतींना मोठमोठे तडे गेले.

निरामयीच्या डोक्यावरची तुळई एका बाजूनं सुटली आणि खाली येऊ लागली.

भयचकित होऊन निरामयी त्या तुळईकडे पाहतच राहिली. त्या भयानक क्षणी तिला बाजूला व्हायचंही भान राहिलं नाही. वरून खाली येणाऱ्या मृत्यूकडे ती डोळे विस्फारून बघत राहिली. तिनं मृत्यूला डिवचलं होतं. ती पोथी वाचायची असा निश्चय करून! म्हणून मृत्यू तिच्या रोखानं चाल करून येत होता.

आणि एकदम कुणीतरी तिला बाजूला खेचलं. खेचत तो तिला नेऊ लागला. ती त्याच्याबरोबर फरफटत निघाली. तुळई खाली कोसळली. दोघं पळत सुटली.

कशीबशी ती दोघं त्या कोसळणाऱ्या घरातून बाहेर पडली, तरी त्यांची गती कमी झाली नाही. काही वेळ ती दोघंही खडकांमधून पळतच राहिली.

अखेरीस एकदाची ती दोघं थांबली. आता धोका राहिला नव्हता. घराच्या दिशेनं पाहत ती दोघं धापा टाकीत उभी राहिली.

घराचा जवळजवळ अर्धा भाग कोसळला होता. आधार सुटलेले काही भाग अजूनही तुटून पडत होते.

खाली भरती आली होती. वाळूचा पट्टा पार दिसेनासा झाला होता. प्रचंड लाटा खडकावर धक्के देत होत्या.

आता ढग पांगले होते. चंद्र दिसू लागला होता.

“तू– तू कसा आलास एकदम?” तिनं निर्गुणला विचारलं.

“पंडितांच्या वस्तूंबरोबर अविचल पोथी घेऊन गेला, हे माझ्या एकदम लक्षात आलं. तू ती वाचायचा प्रयत्न केलास तर तुला धोका आहे, हेही जाणवलं, तत्क्षणी मी घोडा घेऊन दौडत निघालो.”

“पण माझ्याबरोबर तुलादेखील धोका नव्हता का?”

“होता! पण तू... तुला वाचवायला हवंच होतं. काय वाटेल ते झालं तरी!”

“प्राणांवरचा धोका पत्करून?”

“हो– वेळप्रसंगी तेही. कां?” त्यानं भाबडेपणानं तिला विचारलं.

“काही नाही. मी एका प्रश्नाचं उत्तर शोधत होते.”

“कुठल्या?”

“मरणाला कोण जिंकतं, या.”

“मरणाला जिंकायची गरजच काय?” निर्गुण म्हणाला. “इथं अमर व्हायचंय कुणाला? त्याची भीती न वाटल्याशी कारण. जिंकायचं असेल तर त्या भीतीलाच.”

“मग? कुठली भावना त्या भीतीला जिंकेल? कुठली भावना मृत्युंजयी ठरेल?” त्याच्याकडे न पाहता तिने हलकेच विचारले.

“कुठली?” त्यानं रोखून पाहत विचारलं.

तिनं काहीच उत्तर दिलं नाही. मग तिला एकदम आठवलं की, इतका वेळ आपण ती पोथी छातीशीच धरून आहोत. क्षणाचाही विचार न करता तिनं ती हातात धरली आणि खालच्या उसळणाऱ्या लाटांमध्ये फेकून दिली.

“हे काय केलंस?” त्यानं हबकून विचारले.

“पोथी समुद्रार्पण केली.” ती गंभीरपणे म्हणाली, “नाही तरी ती नष्ट होणार नाहीच. पण पडायची असेल, त्याच्या हाती पडू दे. आपल्याला तरी आता तिची गरज नाही. खरं ना?”

तो काहीच बोलला नाही. हातात हात घालून ती दोघं कोसळलेल्या घराच्या दिशेनं चालू लागली.

◆

भक्ष्य

रात्र अमावास्येची होती.

बारा वाजून गेले होते.

मी गाडीत एकटाच होतो.

रस्ता अगदी शांत होता.

एका बाजूलाच काय ती वस्ती. तीदेखील दूरदूर बांधलेल्या बंगल्यांची. मधे बरीच जागा रिकामी सोडलेली. काही ठिकाणी बांधकाम चालू असल्यामुळे दगडविटांचे ढीग पसरलेले.

रस्त्याच्या दुसऱ्या बाजूला अशीच मोकळी जागा. त्यापलीकडे खाडी.

खाडीतले पाणी आता दिसतसुद्धा नव्हते. अंधाराच्या समुद्रात ते मिसळून गेले होते.

दूरवरचे बंगले चोरट्या इसमांसारखे काळोखात गुपचूप उभे होते. पांढुरक्या रंगाच्या त्या प्रचंड आकृती अमानुष वाटत होत्या.

वारे भन्नाट होते.

असल्या वाऱ्यात गाडी जोरात पळवायला काय मजा येते!

मी गाडीचा वेग आणखी वाढवला.

आणि अचानक समोर ती उभी राहिली.

मी गाडीला ब्रेक लावला.

पांढरेशुभ्र कपडे घातलेली सुंदर तरुण मुलगी! आपला नाजूक हात हलकेच हलवीत ती मध्यरस्त्यावर उभी होती.

अमावास्येच्या त्या काळोखातही तिची पांढरीशुभ्र साडी उठून दिसत होती.

हिला भीती नाही वाटत? मध्यरात्री परक्या माणसाच्या गाडीत लिफ्ट मागायची?

मी गाडी थांबवलीच होती. ती सावकाश चालत गाडीजवळ आली.

"कुठं जायचंय?" मी विचारले.

"तुम्ही कुठं जाणार?" तिचा उलट प्रश्न. मुद्रा सस्मित.

"खूप लांब जाणार आहे. तुम्ही काही काळजी करू नका. तुम्हाला घरी सोडून जाईन."

तिने पत्ता सांगितला.

मी हसून म्हणालो, "हात्तेच्या! एवढंच ना? मी पोहोचवतो. बसा तुम्ही."

मी दार उघडले. ती माझ्या शेजारी येऊन बसली. गाडी सुरू करण्यापूर्वी मी तिच्याकडे ओझरते पाहिले. ती सुंदर तर होतीच; पण त्या सौंदर्यात काहीतरी वेगळेपणा होता. काहीतरी विलक्षण, चटका लावणारे होते. रंग गुलाबी, भिवया कोरीव. चेहेरा बहुधा काळजीपूर्वक रंगवलेला असावा.

"तुम्हाला त्रास देत्येय, होय ना?" ती अगदी गोड आवाजात म्हणाली.

"छे! त्रास कसला? उलट सोबत मिळाली!" मी हसून उत्तरलो.

तिला कदाचित तोंडदेखले वाटले असेल; पण ते खरेच होते. रात्रीच्या वेळेस एकटेच गाडी घेऊन फिरावे. हमखास एखादी मुलगी लिफ्ट मागते. वेळ फार चांगला जातो, सोबत चांगली लाभत, असा आजवरचा माझा अनुभव होता.

हे सगळेच काही मी तिला बोलून दाखवले नाही.

पण माझ्या मनातले समजल्यासारखी ती हसली. एखाद्या गाण्याच्या लकेरीसारखी हसली. हसताना तिचे मोत्यांसारखे दात चमकले.

मी विचारले, "एवढ्या रात्रीच्या कुठं गेला होता?"

ती काहीच बोलली नाही. हँडल फिरवून-फिरवून काच वर काढण्याचा उद्योग तिने चालवला होता. "थंडी वाजते." ती हलकेच म्हणाली.

मी पुन्हा तोच प्रश्न तिला विचारला.

"शूटिंगला." ती म्हणाली, " 'अमृत स्टुडिओ'त शूटिंग चालू आहे माझं."

"म्हणजे? तुम्ही नटी आहात?" माझा आदर एकदम वाढला.

ती मोकळेपणाने, पण किंचित खिन्न हसली. "कसली आलीय नटी? नटी असते तर लिफ्ट मागायची वेळ थोडीच आली असती? नटीला घरी पोचवायला प्रोड्यूसर, डायरेक्टर, कॅमेरामन– सगळे गाड्या घेऊन तयार असतात. मी आहे साधी एक्स्ट्रॉ."

मग ती खूप बोलत राहिली. रस्ता अगदी मोकळा होता. त्यामुळे गाडी चालवायलाही मजा येत होती. मी वेग पुष्कळच वाढवला. ...

" 'अमृत स्टुडिओ' कुठंतरी एका बाजूला आहे. रात्रीच्या वेळेला तर तिथून कसलंही वाहन मिळत नाही. आणि एक्स्ट्रॉ पोरीची काळजी कोण करणार?

यायचं तर या, नाहीतर नका येऊ!''

माझे तिच्या बोलण्याकडे नीटसे लक्ष नव्हते. बोलत असताना तिच्या ज्या हालचाली होत होत्या, तिकडेच मी पाहत होतो. तिच्या चेहेऱ्यावरचे भाव एकसारखे बदलत होते. निळसर डोळे चकाकत होते. भिवयांच्या कमानी खेचल्या जात होत्या. ओठ मुडपत होते. संत्र्याच्या फोडीसारखे रसरशीत ओठ! लाल लाल ओठ! रक्तासारखे लाल ओठ!...

या एक्स्ट्रॉ नटी घरी जाण्यापूर्वी मेकअप नीट पुसून कां नाही टाकीत?

''मला फार थंडी वाजत्येय.'' ती मधेच उद्गारली. ''काच लावून घेतली तरी वाजत्येय. कां कुणास ठाऊक!'' बोलता बोलता ती हीव भरल्यासारखी कुडकुडू लागली. मग तिला काय वाटले कुणास ठाऊक, ती माझ्या जवळ सरकली. अगदी जवळ चिकटून बसली.

मी डावा हात तिच्या मागे टाकला. तिने प्रतिकार केला नाही.

एवढ्यात तिचे उतरण्याचे ठिकाण आले.

तिने गाडी थांबवायला सांगितले.

मी काळोखात पाहण्याचा प्रयत्न केला.

समोर मोकळ्या मैदानासारखी जागा पसरली होती. त्याच्या कडेशी चारदोन पांढुरकी घरे होती. त्यांना घरे म्हणणे कठीण होते. वेड्यावाकड्या भिंती कशा तरी बांधून राहण्यापुरती जागा केली होती, असेच म्हणणे बरोबर ठरले असते. मुसलमानांची थडगी असतात तशी, पण थोड्या मोठ्या आकाराची घरे होती ती. पलीकडे मैदानात कुणीतरी थंडीसाठी जाळ पेटवला होता. त्याचा उजेड त्यांच्यावर कमी-अधिक पडत होता. आणि ती त्या काळोखात अर्धवट उजळून उठत होती....

त्या दरिद्री, भकास, उदास वस्तीशी संपूर्ण विसंगत दिसणारी ती तरुण सुंदर मुलगी गाडीतून उतरली. मला म्हणाली, ''तुम्ही इथंच थांबा. मी जाईन एकटीच.'' आणि पाठ फिरवून चालू लागली.

मी खिळल्यासारखा होऊन तिच्याकडे पाहत राहिलो.

पांढऱ्याशुभ्र हंसासारखी डौलाने चालत ती त्या भिकार वस्तीत शिरली.

आणि चुन्याने रंगवलेल्या एका भिंतीमागे क्षणात दिसेनाशी झाली.

एक सुंदर स्वप्न त्या अमावास्येच्या काळोखात अंतर्धान पावले. ...

दुसऱ्या दिवशी मी पुन्हा त्याच वेळी गाडी घेऊन त्याच ठिकाणी गेलो.

वेळ तीच होती. मध्यरात्रीची.

मी गाडी घेऊन उगाच रेंगाळत होतो. अगदी सावकाश चालवीत. आजूबाजूला

पाहत.

जसे काही ती तिकडे दिसणार, हे मला ठाऊकच होते. आणि खरेच ती उभी होती. कालच्याच ठिकाणी.

कालच्यासारखाच तिने मला हात हलवून दाखवला. मी अर्थातच गाडी थांबवली.

कालच्याप्रमाणे आजदेखील तिने पांढरेशुभ्र कपडे घातले होते. चेहेरा तसाच दिसत होता. खूप रंगवलेला. आणि तरीदेखील विलक्षण सुंदर. चारचौघींपेक्षा खूप वेगळा वाटणारा.

मी दार उघडले. ती माझ्या शेजारी येऊन बसली. अगदी जवळच.

मी गाडी चालवीत होतो. तिच्याकडे न पाहता. तरीदेखील तिची नजर मला जाणवत होती.

ती जणू मला नजरेने शोषित होती. पीत होती. मला स्वत:मध्ये सामावून घेऊ पाहत होती. एक विलक्षण आकर्षण आम्हा दोघांच्यात तयार होऊ लागले होते. एक दाहक आकर्षण. धगधगत्या ज्वाळांसारखे! आम्हा दोघांनाही त्या ज्वाळा गुरफटून टाकीत होत्या. पण तरीही त्या ज्वाळांमध्ये विलक्षण सुखद असे काहीतरी होते. त्या सुखाच्या गुंगीत तिचे मन माझ्यापाशी खेचले जात होते आणि माझे पौरुषत्व फुलून येत होते.

मी गाडी थांबवली. तिला म्हटले, "जरा वेळ बसू या का इथंच गप्पा मारीत?"

उगाचच नवल वाटल्यासारखे करून ती म्हणाली, "आत्ता? इथं?"

"हो." मी म्हणालो, "काय हरकत आहे?"

"नाही, पण..." ती घुटमळली.

"घरी वाट पाहतील?" मी विचारले.

"घरी?" ती हसली. खूप जोराने हसली. "नाही. कुणीच वाट पाहणार नाही माझी. आणि वेळेचं काय विशेष? नाहीतरी उशीर झालेलाच आहे. मध्यरात्र टळून गेली आहे."

मी गाडी लॉक केली. आम्ही दोघे चालू लागलो.

समोरच समुद्र होता.

किनारा खडकाळ होता.

तिने माझा दंड गच्च धरून ठेवला. खडकांतून सांभाळीत आम्ही एके ठिकाणी जाऊन बसलो.

दूरवर लाटांचा आवाज येत होता. लाटा दूरवरून जमा होऊन गर्जना करीत येत आणि किनाऱ्यावर येऊन फुटत. त्यांचा आवाज हळूहळू विरत जाई. समुद्राने

टाकलेले ते निःश्वास ऐकत आम्ही दोघे कितीतरी वेळ गप्प बसून राहिलो.

बोलायची फारशी गरज उरलेलीच नव्हती. जणू एकमेकांच्या मनातली भावना आम्ही दोघेही समजून चुकलो होतो.

मी तिच्या पाठीमागे हलकेच हात टाकला आणि तिला जवळ ओढले.

पाण्याबरोबर एखादे कमळ पुढे सरकावे तशी ती अलगद माझ्याजवळ आली. मी तिच्या दंडावरची पकड घट्ट केली. तिने माझ्या खांद्यावर डोके ठेवले. मी शरीर मागे झुकवले आणि अलगद तिलाही माझ्याबरोबर खाली ओढले. डोक्याला दगड खुपू नये म्हणून तिच्या डोक्याखाली हात धरला. ती मला अधिकच बिलगली. मी कमरेभोवती हात टाकून तिचे शरीर अगदी निकट आणले. तिच्या नजरेत ते जळते आकर्षण दिसू लागले होते. मी खाली वाकलो आणि तिच्या ओठांशी ओठ जुळवले. तिच्या ओठांचा रंग माझ्याही ओठांना लागला असावा. तेदेखील लाल लाल झाले असावेत. रक्तासारखे लाल.

असीम आनंदाने तिने चेहेरा मागे झुकवला. तिचे बांधलेले केस सुटून तिच्या खांद्यावरून खाली पसरले. तिची गोरीगोरी नितळ मान विलक्षण लोभसवाणी दिसत होती. तिथे ओठ टेकण्याचा मोह मला आवरेना....

किती वेळ आम्ही त्या खडकांवर तसेच पडलो होतो कोण जाणे! लाटांचा आवाजदेखील आता कमी झाला होता.

अखेरीस आमचे भान परतले. आम्ही उठलो. उगाच कपडे झटकल्यासारखे केले, आणि बोटांत बोटे अडकवून गाडीशी परतलो.

मी गाडी चालू केली. भन्नाट वेगाने तिच्या वस्तीशी आणून उभी केली.

आज मी तिच्या पाठोपाठ उतरलो.

ती म्हणाली, ''प्लीज! तुम्ही नका येऊ. मी जाईन.''

तिच्या आवाजात काकुळती होती. पण एक प्रकारची जरबही होती.

मी मुकाट्याने गाडीत जाऊन बसलो.

तिसऱ्या दिवशीदेखील बरोबर बाराच्या ठोक्याला मी तिथे पोहोचलो. जिथे ती दोन वेळा भेटली होती, तिथे.

पण आज ती तिकडे उभी नव्हती.

मी थोडा वेळ तिची वाट पाहिली.

बराच वेळ गाडी उलटसुलट फिरवीत मी रेंगाळत राहिलो.

पण ती आली नाही.

ती यायलाच हवी होती. मी, येईन, असे प्रत्यक्ष बोललो नसलो, तरी काय झाले? तिला ते कळायलाच हवे होते. मी जसा तिला भेटायला आतुर होतो,

तसे तिनेही मला भेटायला आतुर असायलाच हवे होते.

पण मी तिला अशी सुखासुखी जाऊ देणार नव्हतो. तिच्यासारख्या सुंदर मुली क्वचितच भेटतात. त्यातून इतक्या समंजस, प्रियकराला काय हवे ते ओळखून, त्याने ते न मागताच देणाऱ्या, गोड बोलणाऱ्या, गोड हसणाऱ्या मुली वरचेवर थोड्याच भेटतात? शिवाय तिच्यात याहून वेगळेच काही आकर्षण होते. सांगता न येण्याजोगे. पण न सांगताच मनाला जाणवणारे!

तिच्या त्या लाल लाल चुंबनाची आठवण माझ्या ओठांवर अजून हुळहुळत होती.

मी हलकेच ओठांवरून जीभ फिरवली.

मला ती हवी होती! फार फार हवी होती!

आत्ता! – याक्षणी!

मी गाडी 'अमृत स्टुडिओ'कडे वळवली.

स्टुडिओच्या आवारात अजून दिवे होते. त्याअर्थी शूटिंग अजूनही चालू असावे. तिला उशीर होण्याचे हे कारण मला स्टुडिओत पाऊल टाकताक्षणीच कळले.

स्टुडिओत बाहेरच्या बाजूलाच सेट उभारलेला होता. माझी पावले तिकडे वळली. बघ्यांची बरीच गर्दी होती. मीही त्या गर्दीत जाऊन उभा राहिलो. ती कुठे दिसते का, याचा शोध घेऊ लागलो.

सेट कुठल्या तरी रद्दी हिंदी सिनेमाचा होता. पण प्रचंड होता. बाजूला एक बग्गी उभी होती. तिचा रंग पांढराशुभ्र होता, आणि तीवर सोनेरी रंगाचे नक्षीकाम केलेले होते.

गंमत म्हणून मी शेजारच्याच माणसाला विचारले, ''कसला सीन आहे हा?''

तो फाटका काटकुळा माणूस उत्साहाने म्हणाला, ''तुम्हाला माहीत नाही? 'ड्रॅकुला' – हिंदी 'ड्रॅकुला' काढतोय आम्ही.'' स्वतःच निर्माता असल्यासारखे त्याचे डोळे चमकले.

आता माझ्या डोक्यात प्रकाश पडला. एकूण ती ड्रॅकुलाची बग्गी! मेल्यानंतरही, जिवंत माणसाचे रक्त पिऊन जिवंत माणसांप्रमाणे जगणारा पिशाच्च योनीतील ड्रॅकुला!

मी म्हटले, ''पण ड्रॅकुलाची बग्गी तर नेहेमी काळी असते.''

तो फाटका इसम म्हणाला, ''ही त्याची नाहीच! त्यानं रक्त शोषून मारलेली एक मुलगी या पांढऱ्या बग्गीतून येते आणि हीरोचं चुंबन घेऊन जाते. रक्त शोषणारं चुंबन!''

मी हसलो, "कमाल आहे!" मी म्हणालो, "हिंदी सिनेमात तुम्ही चुंबन कसं काय दाखवणार आहात?"

"अहो पाठीमागच्या बाजूनं कॅमेरा लावणार! त्यात काय आहे विशेष?" मला मूर्खात काढीत तो म्हणाला.

एकाएकी सगळीकडे शांतता पसरली, टाळी वाजली, आणि शॉट सुरू झाला.

पुढील बाजूला प्रखर प्रकाशझोत पडले. पाठीमागचे जंगल अपुऱ्या उजेडात अधिकच खरेखुरे वाटू लागले. क्लॅपरबॉयने शॉटचा नंबर सांगितला, क्लॅप दिला, आणि तो बाजूला झाला.

कॅमेरा हळूहळू पुढे सरकू लागला.

मध्यभागी ती उभी होती. पाठमोरी.

पांढरीशुभ्र साडी नेसलेली. केस मोकळे सोडलेले.

शेजारीच हीरो उभा. गुलजार चेहऱ्याचा. भरपूर केस वाढवलेला.

दुसऱ्याच क्षणी तिने त्याला गाढ मिठी मारली.

अजूनही तिची कॅमेराकडे पाठ होती.

क्षणभरातच तिने त्याला सोडून दिले. मेणाच्या पुतळ्यासारखा तो खाली कोसळला.

ती बग्गीत जाऊन बसली.

डायरेक्टर ओरडला, "कट्!"

इतक्या वेळची शांतता एकदम भंग पावली. जो तो बोलू लागला. सगळीकडे एकच गोंगाट सुरू झाला.

मी गर्दीतून सरळ तिच्या जवळ गेलो.

तिला खांद्याला धरून माझ्याकडे वळवले.

आणि मला आश्चर्याचा धक्का बसला.

ती दुसरीच मुलगी होती!

पाठीमागून तिच्यासारखीच दिसणारी. अगदी हुबेहूब! समोरून मात्र चेहऱ्याचे काही साम्य नव्हते.

"कोण पाहिजे तुम्हाला?" ती मुलगी घोगऱ्या आवाजात म्हणाली.

मी साधारण वर्णन सांगितले. पत्ता सांगितला,

"हां! ती होय?" ती मुलगी म्हणाली, "ती आली नाही आज. काल अर्धा सीन करून गेली होती. एकदोन शॉट्स् राहिले होते. मग आज मला तिची डमी म्हणून घेतलं."

तरीच! सबंध शॉटमध्ये तिचा चेहेरा एकदाही दिसू शकला नाही!

"का आली नाही ती? काही निरोप?" मी विचारले.

"हो. आज दुपारी निरोप आला होता." ती मुलगी गंभीर झाली. "आज पहाटेच ती वारली!"

स्टुडिओबाहेर पार्क करून ठेवलेल्या गाडीजवळ मी गेलो. सारे कसे शांत होते. गाडी आता कितीही वेगाने पळवायला हरकत नव्हती.

आकाशात क्षीण चंद्र उगवला होता.

मी दार उघडले आणि चाकाशी जाऊन बसलो. गाडी चालू केली.

गाडीचा वेग वाढवला.

रस्ता भराभर कापला जाऊ लागला.

आणि अचानक माझ्या खांद्यावर एक नाजूक हात पडला.

मी गाडी थांबवली.

मागच्या सीटवर ती झोपली होती. तिचा हात मात्र माझ्या खांद्याशी चाळा करीत होता.

मी दार उघडून खाली उतरलो. पाठीमागचे दार उघडले.

ती प्रसन्नपणे हसत पहुडली होती.

मंद चंद्रप्रकाशात ती इतकी सुंदर दिसत होती! तिच्या चेहऱ्यावर काही वेगळाच तजेला आला होता! लालचुटुक ओठ ओल्या रक्तासारखे तकतकीत दिसत होते.

मी खाली वाकलो.

तिने मिटलेले डोळे उघडले. प्रसन्नपणे हसत माझ्या केसांतून बोटे फिरवायला सुरुवात केली.

मी आणखी खाली वाकलो.

अगदी खाली– तिच्या गोऱ्यापान मानेशी.

आणि कालच माझ्या दातांनी तिथे केलेल्या ओल्या जखमेवर ओठ टेकले.

माझी काळी गाडी चंद्रप्रकाशात न्हात होती.

◆

"थांब, मी आलोच!"

सध्या मला थोडी काळजी वाटण्यासारखी परिस्थिती निर्माण झाली आहे. तशी तर आपण कशाचीच काळजी करीत नाही. अगदी जन्मापासूनच. आपली काळजी लोकच करतात.

बाप म्हणतो की, हा बेफिकीर आहे. निर्ढावलेला आहे. आणखीही पुष्कळ काय काय तो म्हणतो.

जाऊ दे. साला लक्ष कोण देतो?

बापलोकांचं हे नेहमीचंच असणार. पोरगा चांगला निघाला की क्रेडिट स्वत:कडे घ्यायचं. म्हणजे मी काही वाईट निघालोय, अशातला भाग नाही. पण चांगला म्हणजे लौकिक अर्थानं. ऐंशी टक्के मार्क मिळवून एसेस्सी होणारा आणि नंतर इंजिनिअर, डॉक्टर असा काहीतरी घसघशीत व्यवसाय करणारा. तसं पाह्यलं तर इंजिनिअर्स, डॉक्टर्स कचऱ्यासारखे झालेत हल्ली. पण बापलोकांना हे समजेल तर ना? त्यांना आपलं तशाच कशाचं तरी कौतुक! —तर मुलाचं असं त्यांच्या मतानं सोनं झालं की ते म्हणणार, मुलगा कोणाचा आहे? नाही तर तो आमच्यासारखा तडीपार निघाला की ते म्हणणार, कुणासारखा झाला कुणास ठाऊक!

सालं आपलं आणि आपल्या बापाचं कधीच पटलं नाही.

लहानपणापासूनचं आहे. आता, नाही आमच्या डोक्यात अभ्यास शिरत! पण म्हणून काय येता-जाता आम्हाला 'भीक मागत फिरशील' असा का आशीर्वाद द्यायचा? आणि भीकच मागायची तर त्याचं एवढं भविष्य कशाला वर्तवायला हवं? पण नाही, माझ्याविषयी वाईट बोलण्यात यांना भलताच आनंद!

—मग रोज घरात भांडण! दोनदा घर सोडून पळणं, तीन वेळा त्यांनीच

हाकलवणं, चार वेळा मारामाऱ्या वगैरे वगैरे. प्रत्येक नोकरी गेली की घरात हा प्रसंग! शेवटी झालं एकदा बापाच्या मनासारखं. आली आमच्यावर भिकेची पाळी. म्हणजे आता यांना भविष्य खरं ठरल्याचा तरी आनंद व्हायला हवा की नको?

पण नाही. 'कार्ट्यानं नाव बुडवलं' म्हणून आक्रोश करीत सगळीकडे फिरताहेत.

आता मला माहीत आहे. माझ्यासारख्या जेमतेम चाळीस टक्क्यांनी एसेस्सी झालेला मुलगा. त्याला मिळून मिळून कितीशी चांगली नोकरी मिळणार? अरे पण माणूस म्हणून जगता येईल एवढा तरी पगार हवा की नको? आणि पोट मारून राहायचं, तर नोकरी करायचीच कशाला? शिवाय आपल्याला कुणाची मग्रुरी सहन होत नाही. सख्ख्या बापाचं ऐकत नाही, तिथं इतरांचं काय? तेव्हा सुटतात आपल्या नोकऱ्या. कधी आपणहून सोडतो, कधी काढून टाकतात. पण म्हणून काय बापानं 'पोरगा वाया गेला' अशी सगळीकडे दवंडी पिटायची?

नाही तर याउलट भाईकाका. कधी चार लोकांत अपमान करायचे नाहीत. उलट म्हणतील, 'डोक्यानं चांगला आहे. पण वर्षं बुडाली त्याची. थोडा हूड आहे, पण या वयात असंच चालायचं!

भाईकाका मला सांभाळून घेण्याचा खूप प्रयत्न करतात. पण कबूल करतो, की कधी कधी आपण त्यांच्याही हाताबाहेर जातो. तसं पाहिलं तर भाईकाका माझे खरे काका नाहीतच. माझ्या बापाला सख्खा भाऊ नाहीच; आणि असता तर त्याचा स्वभाव इतका चांगला असणं शक्यच नव्हतं. भाईकाका म्हणजे आमचे दूरचे काका. इतके दूरचे, की खरं नातं काय, हे सांगताना गोंधळच उडायचा! पण कशी कोण जाणे, त्यांची माझ्यावर भलतीच माया! त्यांना दुसरं कुणीच नाही. लग्न तर त्यांनी केलंच नाही. कारण दम्याचा विकार! म्हणायचे, आजार काढायला कशाला आणायची बायको? साला देवाचं पण काही खरं नाही! असल्या उमद्या स्वभावाच्या माणसांच्या मागे नसत्या व्याधी लावतो. नाही तर आमच्या बापासारख्या– पण जाऊ दे ते!

तात्पर्य, भाईकाकाच मला खरोखर वडिलांच्या जागी. त्यामुळं त्यांना माझी काळजी वाटणं स्वाभाविकच आहे. अधूनमधून ते मला कुठलाकुठला कोर्स करायला सांगतात, माझ्यासाठी कसल्या कसल्या नोकऱ्या आणतात! मी कोर्सबिर्स करायची टाळाटाळ करतो. नोकऱ्या पटल्या तर घेतो, सोडायच्या तेव्हा सोडतो; पण भाईकाका कधी रागवत नाहीत. मी नोकरी घालवली, की ते कळवळून म्हणतात, "कसं होणार बाबा तुझं? मला तुझी काळजी वाटते!" बस्स. एवढंच. भांडणं नाहीत की मारामाऱ्या नाहीत. तर अशा या भाईकाकांच्या संदर्भात सध्या अशी परिस्थिती निर्माण झालीय की, त्यांनी माझी काळजी

करण्याऐवजी मीच त्यांची करावी!

झालं काय, की नेहमी जातो तसा कालही मी भाईकाकांकडे गेलो होतो. तशी आपली दर एक-दोन दिवसाआड त्यांच्याकडे खेप असतेच. एखाद्या वेळी दोन-चार दिवसांत गेलो नाही, तर भाईकाका घाबरे होतात. आपणहून चौकशीसाठी घरी येतात. शिवाय मला त्यांच्याकडे जावंसं वाटतं याचं कारण, घरी डोकं तापल्यानंतर ते शांत करायला तेवढं एकच ठिकाण आहे!

तर तसा मी काल भाईकाकांकडे गेलो. काकांनी नेहमीप्रमाणे माझ्या आवडीचे मटन-सामोसे मागवले. चहा केला. अवांतर विषयांवर गप्पा मारल्या. काकांचं एक फार चांगलं आहे! त्यांना माझ्याविषयी काळजी वाटते, हे त्यांच्या शब्दाशब्दांतून जाणवतं. पण म्हणून काही ते एकसारखा उपदेश करीत नाहीत. बरोबरीच्या मित्रासारखे वागतात. तर असेच आम्ही गंमतीगंमतीनं गप्पा मारीत चहा पीत बसलो होतो. आणि अचानक काकांना खोकल्याची उबळ आली.

आता दम्याचा विकार तर काकांना कैक वर्षांपासून आहे. त्यामुळं खोकला आला तर त्यात घाबरण्यासारखं काहीच नाही. मी त्यांना पाणी दिलं, पाठीवरून हात फिरवला, आणि बिछान्यावर टेकून बसवलं. तरी त्यांना जी काही ढास लागली ती थांबेचना. अगदी घसा खरवडून-खरवडून खोकला यायला लागला. घशात चमत्कारिक आवाज व्हायला लागले. छाती ताडताड उडायला लागली. काकांचा चेहेरा लालबुंद झाला आणि डोळ्यांतून पाणी वाहायला लागलं.

आणि एकाएकी, खोकता खोकता काका बेशुद्ध पडले.

मग मात्र मी घाबरलो. दमेकऱ्याचा खोकला मला ठाऊक आहे; पण दमेकरी कधी बेशुद्ध पडत नाही. म्हणजे हा काहीतरी वेगळाच प्रकार दिसत होता!

सुदैवानं काकांकडे फोन आहे. मी तिथूनच फोन करून डॉक्टर घैसासांना बोलावलं. तेही ताबडतोब हजर झाले.

काका अजूनही शुद्धीवर आलेले नव्हते.

आम्ही दोघांनी काकांना डॉक्टरांच्या कारमध्ये घातलं आणि 'सुश्रुत नर्सिंग होम'मध्ये नेलं. तिथले डॉक्टर साठे घैसासांच्या चांगले परिचयाचे होते. त्यांनी भाईकाकांना तपासलं आणि एकापाठोपाठ एक अशी दोन इंजेक्शन्स दिली. ताबडतोब एक्स-रेची व्यवस्था केली.

एव्हाना भाईकाका शुद्धीवर आले होते. म्हणजे डोळे उघडले, एवढंच. पण बोलत काही नव्हते. हालचाल करणं तर त्यांना अतिशय कठीण जात असावं. मात्र मला पाहिल्याबरोबर पडल्या पडल्याच त्यांनी माझा हात दाबला आणि किंचित स्मित केल्यासारखं केलं. पण एकाएकी त्यांचा चेहेरा वेडावाकडा

झाला. कुठून तरी एकदम जोराची कळ यावी, तसा. काहीच न बोलता ते नुसते वेदनांनी तळमळत राहिले. मी विचारले, ''काका, काय झालं?'' डॉक्टर साठ्यांनी एक्स-रेची व्यवस्था केल्यापासून डॉक्टर घैसास गंभीर झाले होते. तसा त्यांनाही काहीतरी संशय आलाच असावा; पण अजूनपर्यंत त्यांनी तो बोलून दाखवला नव्हता. आता मात्र न राहवून त्यांनी साठ्यांना विचारले, ''काय झालंय डॉक्टर?''

''स्पाइनला कुठंतरी धक्का बसला असावा असं वाटतं. आता कळेलच काय ते एक्स-रे आल्यावर.'' साठे म्हणाले.

इकडे काकांना असह्य वेदना होऊ लागल्या होत्या. ते मोठमोठ्यानं ओरडू लागले होते. दहा-पंधरा मिनिटांतच एक्स-रेचे रिझल्ट्स आले. ''यू सी व्हॉट आय मीन?'' घैसासांना एक्स-रे दाखवून साठे म्हणाले, ''स्पाइनच्या लोअर पार्टमध्ये एक डिस्क रप्चर झाली आहे. बहुधा खोकल्याची उबळ आली, तेव्हा धक्क्यानं ती तुटली. केस थोडी चमत्कारिक आहे–''

एव्हाना काकांना कळा सहन होईनाशा झाल्या होत्या. त्यांचं जोरजोरानं विव्हळणं चालूच होतं. चेहेरा नुसता वेदनांनी पिळवटला होता. घामानं थबथबला होता.

सगळाच प्रकार अजब होता! काकांना बोलता बोलता खोकल्याची उबळ येते काय, त्यामध्ये कण्याचं हाड मोडतं काय आणि नुसत्या तपासणीसाठी आणलेल्या काकांना हॉस्पिटलमध्ये अॅडमिट व्हावं लागतं काय? सगळंच चमत्कारिक!

आमच्या नशिबात पुढं काय वाढून ठेवलं आहे कोण जाणे!

बिचारा अवी! त्या दिवशी माझ्याकडे गप्पा मारायला येऊन बसतो काय, मला अचानक खोकल्याची उबळ येते काय आणि कण्याची दुखापत होते काय! बापड्याला झक्कत सगळी धावाधाव करावी लागली. डॉक्टर आणण्यापासून ते हॉस्पिटलमध्ये पोहोचवण्यापर्यंत!

रोज बेटा इथं येऊन बसतो. शक्य तेवढा वेळ इथं हॉस्पिटलमध्येच असतो. मुलगा मनानं चांगला; पण वेळेवर शिकला नाही आणि आता नोकरीची पंचाईत झाली आहे. तशा नोकऱ्या मिळतात; पण हा अजून तरी कुठं टिकत नाही. बापानं तर त्याला वाया गेल्यातच जमा केला आहे. पण असं करून कसं चालेल? सगळ्यांनीच जर त्याच्याशी संबंध तोडला तर त्यानं कुणाच्या तोंडाकडं बघायचं? असेल हूड, असेल फटकळ, पण लेको, त्याच्या पोटा-पाण्याची काही सोय लावायला हवी की नको? का त्याला आपला उपाशीच मरू द्यायचाय?

मला म्हणतो कसा, ''काका, मला फक्त एकच ठिकाण आवडतं. तुमचं घर!'' मी म्हणतो, ''अरे असं कसं? सगळीकडे जमवून घेतलं पाहिजे!'' तर म्हणतो, ''नाही. माझं नाही कुणाशी जमत. सबंध जगात तुम्ही एकटेच काय ते मला माझे वाटता. मला तुमच्याशिवाय दुसरं कुणीच नाही!'' बोलायला लागला की कधीकधी फारच मायेनं बोलतो. आणि लोक म्हणतात की, हा म्हणे फटकळ आहे! वाटेल त्याच्याशी वाटेल तसं बोलतो. प्रत्यक्ष याच्या बापाचं याच्याविषयी हेच मत! असेल. आपल्याशी तरी आजवर सरळ वागत आला आहे!

दुखणं बाकी हात-पाय पसरत चाललं! तपासणी करून घरी परत जायचं, तर इथं हॉस्पिटलमध्ये मुक्काम करावा लागला. इतके दिवस झाले, पण बरं होण्याचं नाव नाही. रोज औषधं चालू आहेत, इंजेक्शन्स चालू आहेत, पण अधूनमधून कळा येतातच. अगदी बोलवल्यासारख्या! आणि आल्या म्हणजे अशा भरमसाट येतात, की ज्याचं नाव ते! नको जीव होतो. अंगाची जशी काही सोलून सालटी काढावीत तशी अंगभर कळ पसरते. डोळ्यांसमोर विस्तव पेटल्यासारखं होतं. दाताखाली दाबून ओठाचे तुकडे पडणारसं वाटतं. माझ्या वयाच्या माणसाला एखाद्या लहान पोरासारखी बोंबाबोंब करणं शोभत नाही. पण असह्य झालं की नकळत तोंडातून किंकाळ्या बाहेर पडतात. मग नर्सेस, डॉक्टर्स धावत येतात. हालचाल करणं कठीण असतानाही मी माशासारखा या कुशीवरून त्या कुशीवर तडफडत राहतो. मधेच अवीचे शब्द ऐकू येतात, ''भाईकाका– भाईकाका– असं काय करता?'' डोळे उघडले की समोर त्याचा चेहेरा दिसता– कधी सिस्टरचा– कधी डॉक्टरचा. मग वेदनेच्या पुरात हे सगळे चेहरे वाहून जातात. वाटतं, मरण मरण ते हेच!

या कर्मभोगातून माझी काही लौकर सुटका होईलसं दिसत नाही. कारण 'सुश्रुत'मध्ये दोघा-चौघा नामवंत डॉक्टर्सनी मला तपासलं; पण गुण नाही. नुकतंच मला एका न्युरोसर्जनला दाखवलं. डॉक्टर कोठीवाला. कोठीवाल्यांनी ताबडतोब मला स्वत:च्या नर्सिंग होममध्ये हलवलं.

डॉक्टर कोठीवालांचं म्हणणं असं पडलं की, माझ्या स्पाइनवर ताबडतोब शस्त्रक्रिया करायला हवी. मोडलेल्या डिस्कच्या जागी दुसरं काहीतरी कामचलाऊ बसवायला हवं. पण इथंच तर सगळी पंचाईत आहे! ऑपरेशन करता येईल एवढं गुंगीचं औषध मला झेपेल, याची डॉक्टरांना खात्री नाही. कारण माझा मूळचा दम्याचा विकार! त्यासाठी लंगस्पेशालिस्ट डॉक्टर नायर यांना विचारलं. ते येऊन पाहून गेले. एक्स-रेज झाले, चेकअप्स झाले आणि शेवटी ट्रीटमेंटसाठी मला 'सेंट मायकेल हॉस्पिटल'मध्ये ठेवण्यात आलं. हे निव्वळ ऑपरेशनच्या

पूर्वतयारीसाठी. इथं ट्रीटमेंटनंतर माझा ब्रॉन्कायटल अस्थमा आटोक्यात आला असता, की मगच माझ्या कण्यावर ऑपरेशन करणं शक्य होतं.

विचार केला म्हणजे मला हसावं का रडावं तेच समजत नाही. कुठलं दुखणं कुठं गेलं! आणि अजून ऑपरेशन पुढंच आहे, तोवर मी सारं काही सहन करायचं. कळ आली की बोंबा ठोकत राहायचं आणि डोळे गच्च मिटून घ्यायचे. बरं, इतकं करून ऑपरेशन यशस्वी होईल याची काहीच गॅरंटी नाही!

'सेंट मायकेल हॉस्पिटल' आहे मात्र छान! लांब-रुंद आणि प्रशस्त. हवेशीर, सूर्यप्रकाश भरपूर! कळा येत नसल्या की इतर वेळी मी माझ्या बिछान्यात मजेत पडून असतो. पण एकदा का कळा सुरू झाल्या की, मग मात्र नाव नको!

शेवटी ॲनास्थेशिया देणाऱ्या डॉक्टर मेहतांनी माझी परत एकदा तपासणी केली. परवाच ते मला पाहून गेले. माझी प्रगती उत्तम आहे, म्हणाले. आता ऑपरेशनमध्ये ॲनास्थेशिया द्यायला काही हरकत नाही, असं त्यांचं मत पडलं. लगेच डॉक्टर कोठीवालांनी ऑपरेशनची तारीख ठरवून टाकली. थोडी घाईघाईनंच. कारण नंतर ते जर्मनीला एका कॉन्फरन्सला जायचे आहेत. आणि ते परत येईपर्यंत ऑपरेशन फारच लांबणीवर पडेल.

ऑपरेशन शुक्रवारी व्हायचं आहे. काल रविवार. कालचा दिवस मजेत गेला. थोडी-फार हालचाल करूनही कळा आल्या नाहीत. काल रात्री झोप चांगली लागली. मी बरा होण्याची स्वप्नं पाहत पाहतच काल रात्री झोपी गेलो.

पण आज सकाळी– आज पहाटेच मला जाग आली, तीच मुळी वेदनांच्या कल्लोळात. रात्री झोपेत काय झालं होतं कुणास ठाऊक! पण पाठीतून भयंकर कळा उठू लागल्या होत्या. काही समजेनासंच झालं. मी मोठमोठ्यानं ओरडत होतो एवढंच मला जाणवत होतं. पण तोंडातून काय शब्द येत होते, कुणास ठाऊक! माझ्या आरडाओरड्यानं कोणीतरी दोघं-तिघं धावत आली. पण ती कोण, हेही मला कळेना.

–आणि एकाएकी... एकाएकी... परमेश्वरा! हा काय प्रकार आहे?

साला सोमवारी सकाळी भाईकाकांनी कमालच केली. सगळ्यांना घाबरवून सोडलं. पहाटे जागे झाले, तेच मुळी ओरडत. सुदैवानं रात्री मी हॉस्पिटलमध्ये झोपायला गेलो होतो. गेल्या कित्येक दिवसांत नाही इतकी प्रसन्न झोप त्यांना रविवारी लागली, आणि सोमवारी सकाळी हा प्रकार!

ओरडताओरडताच ते एकदम बेशुद्ध झाले. एकाएकीच. आकस्मिकपणे!

मी घाबरलो. हा आणखी काय चमत्कार?

मी त्यांच्या कानाशी ओठ नेऊन हाका मारल्या, ''काका, भाईकाका–''
पण एक नाही की दोन नाही. ते जणू काही या जगात नव्हतेच!

एक पद्धत म्हणून सांगत नाही. खरोखरच त्या क्षणी माझ्या डोक्यात अशी
कल्पना आली की, भाईकाका या जगात नसावेत!

या कल्पनेने मी अधिकच घाबरलो. अंगाला हात लावून पाहिला. तसं ते
कोमटच होतं. नाडी पाहायला मनगट हातात घेतलं; पण नाडी चालू आहे की
नाही, काहीच समजेना.

एव्हाना एक नर्स आणि एक वॉर्डबॉय आले होते. मी त्यांना म्हटलं की
परिस्थिती विशेषच काळजी करण्यासारखी दिसतेय; तुम्ही डॉक्टरांना
बोलवा! नर्सलाही मनातून धास्ती वाटली असावी. कारण तिनं विशेष वादंग न
घालता वॉर्डबॉयला झपाझप सूचना दिल्या आणि स्वत: इंटरकॉमवरून डॉक्टरांना
बोलावून घेतलं.

भाईकाका अजूनही बेशुद्धच होते. डॉक्टर आले. त्यांनी काकांची अवस्था
पाहिली आणि त्यांना ऑक्सिजन द्यायला सांगितला. नर्सनं प्रसंगावधान राखून
ऑक्सिजनची तयारी ठेवलीच होती.

आम्ही सारे आशेनं भाईकाकांकडे पाहत बसलो होतो. कुठंही कसलीही
हालचाल नव्हती. घड्याळाची टिकटिक तेवढी ऐकू येत होती.

आणि भाईकाकांनी एकदम डोळे उघडले. त्यांची शुद्ध जशी अचानकपणे
गेली, तशीच ती अचानकपणे परत आली होती.

डोळे उघडले तरी भाईकाका संपूर्ण भानावर आलेच नव्हते. नजर इकडे-
तिकडे फिरवून, ते, आपण कुठं आहोत याचा अंदाज घेत होते.

आम्हा सर्वांना हायसं वाटलं. एकूण सगळा प्रकार पाच-दहा मिनिटंच
चालला असेल; पण तासचे तास लोटल्यासारखं वाटत होतं. काका हयात
नाहीत, असं वाटता वाटता ते आमच्यात परत आले होते. मनानं आतल्या
आत एक झोका घेतला होता.

थोड्या वेळानं काका नॉर्मलवर आले. एवढा प्रकार होऊनही आता ते
मुळीच थकल्यासारखे वाटत नव्हते. उलट त्यांच्यात कसली तरी एक नवीन
शक्ती संचारली होती, उत्साह भरला होता. त्यांचं रोजचं हसणं-बोलणं मात्र
आज कमी झालं होतं. ते फार फार गंभीर वाटत होते. कसल्या तरी विचारात
पडल्यासारखे!

मग भाईकाकांना झालं होतं तरी काय?

दोन दिवस कळाही त्यांच्या वाटेला गेल्या नाहीत. भाईकाका अगदी शांत
पडून होते. आजार अजिबात नसावा, आणि नुसती विश्रांती घ्यावी, तसे.

दुसऱ्या दिवशी – म्हणजे बरोबर मंगळवार संध्याकाळची गोष्ट. नर्स नुकतीच टेंपरेचर वगैरे घेऊन गेली होती. मी काकांना काहीतरी वाचून दाखवीत होतो; पण तिकडे त्यांचं लक्ष नसावं असा मला संशय आला. तरीही मी वाचीत राहिलो.

मला मधेच थांबवून भाईकाका म्हणाले, ''काय रे, गेल्या महिन्यात तू 'सहकार भांडार'मध्ये अर्ज केला होतास त्याचं काय झालं?''

मी चक्रावलो. स्वत:च्या आजारामध्ये काकांना माझ्या अर्जाची आठवण राहिली असेल असं मला वाटलं नव्हतं.

''कॉल नाही आला. बहुत करून मी ओव्हरएज ठरलो असणार!''

''अस्सं!'' एवढंच बोलून काका गप्प बसले.

मी पुन्हा वाचू लागलो.

पण पुन्हा मला थांबवून काका दुसऱ्या एका नोकरीबद्दल विचारीत राहिले. त्यानंतर आणखी कुठल्या कंपनीविषयी. नंतर कुठले पे-स्केल्स कसे आहेत याविषयी. कुणाची ओळख कुठे लावता येईल, याविषयी.

मला लाजल्यासारखं झालं. माझ्या प्रत्यक्ष बापाला तर सोडाच, पण मला स्वत:लाही माझ्या नोकरीची अजून इतकी चिंता वाटत नव्हती; पण हे आपले कितीतरी वेळ त्याच एका विषयावर बोलत होते. विशेष म्हणजे दोन दिवस गप्पच राहिल्यानंतर आता एकदम बोलायला लागले होते, ते माझ्याच नोकरीविषयी. याचा अर्थ काय लावायचा?

काकांच्या मनात कसले तरी विलक्षण विचार घोळत होते. पण कसले? ते त्यांचं स्वत:चं गुपित होतं. निदान मला तरी काका त्याचा थांग-पत्ता लागू देणार नव्हते. पण जे काही होतं, त्याचं मूळ, सोमवारी पहाटे जो प्रकार घडला, त्यात होतं हे नक्की!

सोमवारी पहाटे मी जागा झालो, तोच मुळी असह्य कळांमध्ये. माझा आरडाओरडा ऐकून कुणीतरी धावत आलं, आणि त्याच वेळी माझं भान हरपल्यासारखं झालं.

आणि एकाएकी–

एकाएकी मला खोलीच्या कोपऱ्यात उजेड पडलेला दिसला.

क्षणात माझ्या लक्षात आलं की, तिथं केवळ उजेड पडलेला नाही, तर प्रकाशाचा एक गोलच तिथं अधांतरी तरंगत आहे. खरं म्हणजे त्याचं वर्णन करणं कठीण आहे; कारण एरवी आपण प्रकाश कशावर तरी पडलेला पाहतो. नुसताच प्रकाशाचा पुंज आपल्याला कधी दिसत नाही. मला दिसणारा पुंज

नुसताच वर्तुळाकार नाही, तर चेंडूसारखा गोल होता. म्हणजे एका गोल भोपळ्यासारखी दिव्याची शेड प्रकाशानं उजळलेली असावी; नंतर बाहेरची शेड काढून टाकावी, आतला बल्बही काढून टाकावा आणि तरीही तोच प्रकाश जसाच्या तसा शिल्लक राहिला तर तो जसा दिसेल, तसा हा पुंज होता. साधारण फूट-सव्वा फूट रुंदीचा. माझी नजर वर होती तिथेच– म्हणजे छताजवळच तो होता.

त्या प्रकाशाकडे पाहता पाहता मला एकदम कसली तरी जाणीव झाली. भीतीची नाहा– काहीतरी विचित्र दिसत असल्याचीही नाही. मला फक्त शांत शांत वाटलं. सगळा थकवा गेला, ताण संपला आणि अगदी पूर्ण आराम मिळाला, असं वाटलं.

एकदम त्या प्रकाशातून शब्द आले – 'चल. तुला काही दाखवायचंय.'

मी लगेच निघालो. अजिबात न घुटमळता. जसा काही मी तयारच होतो आणि केवळ आमंत्रणाचीच वाट पाहत होतो.

मी सरळ त्या प्रकाशगोलाच्या दिशेनं निघालो. त्याच क्षणी मला शरीर सोडल्याची भावना झाली. अगदी सहजपणे– सालपट निघावं आणि आतला गाभा मोकळा व्हावा, तितक्या सहजपणे मी शरीराच्या आवरणातून बाहेर पडलो आणि छताजवळ अधांतरी तरंगणाऱ्या त्या प्रकाशाच्या दिशेनं झेपावलो. जाताजाता मागं वळून पाहिलं. माझं शरीर बिछान्यावर पडलं होतं. अवी त्या शरीराला शुद्धीवर आणण्याचा प्रयत्न करीत होता आणि सिस्टर वॉर्डबॉयला काही सूचना देत होती.

माझा जो काही शरीरविरहित आकार होता, तो अतिशय विरळ होता... म्हणजे वाफेसारखा... किंवा सिगरेटचा धूर जसा दिव्यासमोरून जाताना वाटतो तसा... म्हणजे निश्चित आकार नसलेला... पण क्षणोक्षणी नवीन आकार घेणारा... खरं तर शब्दांमधून हे असं काही सांगण्याचा प्रयत्न करणं वेडेपणाचंच आहे. कारण आपल्याला कधी असला काही अनुभवच नसतो. माझा आकार हा असा धुरासारखा होता; पण तो धुरकट नव्हता. त्यात रंग होते. नारंगी, पिवळा आणि एक साधारण निळसर... बराचसा मोरपिसाच्या जवळचा रंग...

झालंच तर मला हात होता. म्हणजे माझा एरवीचा खराखुरा हात नाही. कारण माझे दोन्ही हात माझ्या शरीराजवळ जसे असायचे तसे बिछान्यावर दोन्ही बाजूंना पसरलेले मला दिसत होते; पण तरीही माझ्या या वाफेसारख्या देहाला हात होताच. कारण तोच उंचावून मी ह्या प्रकाशगोलाला धरलं, आणि प्रकाशगोलातूनही हातासारखं काहीतरी येऊन त्यानं मला वर खेचलं. आता वाटतं की, ते दोन्ही खरे नसतील; पण पोहोचण्याची आणि खेचण्याची जी

काही जाणीव होती तिलाच मी आमचे हात समजत होतो. कदाचित असं असेल का... की इथला देह म्हणजे केवळ जाणीव असेल. त्या त्या उपयोगापुरती आकाराला येणारी... नाही तर एरवी गोलगोल एखाद्या ढगासारखी...

मी प्रकाशगोलाशी पोहोचताच तो हलला... आणि आम्ही दोघेही बरोबर निघालो. तसे आम्ही दोघे स्वतंत्र होतो आणि तरीही दोघे एकत्र असल्यासारखे एकाच गोलाकारात होतो... हे कसं हे सांगणं कठीण आहे; पण ही एकच असल्याची आणि तरीही वेगळं असल्याची जाणीव मला होती, एवढं खरं.

आम्ही निघालो... खाली खाली निघालो... आपण खालच्या मजल्यावर जात आहोत, याची मला जाणीव झाली... भिंतींची आणि बंद दारांची काही अडचण येत नव्हती. म्हणजे आम्ही बंद दारांमधून जात होतो असं नाही; पण दारं-खिडक्याच जशा काही पुसल्या जात होत्या. ठिकाणं बदलत होती; पण वेगाची जाणीव मुळीच होत नव्हती. जसे काही आम्ही स्थिर होतो– आणि वस्तूच हलत होत्या. खाली तळमजल्यावर पोहोचल्यानंतर एका ठिकाणी आम्ही थांबलो.

ती 'रिकव्हरी रूम' होती. रूम कसली, चांगला हॉलच होता म्हणा ना! ही 'रिकव्हरी रूम' खरं तर मी आधी कधी पाहिलीही नव्हती. आत नर्सेस, डॉक्टर्स वगैरे मंडळींची बरीच वर्दळ होती.

आम्ही छताच्या थोडेसे खाली कोपऱ्यात थबकलो. मघा एकटा प्रकाशगोल होता तसेच.

आणि कसं कोण जाणे, त्यानं मला इथं आणण्याचं कारण माझ्या एकदम ध्यानात आलं.

उजव्या कोपऱ्यात एक कॉट होती.

"इथं तुला यायचंय." तो म्हणाला.

'म्हणाला' असं आपलं मी सोईसाठी म्हणतो. खरं तर शब्दांची जुळणी होत नव्हती आणि आवाजही उमटत नव्हता; पण माझ्या मनात विचारच जसा काही परस्पर फेकला गेला होता. शब्द असतील तर ते माझे मीच जोडलेले.

"ऑपरेशननंतर तुला इथं ठेवतील. इथं तुला आणतील, तेव्हा तू गुंगीतच असशील; पण या गुंगीतून तुला जाग येणार नाही. ऑपरेशनसाठी तुला टेबलावर ठेवल्यानंतर पुढचं काहीच तुला कळणार नाही. कारण लौकिक अर्थानं तू जिवंतच नसशील. जागा होशील तो याच लोकात. मी येईनच त्या वेळी तुला भेटायला."

अतिशय प्रेमळपणे, कनवाळुपणे तो माझ्याशी बोलत होता. प्रत्यक्ष बोलणं नव्हे; पण अर्थ इतका निश्चित होता, की तो माझ्या मनावर कोरला जात होता.

माझी उरलीसुरली सगळी भीती गेली. इतक्या प्रेमळ शक्तीकडे मी शेवटी

पोहोचणार होतो. मग मरणाची भीती कसली? ते तर केवळ त्या प्रकाशमय शक्तीच्या मंदिराचं महाद्वार! आणि त्या तेजाचा स्वामी केवळ मंदिराच्या गाभाऱ्यात नव्हता; तर माझ्या स्वागताला या महाद्वाराशीच उभा होता. किंबहुना माझं भाग्य इतकं थोर, की तो स्वत: दोन पावलं पुढं येऊन मला हाताशी धरून महाद्वारातून आत नेत होता. मला भीती वाटू नये म्हणून मला आधीच पुढली कल्पना देत होता. मी ठेचकाळू नये म्हणून समोरच्या मार्गावर प्रकाश टाकत होता.

माझी सगळी भीती पार नाहीशी झाली. मन शांत झालं. निश्चल झालं. एरवी घोंघावणारा तो समुद्र नि:स्तब्ध झाला. आता त्याच्यावर एकही लाट उठत नव्हती, की प्रतिबिंब धरत नव्हतं. शांती... असीम शांती... अगम्य गूढ ... निरंतर शांती...

– मला जाग आली तेव्हा क्षणभर मी कुठं आहे तेच मला कळेना. मग चेहरे दिसले. डॉक्टर्स... नर्सेस... खोलीतला तो औषधांचा वास... पुन्हा एकदा मी त्या नीरव शांततेला पारखा झालो होतो. गडबड– गोंधळ– वेदना– औषध– हिशेब– हे इथलं जिणं... कशाला परत आलो मी इथं? या गदारोळात?

–आणि मला एकदम अवीचा चेहेरा दिसला.

अवी म्हणायचा, 'काका, या जगात मला तुमच्याशिवाय दुसरं कुणी नाही.'

बेटा अवी, तुझा काकाही फार दिवस या जगात राहणार नाही रे!

ते काही नाही. अवीला जाणीव दिलीच पाहिजे. त्याला आता माझ्याशिवाय एकटंच राहायचंय चार दिवसांनी. फक्त या – या शुक्रवारनंतर! त्याला ते जमायला हवं. त्याला आपल्या पायावर उभं राहता यायला हवं!

मी गेल्यानंतर अवीचं काय होईल याचा मी गेले दोन दिवस विचार करीत होतो. निदान त्याला नोकरी मिळायला हवी होती; पण अजून तरी मिळालेली दिसत नाही. शुक्रवारपर्यंत– फक्त चार दिवस! चार दिवसांत काय होणार? त्यातून हा तर कुठं जात नाही. कुणाकडे शब्द टाकत नाही. सारखा माझ्या उशाशी बसून असतो. माझं औषध-पाणी करीत, माझ्याशी गप्पा मारीत, नाहीतर मला काहीतरी वाचून दाखवीत!

काल असाच काहीतरी वाचून दाखवीत होता. काय कुणास ठाऊक! माझ्या काही लक्षात येत नव्हतं. माझ्या मनात त्याचेच विचार चालले होते.

शेवटी मला आठवलं. गेल्या महिन्यात यानं 'सहकारी भांडारा'त अर्ज केला होता. त्याचं काय झालं, असं मी विचारलं. आणखीही बऱ्याच ठिकाणांबद्दल मी विचारलं. सगळीकडे नन्नाचा पाढा!

हा मुलगा इतका बेफिकीर कसा? याला स्वत:च्या भवितव्याची काहीच काळजी नसावी म्हणजे काय?

मी शांतपणे त्याला एकेक विचारीत होतो, पण मनातून मी ढासळत चाललो होतो. खरंच, काय होणार याचं मी गेल्यानंतर? म्हणजे शुक्रवारनंतर? फक्त चार दिवसांनंतर? माझी काळजी मला बाहेर दिसू द्यायची नव्हती. पण मन आक्रोश करीत होतं. मी आहे तोवर त्याला वडिलांनी निदान घरात तरी ठेवलंय. माझ्यानंतर ते याला हाकलून द्यायला कमी करणार नाहीत. आणि हाकललं नाही, तरी तिरीमिरीनं हाच घर सोडून बाहेर पडेल. मग कोण उभं करील याला दारात? कुठं जाईल हा?

आणि एकाएकी माझ्या मनाचे सारे बांध कोसळले. मी अवीचे हात हातांत घेतले आणि वेड्यासारखा रडत सुटलो.

साला आपल्याला एकदम भयंकर ऑकवर्ड वाटलं.

भाईकाकांच्या वयाचा मनुष्य आणि तो बोलता बोलता ओक्साबोक्शी रडायला लागला, म्हणजे भलतीच पंचाईत होते. बरं, मुद्दा तसा काही फार मनाला लागण्यासारखा नव्हता. साधा नोकरीचा तर प्रश्न! मिळेल आज नाही तर उद्या!

अर्थात भाईकाकांचंही तसं बरोबरच! चार दिवसांवर ऑपरेशन! –आणि तेही कठीण, गुंतागुंतीचं! भीती वाटणं स्वाभाविक आहे! वरवर माणूस कितीही शांत दिसला, तरी ज्याला त्याला जिवाचं भय हे आहेच! मरणाच्या कल्पनेनं पुष्कळ लोक सैरभैर होतात. मग काका असे विचित्र वागायला लागले यात नवल नव्हतं.

मी काकांची समजूत घातली. म्हटलं, ''काका, तुम्ही या दुखण्यातून शंभर टक्के बरे होणार. घाबरण्याचं कारणच नाही. ऑपरेशन किचकट असलं तरी डॉक्टर्सही तसेच हुषार आहेत. काही काळजी करू नका.''

काकांची समजूत पटावी म्हणून मी काय तोंडाला येईल ते बोलत होतो; पण काकांच्या तोंडून हूं नाही की चूं नाही. ते नुसते आढ्याकडे एकटक पाहत स्वस्थ पडून होते. मी त्यांची मान उशीवर सारखी केली आणि बाहेर पडलो. न जाणो, माझ्या तिथं असण्यानंच त्यांना एकसारखे उमाळे यायचे!

शुक्रवारी ठरल्याप्रमाणं ऑपरेशन झालं. मी काकांची समजूत घातली खरी; पण ऑपरेशन पार पडेपर्यंत मनात नुसती धाकधूक होत होती. खरोखरच जर काकांचं काही बरंवाईट झालं तर माझं काय होईल, हा विचार एकसारखा मनात येत होता. खरं तर असला अमंगळ आणि त्यातूनही स्वार्थाचा विचार मनात आणूच नये. पण मन म्हणजे काय, सरळ पायवाट सोडून नेमकं काट्याकुट्यांत अडमडणारं जनावर!

त्यातून गुरुवारी रात्री डॉक्टर मेहता आले होते. ते साठ्यांना सांगत असताना मी ऐकलं. ॲनास्थेशिया द्यायला त्यांना इतक्या ट्रीटमेंटनंतरही काळजी वाटत होती. म्हणाले, आधी भूल देताना त्रास, त्यापेक्षा परत शुद्धीवर आणताना अधिकच त्रास! तारांचं आणि नळ्यांचं जाळं होईल पेशंटच्या भोवती!

वाईट म्हणजे हे सगळं त्यांनी काकांनाही सांगितलं. म्हणाले, ''मुद्दाम सांगतो, नाही तर शुद्धीवर याल, आणि या तारा-नळ्या बघून परत बेशुद्ध पडाल!'' काकांनी यावर नुसतं मंद स्मित केलं.

प्रत्यक्ष ऑपरेशन मात्र, मला वाटलं त्याहून कितीतरी सोपं गेलं. ऑपरेशनमधून काका जागे झाले ते अगदी ताजेतवाने, टवटवीत! जसे काही कधीच आजारी नसावेत, असे! त्यांचा सगळा आजार जादूसारखा पळून गेलेला दिसत होता.

त्यांना जाग आली तीदेखील कसलाही कृत्रिम उपाय न करता. डॉक्टरांची भीती अगदीच खोटी ठरली. ते हसत हसत डॉक्टर कोठीवालांना म्हणालेसुद्धा, ''काय समजायचा याचा अर्थ? मी सगळी जय्यत तयारी ठेवली होती. पण तुमच्या पेशंटला कशाचीच गरज पडली नाही. आय ॲम अमेझ्ड्. असला पेशंट मी अजून पाहिलेला नाही माझ्या लाइफ-टाइममध्ये!''

त्यावर गडगडाट करून डॉक्टर कोठीवाला हसले आणि म्हणाले, ''बाबा रे, मिरॅकल्स विल् ऑलवेज हॅपन. चमत्काराचं युग अजून संपलेलं नाही.''

पण त्याहूनही मोठा चमत्कार मला लगेच पाहायला मिळाला. काका ऑपरेशनच्या संध्याकाळीच अंथरुणात उठून बसले, 'नको नको' म्हणत असताना मला म्हणाले, ''छोड दो! माझी काळजी पुष्कळ केलीस. आता या क्षणापासून तू स्वत:ची काळजी करायचीस. मलादेखील त्याच उद्योगाला लागलं पाहिजे.''

''तुम्हाला?'' मी आश्चर्यानं विचारलं, ''आजच तर तुमचं ऑपरेशन झालं. अजून पंधरा-वीस दिवस तरी तुम्ही नुसती रेस्ट घ्यायला हवी!''

त्यावर काका मंद हसले. म्हणाले, ''नाही बाबा, आता अजिबात वेळ नाही रेस्ट घ्यायला. आधीच फार उशीर झालाय!'' मला त्यांच्या बोलण्याचा अर्थ कळला नाही. पण मी वाद घातला नाही. मला वाटलं, त्यांच्या डोक्यावर अजूनही गुंगीचा परिणाम असेल!

काही का असेना, काकांचं ऑपरेशन यशस्वी झालं, याचाच मला खूप खूप आनंद झाला आहे!

त्या दिवशी मनाला किती आवर घातला; पण अगदी अचानक रडू कोसळलंच!

अवी खुळ्यासारखा माझी समजूत घालायला लागला.

त्याची पहिली दोन-चार वाक्यं मी ऐकली असतील नसतील–

एवढ्यात कुणीतरी खोलीत आलं.

ते आल्याची मला अगदी स्पष्ट जाणीव झाली. अगदी हाडा-मांसाचं माणूस यावं तशी.

पण ते जे कुणी होतं ते हाडा-मांसाचं नव्हतं. प्रकाशरूपसुद्धा नव्हतं. किंबहुना ते संपूर्णपणे निराकारच होतं, म्हटलं तरी चालेल. आणि तरीही मला चाहूल मात्र अगदी नीट लागली.

तो म्हणाला, ''हे काय? रडतोस? माझ्याकडे यायला रडतोस? तुला यावंसं नाही का वाटत माझ्याकडे?''

पुन्हा तोच प्रेमळ स्वर. तोच आर्जवीपणा. कुठल्याही नात्यांपलीकडची माया. लहानमोठेपणाच्या सगळ्या हिशेबांपलीकडचं आर्जव.

अर्थातच हा शब्द मला एकट्यालाच ऐकू येत होता. अवीच्या कानावर काहीच पडत नसणार, हे उघड होतं.

मी म्हटलं, ''मी तयार आहे. मला खूप आवडेल तिथं यायला. इथं काय आहे? गडबड– गोंधळ– गर्दी! मला तिथं यायचंय. मला शांती हवीय!''

हे शब्ददेखील मी प्रत्यक्ष तोंडानं बोलत नव्हतो. आमच्यांत जणू एक मानसिक संवादच सुरू झाला होता.

''मग डोळ्यांत पाणी का?''

''कसं सांगू? हा माझा पुतण्या मला पोटच्या पोराहून अधिक आहे. त्यालाही माझ्याशिवाय दुसरं कुणी नाही. हा अजून मार्गाला लागला नाही. केवळ स्वत:चा विचार केला की यावंसं वाटतं; पण याला वाऱ्यावर सोडून द्यायच्या कल्पनेनं काळीज गलबलतं. दोन दिवसांत याचं काही नीट लागणं शक्य नाही. त्यातून मी इथं हॉस्पिटलमध्ये!''

क्षणमात्र शांतता पसरली. तरीही तो अजून गेला नव्हता. होता तिथंच होता. मला जाणवत होतं.

''ठीक आहे.'' त्याचा शब्द माझ्या मनावर उमटला. ''एवढ्यात येऊ नकोस. तो मार्गाला लागला की मग ये. इथली वेळ कधी मागून बदलता येत नाही; पण तू स्वत:साठी काही मागितलं नाहीस. दुसऱ्याच्या विचारानं अडला आहेस. तुझी मुदत वाढवली आहे, तुझा पुतण्या मार्गी लागेपर्यंत.''

करुणा – अथांग करुणा – दया – वात्सल्य! मला पुन्हा तोच अनुभव आला. शांत शांत वाटलं. निरभ्र, खोल निळ्या आभाळासारखं गाढ वाटलं.

त्याच मन:स्थितीत मी ऑपरेशन-थिएटरमध्ये गेलो. आज मरणाची भीती नव्हती. किंबहुना आज नाही, कधीच नव्हती! माझ्या मरणाची सूत्रं मी एका परमतत्त्वाकडे सोपवली होती. आता मी कशाला त्याची विवंचना करू? त्याला

जे योग्य वाटेल ते तो करील. मरणानंतरही तोच माझं बोट धरून मला वाट दाखवणारा आहे. मग भीतीला, दु:खाला जागा आहेच कुठं?

ऑपरेशननंतर मी शुद्धीवर आलो तेव्हा मला क्षणभर दु:ख झालं. काहीतरी राहून गेल्यासारखं वाटलं. मी त्या महाद्वाराशी जाऊन आलो होतो; पण आत प्रवेश नाकारला गेला होता. मला न घेताच जहाज मार्गस्थ झालं होतं. यासाठी थोडी हुरहूर वाटली. खंत वाटली.

पण मग समोर आनंदानं फुललेले चेहरे आले. डॉक्टरांचे! त्यांची बुद्धिमत्ता, त्यांचे श्रम कारणी लागले होते. आणि अवी – गेले दोन-चार दिवस भ्यालेल्या कोकरासारखे दिसणारे त्याचे डोळे आज प्रथमच आनंदानं चमकत होते.

याच – याच कोकरासाठी मी परत आलो होतो!

डॉक्टर साठे विचारीत होते, "काय, कसं वाटतं?"

मी नुसता हसलो.

"काही लक्षात येतंय का?" मला बोलतं करण्यासाठी त्यांनी विचारलं, "कुठं आहात तुम्ही?"

मला त्या दिवशीचा प्रवास आठवला.

"रिकव्हरी रूममध्ये." मी म्हणालो, "माझी कॉट दारापासून उजव्या कोपऱ्यात टोकाची आहे."

माझं वर्णन अचूक असणार, याची मला खात्री होती; पण साठ्यांना त्याचं विशेष काही वाटलं नसावं. माझ्या डोक्यावर गुंगीचा परिणाम अजूनही आहे म्हणून मी असं काहीतरी बोलतो, असाच त्यांचा समज झाला.

पण नंतर मात्र अवी म्हणाला, "काका, तुम्ही पूर्वी कधी पाहिली होती ही खोली? आणि कॉट कुठं असणार हे तुम्हाला काय माहीत?"

त्या संध्याकाळपासूनच मी अवीला मार्गी लावण्याचा विचार करायला लागलो.

आता मला वाया दवडायला मुळीच वेळ नव्हता.

इतके दिवस मी अवीच्या बाबतीत अधिक धडपड केली असती, तर आज हे असं टांगून राहावं लागलं नसतं.

पण पूर्वी झालं ते झालं. आता परिस्थिती वेगळी आहे. आता मी बांधलेला आहे. प्रत्यक्ष वचन दिलं नसलं म्हणून काय झालं? त्यानं दिलेल्या वचनाची जबाबदारी माझ्यावर आहेच!

नाही – आता वाया घालवायला एक दिवस, एक प्रहरदेखील नाही!

आणि तशी जरूरही नाही. मला एकाच दिवसात विलक्षण हुशारी वाटायला लागली आहे. मी आजारी होतो हेच मुळी विसरून गेलो आहे. एकाच दिवसात,

गेल्या कित्येक वर्षांत वाटला नाही एवढा उत्साह मला वाटतो आहे!

आता कशासाठी जगायचं, हे मला ठाऊक आहे.

तेव्हा प्रयत्नांची पराकाष्ठा करून हेतू पार पाडला पाहिजे!

–कमीत कमी मुदतीत!

भाईकाकांना ऑपरेशननंतर खणखणीत बरं वाटायला लागलं, याविषयी डॉक्टर्सचं दुमत नव्हतं. पण म्हणून ते चक्क दुसऱ्याच दिवशी हॉस्पिटलमधून बाहेर पडतील, असं कुणाला वाटलं नव्हतं.

खरं तर हा चमत्कारच होता. एरवी ऑपरेशननंतर 'आठ दिवसांनी जातो' म्हटलं तरी त्यांना वेड्यातच काढलं गेलं असतं; पण भाईकाकांना जसा काही एक नवीनच आत्मविश्वास आला होता. वागण्यात एक नवीनच बळ आलं होतं. त्या बळावरच ते चक्क दुसऱ्या दिवशी सकाळी वॉर्डमधून उठून प्रमुख डॉक्टरना भेटले आणि म्हणाले, ''आय मस्ट गो होम. आय मस्ट गो ॲट वन्स.''

डॉक्टर पाहतच राहिला. ऑपरेशनच्या दुसऱ्या दिवशी वॉर्डमधून उठून आपल्या ऑफिसमध्ये स्वत:च्या पायांनी चालत आलेला पेशंट तो पहिल्यांदाच पाहत होता. त्यातून त्यांच्या सांगण्याला आत्मविश्वासाची अशी काही धार होती, की त्यातली निकड डॉक्टरला लगेच जाणवली.

पण तरीदेखील त्याला हॉस्पिटलच्या नियमांकडे अगदीच डोळेझाक करणं शक्य नव्हतं. त्यानं जाऊ द्यायची परवानगी नाकारली. पण काका कुणाचं काही ऐकून घ्यायच्या परिस्थितीत नव्हते. त्यांनी आपला एकच धोशा लावला होता, ''मला गेलंच पाहिजे. आय मस्ट गो, ॲट वन्स.''

डॉ. कोठीवाला, डॉ. मेहता, डॉ. साठे – सगळ्यांची मतं घेतली गेली. सगळ्यांनी कसून विरोध केला; पण भाईकाका त्यांना पुरून उरले. 'मला काही होणार नाही. उलट इथं राहिलो तर मी खचून जाईन. मला जायलाच हवं. माझं काम अडून राहिलं आहे,' असं त्यांनी अगदी निर्धारानं सांगितलं.

मग अनेक चेक-अप्स झाले, अनेक अटी घातल्या गेल्या, अनेक पथ्यं पाळण्याची वचनं घेतली गेली आणि भाईकाका हॉस्पिटलमधून टॅक्सी करून निघाले. टॅक्सी तशीच घेऊन आले ते तडक आमच्याच घरी! वरदेखील न येता खालून ओरडले, ''अवीला पाठवा.'' मी त्यांना बघून भलताच चकित. कसेतरी घाईघाईनं बाहेरचे कपडे चढवून खाली गेलो. काका म्हणाले, ''चल बरोबर.'' मी आत शिरलो. टॅक्सी चालू झाली.

काका कुठे नेताहेत, हेच मला कळत नव्हतं.

थोड्याच वेळात त्याचा उलगडा झाला.

काका मला घेऊन त्यांच्या एका मित्राकडे गेले. हट्टंगडी नावाच्या. तो नुकताच घरी येत होता. बँकेमध्ये तो चांगल्या अधिकारावर होता.

काकांनी माझ्याविषयी सांगितलं. बँकेची रिक्रूटमेंट व्हायला अवकाश होता. काका म्हणाले, ''याला तर ताबडतोब नोकरी हवी!'' शिवाय माझं वयही इथं आड आलं. हट्टंगडी चांगलं वागले; पण आम्हाला त्यांचा काही उपयोग होण्यासारखा नव्हता.

आम्ही काकांच्या घरी आलो. कितीतरी दिवसांनी मी इथं येत होतो. काकांनी स्वत: चहा केला. मी त्यांचे स्लीपर्स त्यांच्या खुर्चीसमोर ठेवले आणि चहाचा कप हातात घेऊन त्यांच्या पुढ्यात बसलो. विचारलं, ''काका, एवढी घाई काय माझ्या नोकरीची? तुम्हाला थोडं बरं तर वाटू दे!''

''मला बरंच वाटतंय.'' काका माझ्यावर डाफरले, ''आणि घाई नाही कशी? घाई आहेच. तुला माहीत नाही– मला किती अडकल्यासारखं झालंय ते. तुझं सगळं एकदा नीट लागलं की मग सुटलो!''

''तुम्ही अजून चिक्कार जगणार आहात काका. त्याशिवाय का या ऑपरेशनमधून–''

''गप्प बस!'' माझ्या तोंडावर हात ठेवीत काका म्हणाले, ''ज्या गोष्टींत आपल्याला काही समजत नाही, त्यांच्याविषयी बोलू नये!''

मग आमचं दररोज सकाळपासून संध्याकाळपर्यंत माझ्या नोकरीसाठी धडपडणं सुरू झालं. जाहिराती बघ, अर्ज टाक, याला भेट, त्याला भेट! काय वाट्टेल ते करून माझा प्रश्न तडीला लावायचाच, असं काकांनी ठरवलं होतं. या घाईचं कारण त्यांचं त्यांनाच माहीत! मला मात्र चिंता वाटत होती की, या दगदगीनं काका परत आजारी पडणार! कमीत कमी त्यांचा दमा तरी चाळवणार! पण आश्चर्य म्हणजे यापैकी काहीच झालं नाही. काका उलट रोजच्या रोज अधिकाधिक उत्साही वाटायला लागले.

माझ्याबरोबर धावपळ करीत असतानाच काकांनी आणखी एक उद्योग चालवला होता. आपल्या एका सॉलिसिटर मित्राच्या मदतीनं ते आजवर जमा केलेल्या निरनिराळ्या ठिकाणचा पैसा सोडवून घ्यायला लागले होते. त्यासाठी त्यांनी शेअर्स विकले, गुंतवणुकी परत घेतल्या. फिक्स्ड् डिपॉझिट रिसिट्सही मोडल्या. मला याचा सुगावा लागल्यानंतर मी त्यांना एके दिवशी विचारलं, ''काका, हे काय चालवंलय तुम्ही?'' त्यांचं नेहमीचं उत्तर, ''तुला कळणार नाही.''

पण थोड्याच दिवसांत मला सुगावा लागला. काका मला म्हणाले, ''हे बघ अवी, तुझं वय आणि शिक्षण लक्षात घेता तुला चांगलीशी नोकरी ताबडतोब

मिळेल असं वाटत नाही. आणि आज-काल या असल्या फालतू नोकऱ्यांमध्ये काय दम आहे? त्यापेक्षा तू स्वत:चा बिझनेस सुरू कर.''

मी तीन फूट उडालो! बिझिनेस सुरू करावा असं कधीकधी मलाही वाटत असे. पण कसला करणार? आणि भांडवलाचं काय?

दोन्हीची व्यवस्था काकांनी करून ठेवली होती. ''माझ्या मित्राचा मुलगा परदेशातून मेटॅलर्जी शिकून आलाय. त्याला स्वत:चा स्पेअर पार्ट्सचा धंदा काढायचाय. आजकाल वाढतं मार्केट पण आहे या धंद्याला पैसे घालील असा. पार्टनर हवाय त्याला. मेहनत करायची तयारी असली तर मी साठ हजार देतो तुला धंदा सुरू करण्यापुरते. पुढे मात्र तुमचं तुम्ही बघा!''

माझ्या तोंडून शब्द फुटेना. हे कोण बोलतंय? माझे काका? मानलेले काका? मला घरातून हाकलायला निघालेल्या माझ्या प्रत्यक्ष बापाचे लांबचे भाऊ? की त्यांच्या तोंडून प्रत्यक्ष परमेश्वर बोलतोय?

''तुम्ही निर्धास्त राहा काका! मला जर बिझिनेस सुरू करता आला तर जिवाचं पाणी करीन! रात्रंदिवस खपेन, पण तो वाढवल्याशिवाय राहणार नाही!'' मी म्हणालो.

''शाब्बास बेटा! मला खात्री आहे. तू मेहनती आहेस. डोक्यानंही चांगला आहेस. शाळेतल्या पुस्तकांशी तुझं जमलं नाही एवढंच; पण त्यानं काही बिघडत नाही. आयुष्याचं पुस्तक वाचता आल्याशी कारण!'' बोलता बोलता काका एकदम गहिवरले. ''खरंच धंदा वाढवशील अवी? श्रम करायला मागं-पुढं पाहणार नाहीस?'' माझा हात दोन्ही हातांमध्ये पकडून ते म्हणाले, ''बघ, मरणाऱ्या माणसाला दिलेलं वचन आहे हे! ते कधी खोटं पाडायचं नसतं!''

माझ्या डोळ्यांत पाणी आलं. ''असं काय बोलताय काका? तुम्हाला अजून पुष्कळ वर्षं... खरंच काका, पैसा मला देऊन टाकलात तर तुम्हाला म्हातारपणी...''

पण काका काही ऐकून घेण्याच्या परिस्थितीत नव्हते. ''वचन दिलंयस मला... वचन दिलंयस...'' ते पुन्हापुन्हा पुटपुटत होते.

दुसऱ्याच दिवशी काका मला त्यांच्या मित्राच्या मुलाकडे घेऊन गेले. जयपुरिया त्याचं नाव. तरुण होता. स्वभावानं चांगला वाटला. त्याच्याशी बोलणी झाली आणि पार्टनरशिपचे कागदपत्र तयार करण्याविषयी सॉलिसिटरला सांगूनच आम्ही घरी आलो.

मला वाटलं, आता तरी काका थोडी विश्रांती घेतील. पण नाही. मला घरी थांबायला सांगून उलट तेच कुठेसे उन्हात चालते झाले.

संध्याकाळी ते परत आले ते बाहेरूनच माझ्या नावानं आरोळ्या फोडत. खिशातून एक फोटो काढून मला दाखवीत म्हणाले, ''कशी आहे?''

फोटोतली मुलगी चांगली देखणी होती. मी विचारलं, "कोण आहे?"

"तुझं लग्न ठरलंय हिच्याशी!" काका दम दिल्यासारखे म्हणाले, "मुलगी ग्रॅज्युएट आहे. केमिकल प्रॉडक्ट्समध्ये नोकरीला आहे. लहानपणापासून ओळखतो मी हिला. वागायला चांगली आहे."

ग्रॅज्युएट मुलगी! नोकरी करणारी! देखणी! तिनं मला कसं पसंत केलं असेल? माझ्याविषयी काकांनी तिला काय सांगितलं असेल कोण जाणे! बहुत करून त्यांनी तिला पदवीधरांपेक्षा धंदेवाले चांगले असं काहीतरी...

"हे बघ, देण्याघेण्याचं सगळं मी ठरवून आलोय. त्याविषयी तू काही बोलायचं नाहीस. तू फक्त मुलगी पसंत आहे की नाही, एवढंच सांगायचं! तुझ्या मनाविरुद्ध मला काही करायचं नाही! म्हणून तुला पाहण्यासाठी मी संध्याकाळी तिला बोलावलंय."

"संध्याकाळी? आज संध्याकाळी?" मी किंचाळलो.

"हो. आजच. मला घाई आहे सांगितलं ना तुला?"

"नाही; पण काका ... हे जरा जास्तच ..." माझं डोकं गरगर फिरतंयसं वाटत होतं. मी जागा होतो की स्वप्नात?

उषा आली तेव्हा संध्याकाळ गडद झाली होती.

आमची ओळख करून देऊन काका चहाच्या तयारीला लागले.

आम्ही बाल्कनीत उभे राहिलो. बाहेरच्या काळोखात एकेक दिवा लागत जाताना पाहत. काय बोलावं हे दोघांपैकी कुणालाच सुचत नव्हतं. नुसती एकमेकांची घड्याळाच्या काट्यासारखी टिकटिकणारी मनंच एकमेकांना ऐकू येत राहिली. ...

मागं काकांची चाहूल लागली म्हणून आम्ही वळून पाहिलं.

काकांनी हसत हसत तिला विचारलं, "कसा काय वाटला आमचा हा मवाली?"

ती नुसती लाजून हसली.

"सगळे म्हणायचे, हा वाया गेलाय." काका म्हणाले, "मला मात्र तो चांगला कामाचा माणूस वाटतो. अग, पाहायला गेलं तर असा चांगला मुलगा दिसणार नाही या दिवसांत! तुला अनुभव येईलच म्हणा!"

मी यावर काहीतरी बोलणार होतो; पण काकांनी मला गप्प केलं.

"आजवर मी याला सांभाळला, बेटी." ते तिला म्हणाले, "आता तूच त्याला पदरात घे. सांभाळ. आता मी नसणार. माझ्या मागे तूच त्याचं सारं काही. माझी उणीव त्याला भासू देऊ नकोस."

ती खाली पाहत होती, पण तिच्याही पापण्या ओलावल्या असणार!

''थांब, मी आलोच!'' असं म्हणून काका घरात गेले.

आम्हा दोघांना यावर काहीच बोलण्यासारखं नव्हतं. जड मनानं आम्ही बसून राहिलो.

मग तिला काहीतरी सुचलं. ''काका चहा करताहेत. मी घेऊन येते.'' ती म्हणाली आणि चहा आणायला आत गेली.

काकांना चहा फार आवडतो! स्वत: चहा करायला तर फारच आवडतं. उषाला आता बहुधा, चहा कसा करावा, याचे धडे मिळणार! अनोळखी मुलगी घरात येऊन चहाचे धडे घेत्येय... किती गंमतीदार दृश्य! घरातलं माणूस बनून काम करायची ही तिची पहिलीच वेळ! पाहायलाच हवं ती काय करते ते!

तिच्या पाठोपाठ मी घरात गेलो.

पण ती नुसतीच स्तब्ध उभी होती.

समोरच्या ट्रेमध्ये चहाचे दोनच कप भरलेले होते.

आणि भाईकाका खुर्चीवर बसले होते. खुर्चीच्या पाठीला टेकून.

कसल्या तरी गंभीर विचारात गढल्यासारखे.

त्यांनी स्वत:साठी तिसरा कप भरलाच नव्हता.

– ते या लोकात नव्हते.

मला सांगून गेले, ''थांब, मी आलोच!''

आणि गेले ते गेलेच!

पण असं तरी कसं म्हणावं?

कदाचित त्यांचे ते शब्द माझ्यासाठी नसतीलच. दुसऱ्याच कुणाला तरी उद्देशून ते म्हणाले असतील, ''थांब, मी आलोच!''

◆

किडे

डॅम इट!

अंधारून यायला लागलंय.

समोरचं आकाश आत्ताआत्तापर्यंत कसं मस्त केशरी दिसत होतं. झेंडूच्या फुलांचे ताटवेच्या ताटवे ढगांमधून बहरले होते. सूर्य मावळला, तरीदेखील अजून दिवस आहेच, असं वाटत होतं.

पण आता एवढ्यात आभाळ बदललं. केशरी रंग हळूहळू गडद होत चालला. काळसर पडत चालला. कोनफळी झाला. पाहतापाहता आभाळाचे कोपरे काळे पडत गेलेत. जखमेमध्ये रक्त किटून तो भाग जांभळट व्हावा, तसं दिसायला लागलंय.

या भागात दिवस लांब असतो. एवढ्यात अंधारलं कसं?

आय सी, अंधारतंय ते दिवस मावळल्यानं नव्हे. ढग... ढग जमा होताहेत. काळे ढग. पावसाचे ढग. डॅम इट. म्हणजे आता पाऊस येणार की काय?

म्हणजे गाडी चालवायचे वांधे!

एक तर हा सगळा भाग डोंगराळ! वाटा अरुंद आणि अडनिड्या. हमरस्ता कुठं नाहीच. गाडीनंच रस्ता शोधून घ्यायचा. आणि रस्ता चुकला तरी एक वेळ परवडलं; पण गाडी सरळ दुसऱ्या बाजूच्या दरीत कोसळली म्हणजे संपलंच! तेव्हा गाडी भलतीच केअरफुली चालवायला हवी!

त्यातून ही नवी गाडी. स्वत:ची. इतके दिवस घरातल्या गाड्या चालवल्या. पण दादाजी मला स्वत:ला गाडी घेऊन देत नव्हते. म्हणायचे, 'अजून तू लहान आहेस.' शेवटी परवा तेविसाव्या वाढदिवसाला मात्र मी हट्टच धरला. तेव्हा कुठं दादाजींनी गाडी घेऊन दिली. म्हणजे त्याआधी नेहमीचं लेक्चर झालंच, की 'बेटा, तू एकुलता एक मुलगा! पाचदहा वर्षांत माझ्यानं काम व्हायचं नाही! हा

एवढा पसारा! हा सांभाळणं तुला एकदम जमायचं नाही! मी उभा आहे तोवर माझ्या मदतीनं एकेक गोष्ट शिकून घे!' –यंव आणि त्यंव! मी म्हटलं, ते सगळं करीन. पण आधी गाडीचं बोला. आपलं असं आहे. एखादी गोष्ट हवी म्हणजे हवीच! तेव्हा कुठं एक 'शेवरले' दिली. तीसुद्धा असं सांगत सांगतच – 'बघ, इतके दिवस माझ्या कार्सवर हात बसला, म्हणून आता स्वत:ची चालवू शकशील. तेच तत्त्व जमीनदारीत. हात बसायला हवा. मग जमेल! नाहीतर कठीण काम आहे! इथले आदिवासी लोक! त्यांना समजून घ्यायला हवं! नुसतं गाड्या उडवणं आणि चैन करणं म्हणजे जमीनदारी नव्हे! पिढ्यान् पिढ्या जपलीय ही जमीन. एकेका एकरानं वाढवलीय. ती सांभाळली पाहिजे. वाढवली पाहिजे. उत्पन्न मिळवलं पाहिजे. ते नाही जमलं, तर सगळं खलास! जमीन नुसती सारा भरायला काळ! विकून टाकावी लागेल मग वाटेल त्या किंमतीला. हाती भिकेची झोळी येईल!'

किती का उपदेश करीनात; पण गाडी पदरात पडली. उपदेश किती पाळायचा ते नंतर बघू! पण गाडी भलतीच झकास आहे! आपण तर बुवा पाहिल्याबरोबर प्रेमात पडलो! टेरिब्ली स्वीट बेबी! दिल्लीला नेली तर कॉलेजमधल्या मिनिमम दहा पोरी काय वाट्टेल ते करायला तयार होतील या गाडीतून फिरायला मिळावं म्हणून! माय ब्यूटिफुल 'शेव्ही'! पण या डोंगरांतून नवी गाडी हिंडवायची म्हणजे आफत! त्यातून अजून हात बसलेला नाही. सगळं तंत्र माहीत नाही. म्हणून भीती वाटते. केव्हा काय बिनसेल सांगता येत नाही. गाडी म्हणजे पोरींसारखीच असते. हात बसला की काय वाट्टेल ते करून घ्या. पण तोवर नखरे म्हणजे इतके नखरे करतील! त्यांच्या नेमक्या कळा बरोब्बर ठाऊक व्हायला हव्यात!

म्हणून आपण जास्त रिस्क घेत नाही. अगदी नवशिक्या माणसासारखं तीस स्पीडनं जपून चालवतोय. पण आता त्यात पाऊस आला म्हणजे लागली वाट!

स्पीड थोडा वाढवावा का? लौकर घरी पोहचलं म्हणजे बरं!

– येणार म्हणता म्हणता पाऊस एकदम आलाच. आणि आला तोदेखील सावकाश नाही. दबा धरून बसलेल्या जनावरानं मोक्याच्या ठिकाणी आल्यावर एकदम अंगावर उडी घ्यावी, तसा आला. एकदम धडाधड कोसळायलाच लागला.

वाट अधिकच अंधुक झालीय. वेळ अशी चमत्कारिक, की धड हेडलाइट्सचा उजेड पडेल इतका काळोख नाही. पण वाट नीट दिसणार नाही एवढा प्रकाश धुरकट! समोर तर डोंगरांचे कडे आभाळात मिसळूनच गेलेयत! हळूहळू सगळं

तरंगल्यासारखं दिसायला लागलंय. आभाळच खाली येऊन चारी दिशांना पसरलंय. दिशा एकमेकींत मिसळून गेल्यायत!

–कसला हा प्रदेश! दादाजींनी कशाला घेतल्या इथं जमिनी? इथं नवी गाडी आणा की स्मार्ट कपडे घाला – कुणाला त्याचं कौतुक नाही. फक्त मालक म्हणून सलाम करणार – बस्स! असले हे बिनडोक लोक! यांच्यात आयुष्य काढायचंय या कल्पनेनंच अंगावर शहारे आले.

मुकादममंडळी इतकी निर्बुद्ध; तर त्यांच्या हाताखालचे लोक म्हणजे काही विचारायलाच नको. इथं 'कसेल त्याची जमीन' नाही. लोक बापडे भाकरीच्या तुकड्यावर जन्मभर खपताहेत. काहींना तर तोही मिळणं कठीण जातं; कारण जुनीच कर्जे ते अजून अंगमेहनतीनं फेडताहेत! झाडाचा पाला ठेचून त्यात पाणी घालून खातात आणि कसेबसे जगतात. मरत नाहीत म्हणून साले जगतात! या लोकांना पाहिल्याबरोबर असा संताप येतो! साले माणूसजातीचं नाव घालवतात. किडे लेकाचे! मातीत वळवळत जन्म काढतात गांडुळांसारखा. आयुष्यातलं काही चांगलं, काही थोर, काही सुंदर – समजतच नाही यांना. दिसतातच कसले हॉरिबल! काळे कुळकुळीत अस्थिपंजर! पोट पाठीला भिडलेलं. डोळे खोबण्यात गेलेले. दाढी कायम अर्धवट वाढलेली. अंगावर धड कपडा नाही. गुडघ्यापर्यंत फडकी, नाहीतर चक्क लंगोट्या. चेहऱ्यापासून पावलांपर्यंत साऱ्या शरीराचीच कळा अशी, की जिणं म्हणजे जसा काही कुणी त्यांना दिलेला शाप आहे! तो कसाबसा सहन करायचा! बस्स – एवढंच!

बायका मात्र यांच्या पुष्कळच चांगल्या. काळ्यासावळ्या असल्या तरी तब्येतीनं अशा मजबूत! आमच्या दिल्लीतल्या पोरींसारखं नटवं, ब्यूटी पार्लरमधलं काम नाही. अस्सल माल! इथल्या मोहाच्या दारूसारखा. काहीकाही तर साल्या अशा जबरदस्त सेक्सी असतात, की पाहिल्याबरोबर आवळाव्यातशा वाटतात. त्यातून थानावर नावापुरतं फडकं! आत चोळी नाहीच. फडक्याच्या आत अशी गचकगचक हालचाल होत असते, की इकडे जिवाचं पाणी-पाणी होऊन जावं.

पाऊस भलताच जोरात येतोय. समोरून पाण्याचे ओहोळ खाली वाहत यायला लागलेत. वाटेवरचा चिखल वाढतोय. गाडी कुठं चिखलात फसणार तर नाही ना? ओ बेबी, आज काय लिहिलंय तुझ्या नशिबात?

स्पीड जवळजवळ नाहीच. गाडी थांबवली. विचार करतोय, काय करावं? पुढं जावं की थांबावं? जवळपास कुठं एखादं घर आहे का? खिशातला व्हिस्कीचा क्वार्टर काढला आणि बाटली तशीच तोंडाला लावून एक जळजळीत 'नीट' घोट घेतला. संध्याकाळी मळ्यावर घेतलेल्या मोहाच्या दारूची किक् उतरायला लागली, म्हणून ही व्यवस्था! मोहाची दारू व्हिस्कीबरोबर मिक्स

झाली तर चालते ना?... डोन्ट वरी यार. सबकुछ चलता है. सरावाचं शरीर आहे.

आता चांगलाच काळोख पडलाय. पाऊस थांबण्याचं चिन्ह नाही. थांबला असं वाटता वाटता पुन्हा मोठी झड येतेय. कारच्या टपावर सुपात दाणे पाखडावेत तसा आवाज होतोय. आता जे पहिलं घर लागेल तिथं गाडी थांबवायला हवी.

आणखी एक लफडं! एकदम जरा जड वाटायला लागलंय. झोप आल्यासारखं होतंय. साला या गावठी दारूचा काही अंदाजच येत नाही. काही वेळ गेल्यानंतर मग एकदम नशा येत असेल! कुणी सांगावं?

एक दिवा मिणमिणताना दिसतोय. मी गाडी थांबवतो.

घर कसलं ते? लहानशी झोपडीच. पण मातीनं नीट सारवून घेतलेली. शेजारी आणखी एक लहान झोपडी. तिच्यात काळोख.

मी खिशातली बाटली काढतो. एक कडकडीत 'सिप्' मारतो. बाटली परत ठेवून देतो. गाडी लॉक करून बाहेर पडतो.

गाडीचा आवाज ऐकून दारात कुणीतरी आलंय.

काळोखात नीट समजत नाही. कारण दिवा मागच्या बाजूला राहिला.

पण तिनं मला ओळखलं असावं. जमीनदारांचा मुलगा म्हणून! मला संध्याकाळी एखाद्या मळ्यात पाहिलं असेल. किंवा – साधी गोष्ट आहे. त्या भागात गाडीतून दुसरं कोण येणार?

पावसाचा मारा चुकवीत मी सरळ घरात घुसतो. ती माझ्या मागून आत आलीय.

आतल्या दिव्याच्या चिमणीच्या प्रकाशात मला ती नीट दिसते.

वाऊ! असलं शरीर आपण कधीच पाहिलेलं नाही. तांब्याच्या भांड्यासारखा रापट तरीही झळझळीत वर्ण, गोबऱ्या गालांमध्ये अचूक बसवलेलं रेखीव नाक, मोठमोठे काळेभोर डोळे, किंचित ओलसर जाड ओठ! कमरेला तिनं एक पिवळट फडकं लावलंय. थानं पूर्ण उघडी. गच्च भरलेल्या मधाच्या पोळ्यांसारखी!

डोक्यात एकदम सणक येते. हिला घ्यायची! इथं – आत्ताच्या आत्ता. ती एवढीशी जागा. त्या काळोखात केविलवाणी जळणारी दिवली. सगळं डोक्यात फिरतंय. मस्त नशा आलीय. चक्रात फिरताफिरता एवढंच पक्कं दिसतंय. ती मधाची पोळी... ते गोबरे गाल... ते ओले ओठ!

खाऊन टाकले पाहिजेत, ते ओठ, कबाबासारखे. गाल – जोरात चावायला हवेत. दोन्ही हातांत धरून कुस्करली पाहिजेत ती मधाची पोळी. त्यांतला मध ठिबकायला लागेपर्यंत त्या दोन लालवट बोंड्यांमधून! आणि हे सारं करीत

असताना...

ती काहीतरी सांगतेय. पण माझ्या ते कानांवर पडत नाही. मी तिच्या कमरेचा तो धडपा खेचतो. टर्रर्र फाटत तो माझ्या हातात येतो. ती हात पटकन खाली घेऊन दोन्ही मांड्यांमध्ये गच्च दाबून धरते.

मी आता तिला सोडणं शक्यच नसतं. तिचे हात धरून मी तिला खाली ढकलतो. एका हातानं तिचे मांड्यांमधले हात सोडवायला लागतो. दुसऱ्या हातानं माझ्या पँटची झिप् ओढतो.

ती एकसारखी मला दूर ढकलीत राहते. मला अधिकच चेव चढलेला. मी तोंड तिच्या तोंडाला भिडवण्याचा प्रयत्न करतो. ती पुन्हापुन्हा तोंड बाजूला फिरवीत राहते... सगळं पुसटपुसट होत जातंय. तिची धडपडही हळूहळू थांबलेली... पण डोक्यातली नशा अधिकच गडद झालेली. एवढीच जाणीव शिल्लक राहिलेली... माझ्या कपड्यांना घासणारं तिचं उघडं शरीर आणि माझ्या मांड्यांमध्ये क्षणाक्षणाला तीव्र होत जाणारं सुखाच्या पात्याचं लखलखतं टोक!

–एक क्षण सुन्न. सगळं स्तब्ध. ती निश्चल. मीही. तिच्या छातीवर डोकं ठेवून स्वस्थ. डोक्यात नशेची संथ लय.

आणि एकाएकी एक भेदक जाणीव.

दारात कुणीतरी उभं.

मी खाडकन तिच्या अंगावरून उठतो. डोक्यातल्या नशेचा ठोका क्षणभर चुकतो.

तो तसाच उभा. पुतळ्यासारखा.

तो कसा आहे, हे कळतच नाहीये एकदम. मला दिसताहेत ते फक्त त्याचे डोळे. त्या अंधुक प्रकाशात फक्त तेच चमकताहेत. त्या डोळ्यांमध्ये दोन निखारे आहेत. धगधगलेले. पण गोठलेले. ते कधी विझणार नाहीत. त्यांतली आग गोठवून ठेवलेली आहे. ती पेटलेलीच राहील.

तो काहीच बोलत नाहीये. मला काहीच करीत नाहीये.

किडा साला! मला तो ओळखतो. मी त्याचा मालक आहे. तो माझ्या मळ्यावरचा मजूर आहे. म्हणून तो माझ्यावर हातसुद्धा उचलू शकत नाही. मी त्याचं काहीही करू शकतो. धुळीत वळवळणाऱ्या त्या किड्याला मी चिरडू शकतो– किंवा – किंवा भूतदया म्हणून न चिरडता बाजूनं जाऊ देऊ शकतो. बस्स! त्याच्या बाबतीतलं माझं कर्तव्य हे एवढंच!

पण माझ्यात भूतदया आहे. मला कुणाचा गैरफायदा घ्यायचा नाही. म्हणून मी खिशात हात घालतो आणि हाताला लागेल ती नोट काढून त्याच्या समोर

धरतो. ती वीसची आहे!

तो हात पुढं करीत नाही. नुसता माझ्याकडे पाहत राहतो. तेच त्याच्या डोळ्यांत गोठलेले निखारे... मी नजर वळवतो. त्याच्या देहाकडे पाहतो. खंगलेला, काळाकुट्ट देह! –इतरांसारखाच. तसंच गुडघ्यापर्यंत लावलेलं मळकं फडकं!– इतरांसारखंच.

पण कशी कुणास ठाऊक, इतरांच्या चर्येवर जी एक खचल्याची, हरल्याची भावना असते, ती इथं नाहीये. कदाचित– कदाचित त्या जळत्या डोळ्यांमुळं तसं वाटत असेल!

मी आणखी एक पाचची नोट त्या वीसच्या नोटेबरोबर पुढं करतो.

तो पैसे न घेता बाहेर निघून येतो.

मीही त्याच्या मागोमाग. एकदा मागे नजर टाकतो. त्या टीचभर खोलीत ती डोकं गुडघ्यांत खुपसून बसलेली आहे. त्या फाटक्या धडप्याचा चुंबळा पायांमध्ये धरून.

तो काहीच बोलत नाही. बहुधा मला बाहेर घालवण्यासाठी तो तिथं येऊन उभा आहे.

या प्रकारानंतर तिथं थांबणं आता मलाही शक्य नाही. म्हणजे आत्ताच या पावसातनं पुढं जाणं आलं!

मी पैसे तिथल्याच एका दगडाखाली ठेवून घाईघाईनं निघतो. पावसाचा जोर कमी झालेला.

मी निघालो तरी तो माझ्याकडे पाहतच नाहीये. तो कुठं पाहतोय हे समजल्यावर मला थोडं आश्चर्यच वाटतं.

तो माझ्या कारकडे टक लावून पाहत आहे.

किडा साला! कारकडे पाहत राहून काय होणार! या जन्मात तू थोडाच कारमध्ये बसणारेस? तुम्ही भेकडांनो, धुळीतच वळवळा.

त्याच्याकडे न पाहताच मी गाडी चालू करतो. मजा आली! पंचवीस रुपये गेले – बट इट वॉज वर्थ इट! एक अनुभव... विलक्षण अनुभव! असा कधीच मिळायचा नाही! अस्सल डोंगरातली बाई! कधीपासून इच्छा होती एकदा असला देह चाखायची! नाहीतर गोरी लुकडी शरीरं तर काय, अलीकडे नेहमीच मिळतात. पण हे असलं तांब्याच्या रंगाचं, गुळगुळीत पण दणकट शरीर? पुढेमागे इथं आल्यानंतर हिला आणून ठेवावी का बंगल्यावर? नाहीतरी हा किडा तिला काय सुख देत असणार? धड चार बोटं कपडा नाही देता येत त्याला. कपड्याचा विचार डोक्यात आल्याबरोबर पुन्हा तिच्या रुंद नितळ मांड्या डोळ्यांसमोर यायला लागल्या. कशासारख्या दिसतात त्या? कशासारख्याच नाहीत.

त्यांच्यासारख्या त्याच!

आणि बंगल्यात तिला कायमची आणून ठेवली, तरी कदाचित आज आली ती मजा परत कधीच येणार नाही. तशा दिल्लीतल्या खोलीवर पोरी येऊन आपणहून गळ्यात पडतातच की! पण आज जबरदस्ती करण्यात जी मजा आली, तिची सर त्याला नाही. असा अनुभव कधीच घेतला नव्हता यार! आज धाडस केलं, म्हणून तो मिळाला. विचार करण्यात वेळ घालवला नाही. आपलं असंच आहे. हवी म्हणजे घेतली!

आणि त्याचं तरी काय नुकसान झालं? पंचवीस रुपये बेट्याला जन्मात बघायला मिळाले नसतील. आधी रोख पैसा त्यांना मिळतो कधी? धान्यावारी हे लोक राबणार! आज एकदम एवढे पैसे हातात आले म्हणजे आनंदानं वेडा होईल तो! आपल्या घरात ही एवढी दौलत आहे, याची कल्पनाही नसेल त्याला आजवर! आता 'रोज येऊन जा' म्हणून मागे लागला नाही म्हणजे मिळवलं! शक्य आहे. त्याला काय वाटणार? असली बायको तर असली! किड्याला कसली आलीयत मॉरल्स? त्याला काय तत्त्व, नीती, असल्या हायर गोष्टी समजणारेत? एका परीनं आज मीच तिच्या सौंदर्याला दाद दिली! नाहीतर या माणसाला काय कळतंय तिचं सौंदर्य? हा बोलूनचालून–

आणि एकदम गाडी थांबते. पुढं जातच नाही.

साला वांधा! एव्हाना नशा उतरलीच आहे. पण या क्षणी ती एकदम खाडकन उडते.

पाऊस पुन्हा जोरात सुरू झालाय. तरी मी तसाच खाली उतरतो. मशिनमध्ये पाणी शिरलं की काय? मी बॉनेट उघडतो. सगळं चेक करतो. सगळं फर्स्ट क्लास कंडिशनमध्ये! बॉनेट बंद करतो. एव्हरीथिंग ओके! मग गाडी का बंद पडावी?

मी आत येऊन बसतो. पुन्हा गाडी सुरू करण्याचा प्रयत्न करतो. पण खर्रर्र– आणि खर्रर्र! गाडी सुरूच होत नाही!

डॅम धिस कार! डॅम धिस रेन! डॅम एव्हरीथिंग! डॅम! डॅम!

मी व्हीलवर डोकं टेकून विचार करीत बसतो. नवी कोरी कार! काय झालं असेल तिला? मला मशिनची बऱ्यापैकी माहिती. पण तरी हा प्रकार! फॉल्टच सापडत नाही! एखादवेळी बारीकसा फॉल्ट असतो, पण डोक्यातच शिरत नाही. तसं झालंय. जाऊ दे. उद्या मेकॅनिकला आणू.

ते उद्याचं झालं. पण आता काय करायचं? घरी कसं जायचं?

रात्र चांगलीच पडलीय. पाऊसही थांबायचं चिन्ह नाही.

खरं सांगू? इतका थकवा आलाय! बिछान्यावर अंग टाकावंसं वाटतं. गाडी

चालू झाली, तरी ती चालवावीशी वाटणार नाही! इथंच कुठंतरी राहिलं तर?

दादाजी काळजी करतील म्हणा. तो नंतरचा प्रश्न आहे. पण इथं राहणार कुठं? आत्ता निघाल्यापासून दुसरं घरच लागलेलं नाही. मघा ते एक भेटलं, तेवढंच.

एकदम एक विचार डोक्यात आलाय, हे असं का? या भागात हे एकच घर का? साधारणपणे या लोकांची एकत्र वस्ती असते. दहापाच खोपटं एकत्र असतात. मग हा माणूस एकटाच इथं खोपटं बांधून का राहत असेल? इतरांपेक्षा त्याच्यात काही विशेष असेल का?

पुन्हा खर्रर खर्रर केलं. गाडी सुरू व्हायचं नाव नाही.

पण खरंच असं का व्हावं? नवी कोरी गाडी, आणि ती अशी बंद. कुणाची नजर तर लागली नाही?

नजर! – या शब्दासरशी एकदम दचकायला होतं. मघा तो काळा गाडीकडे एकटक पाहत होता, ते आठवतं. उगाच काहीतरी! मी स्वत:ची समजूत घालतो. या असल्या गोष्टींवर आजच्या काळात कुणी विश्वास ठेवतं का? आणि तरीदेखील त्या डोळ्यांमधले ते गोठलेले निखारे आठवतच राहतात.

मी व्हीलवरून डोकं उचलतो. आणि एकाएका–

ओ माय गॉड! अंगावर शहारे–

–समोरच्या काळोखातून माझ्याकडे तेच गोठलेले निखारे बघताहेत!

मी मान वळवतो. पुन्हा बघतो. पण नाही. ते डोळे जातच नाहीत. एका जागी स्थिर राहून ते पाहताहेत. माझ्याकडे. रोखून.

क्षणभर माझं काळीज थांबल्यासारखं होतं. भीती जावी म्हणून मी पुन्हा खिशातली बाटली काढतो आणि व्हिस्कीचा घोट घेतो. व्हिस्की डोक्यात गेली की ते डोळे दिसायचे थांबतील, अशा खुळ्या अपेक्षेनं.

पण नाही. ते दिसतच राहतात.

मी खिडकीतून डोकं बाहेर काढून ओरडतो,–

"कोण आहे?"

तो पुढं येतो. तोच! मघाचा!

सरळ चालत तो कारजवळ येऊन थांबलाय. पावसात भिजत शांतपणे उभा आहे.

मी दार उघडून बाहेर येतो.

चिमटीत पकडलेल्या दोन नोटा. घाण लागलेले कागद धरावेत तशा. त्यानं त्या माझ्यापुढे धरल्याहेत.

कसा कोण जाणे, मी हात पुढं करतो आणि मुकाट्यानं त्या परत घेतो. खिशात ठेवतो.

तो चालू लागतो. मागे वळून एकदा माझ्याकडे पाहतो, आणि मान किंचित डोलवून परत चालू लागतो.

मी कार लॉक करतो, आणि सरळ त्याच्यामागून जाऊ लागतो.

एकदम पाऊस थांबतो. अगदी एकाएकी.

मला काळोखात काहीच दिसत नाही. तो मात्र पटापट चालतोय. पण मी मागं आहे याचं त्याला अवधान आहे. मी लक्षपूर्वक त्याच्या पावलावर पाऊल ठेवून चालतोय.

आणि एकदम खालच्या दरीतून एक विव्हळण्याचा लांब सूर ऐकू येतो. क्षणभर माझ्या अंगावर काटा उभा राहतो. मग कळतं, खालच्या दरीत लांडगं ओरडतंय. इतका वेळ पाऊस होता म्हणून ते आत गुडुप बसून राहिलं असावं. मी बेचैन होतो. केव्हा एकदा त्याचं ते अभद्र विव्हळणं थांबेल, असं होऊन गेलंय.

थोड्याच वेळात आम्ही त्याच्या खोपटाशी येऊन पोहोचतो.

तो मला भाकरी खाणार का, विचारतो.

मी नाही म्हणतो.

मला झोप येतेय. फारच. विलक्षण थकल्यासारखं वाटतंय! पण इथं कुठं झोपणार? त्या एवढ्याशा खोपटात ती दोघंच जेमतेम झोपू शकली असती. आणि मघाच्या त्या प्रकारानंतर ती माझ्याबरोबर एकाच खोलीत झोपू शकेल?

–मघाच्या प्रकारानंतर त्या माणसानं माझी अडचण ओळखून मला आपणहून घरी आणलं, हेच विशेष! पण मला अडचण येईल हे त्याला कसं कळलं? पैसे द्यायला आला असताना कळलं. पण माझी गाडी वाटेत थांबेल आणि मला गाठता येईल, हे तरी त्यानं कसं ताडलं?

डॅम इट! हे सगळे विचार उद्या सकाळी! आता आधी झोप पहिल्यांदा!

पण कुठं झोपायचं?

मला एकदम आठवतं. त्या खोपटाच्या शेजारीच दुसरं एक लहानसं खोपटं आहे. मघा तिथं दिवा नव्हता.

तो एक दिव्याची चिमणी घेऊन येतो. खोपटाचं दार उघडतो.

आत जमिनीवर गवत घातलेलं आहे. ओके– गवत तर गवत! मला वाटलं होतं, नुसत्या जमिनीवर झोपावं लागतंय की काय? या लोकांकडे कुठली अंथरुणं-पांघरुणं?

तो आपला घुमेपणा बाजूला ठेवून मोडक्यातोडक्या भाषेत विचारतो, ''इथं झोपायला चालेल ना?''

''हात्तेच्या! न चालायला काय झालं?''

“नाही. मी पाळलेले प्राणी आहेत तिथं. म्हणून.”

“कुठं?” मला तर खोलीत काहीच दिसत नाही. हा माणूस वेडाबिडा आहे की काय? “कसले प्राणी पाळलेत तुम्ही?” मी विचारतो.

“किडे.” तो म्हणतो.

मला हसू येतं. बरोबर आहे! हा माणूस किड्यांशिवाय दुसरं काय पाळू शकणार?

मी आरामात गवतावर अंग टाकलंय. किडे! मला पुन्हा हसू येतं! किडे काय करणार? गवतात वळवळणार! मातीत लोळणार! चिरडले जाणार! तुडवले जाणार! त्याशिवाय दुसरं काय करणार? खुशाल पसरावं या गवतात.

तो दार लोटून गेलाय. मी गवतावर स्वस्थ पडलेलो. डोक्यात नशा पसरलेली. दोन मिनिटांत मला गाढ झोप लागते.

मधेच अचानक जाग येते.

गवतात कसली तरी हालचाल होतेय.

मी खिशातून लायटर काढतो. विझलेली दिवली पेटवतो.

दिवलीच्या उजेडात पाहतो. तर गवतात काहीच दिसत नाही.

आणि एकदम कोपऱ्यात माझं लक्ष जातं.

गवतातून एक काळाभोर सर्प पुढं होतोय.

मी दिवली खाली ठेवून पळतच दाराशी येतो. पण आता दाराजवळच्या गवतातूनही दुसरा एक पिवळट साप!

माझी वाट अडवलेली... मी मागं वळतो.

जे दिसतं त्यानं मी किंकाळ्या फोडीत सुटतो.

त्या वीतभर खोलीत चारी दिशांनी दहापंधरा वेगवेगळ्या आकारांचे आणि रंगांचे साप माझ्या रोखानं पुढं येताहेत...

यांना तो 'किडे' म्हणाला! फूल! यांना किडे म्हणतोस? अरे हे तर वेळप्रसंगी माणसाला खलास करून टाकतील! चिरडणं सोडाच, नुसता धक्का लागला तरी फडा काढतील! स्टुपिड फूल! वाटेल त्याला वाटेल ते म्हणतोस? मी 'साप पाळतो' असं का सांगितलं नाहीस? 'किडे पाळतो' का म्हणालास? किडे म्हणे!

आणि मघाशी हे होते कुठं? तिथंच होते गवतात. झोपले होते.

आता ते जागे झालेत. माझ्या चाहुलीनं जागे झालेत – झोपेतल्या माझ्या हालचालीनं. मी त्यांना कुणाला दुखवलंय? त्यांना कसं दुखावेन मी? कशाला दुखावेन? आणि तरी ते जागे झालेत. सगळे जागे झालेत...

हा भास आहे. नक्की. मला स्वप्न पडतंय. मी घाबरलोय म्हणून मला तसं

वाटतंय. मी नशेत आहे, म्हणून असं काहीतरी दिसतंय. ते किडे आहेत. ते साप आहेत, असं आपलं मला वाटतंय. पण खरोखरी – ते किडे आहेत...

नाही... हा भास नाही. ते किडे नाहीत. ते सापच आहेत. ते माझ्या रोखानं येताहेत. मला पळायला आता वाटच शिल्लक नाही.

वाचवा! ... कुणीतरी मला वाचवा!

... पण शेवटपर्यंत मी विचारीत राहीन. पुन्हापुन्हा... विचारीत राहीन...

– तो त्यांना 'किडे' कां म्हणाला?

◆

जंगल

भिंत. फुलाफुलांच्या कागदानं मढलेली. हिरवी आणि तपकिरी फुलं. रेखीव, नाजूक. जांभळ्या पानांमध्ये उमललेली. पानंही आकर्षक. फुलांचे-पानांचे आकार डौलदार. पण रंग या दुनियेत कधीही न आढळणारे. खोटे. अगदी खोटे. त्या फुलांवर रुंजी घालणारी फुलपाखरं. या फुला-पाना-फुलपाखरांचे तुकडे अंतराअंतरावर छापलेले. चंदेरी पार्श्वभूमीवर. आणि मग तो रंगीत फुलाफुलांचा कागद भिंतीवर ताणून चिकटवलेला. जसे काही भिंतीवर ठायीठायी फुलांचे गुच्छ उमललेत. अति मोहक. पण सगळं अतिशय खोटं.

या भिंतीवर एक घड्याळ. कमळाच्या आकाराचं. सोनेरी प्रशस्त पाकळ्या. मधे लाल-किरमिजी तंतूंचं भरगच्च वर्तुळ. त्यात लखलखते आकडे. पाऱ्यासारख्या चकाकणाऱ्या दोन टोकदार सुया. एक आठच्या पुढे गेलेली. दुसरी तिनापर्यंत येऊन पोहोचलेली.

तो घड्याळाकडे पाहतो. शोरूम बंद व्हायला अवघी पंधरा मिनिटं राहिली. युनिफॉर्म बदलायला हवा! तो आतल्या – कपडे बदलण्याच्या, छोट्या मेन्स रूममध्ये जातो...

शेवटचं गिऱ्हाईक मॅनेजरबरोबरच बाहेर पडणारं असतं.... सरबताच्या ग्लासात बर्फ खुळखुळावत ते शांतपणे शोरूमकडे बघत बसलेलं असतं. एक शब्दही न बोलता.

शोरूम. फर्निचरची वैभवशाली शोरूम. एक प्रशस्त हॉल. त्या हॉलचे सहा लहानमोठे भाग. एखादा बेडरूमसारखा सजवलेला. दोन-तीन दिवाणखाने बनवलेले. एक ऑफिस. एक किचन. या सगळ्यांसाठी लागणारं फर्निचर तिथं तिथं मांडून ठेवलेलं. गर्दीनं. पण डोळ्यांना सुख होईल अशी मांडणी करून. भरगच्च ऐश्वर्यासारखी ही सुखद गर्दी. जाडजाड मऊ लुसलुशीत गाद्या, त्यांना

रेशमी-मखमली कव्हरं. त्यांचे विविध रंग. किरमिजी, मोरपिशी, कुसुंबी, सोनेरी, कितीतरी. घासघासून गुळगुळीत केलेलं लाकूड. पॉलिश लावून देखणं चकचकीत केलेलं. एवढ्यानंही समाधान झालं नाही, म्हणून त्यावर सनमायका-फोरमायकाचे अधिकच सुळसुळीत मुखवटे चिकटवलेले. पाय आत रुतेल इतक्या मऊ लाललाल गालिच्यानं जमिनीचंही मूळचं खरबरीत रूप झाकलेलं. सारं कसं गुळगुळीत, लुसलुशीत, मऊमऊ नि सुळसुळीत. निसर्गातला जाडेभरडेपणा इथं नष्टप्राय झालेला. निसर्गावर मिळवलेला केवढा हा विजय! कशासाठी? – सुखासाठी! स्पर्श सुखद व्हावा, दर्शन आकर्षक व्हावं! बसणं, उठणं, झोपणं, वाचणं – सारं कसं आरामशीर व्हावं! कसलेही कष्ट नकोत. सुख हवं. फक्त सुख. आणखी सुख. सुखच सुख!

प्रत्येक खोलीचा भाग सजवलाय तो याच दृष्टीनं. सुख हवंय ना? तयार सुख? मग बस्स. फार काही करायला नको. फक्त इथलं फर्निचर घेऊन जा – त्याला शोभेल अशी प्रशस्त जागा मालकीची असू द्या –ते फर्निचर असंच देखणं राहील याची काळजी घेण्यासाठी दोन नोकर असू द्यात. (मात्र फर्निचरची सफाई झाली की त्यांना खोलीत थारा देऊ नका. आपल्या काळगेल्या रंगानं नि घामेजल्या अंगानं ते खोलीची सारी शोभा बिघडवतील. शिवाय या नोकरांना वाईट सवय असते, मालक नसताना हळूच त्याच्या फर्निचरवर चोरून बसण्याची. त्यांना एकदा ताकीद देऊन ठेवा. आणखी म्हणावं, तुमचा घाम कार्पेटवर किंवा फर्निचरच्या जाड रेशमी कापडावर पडला तर खबरदार! कार्पेट लवकर खराब होतं, एवढं समजत नाही?) बेस्ट म्हणजे खोली एअरकंडिशंड हवी – म्हणजे ती बंद ठेवता येते. बाहेरच्या त्या रोगट धुळीचा कणदेखील आपल्या फर्निचरवर बसत नाही. मग ते खूप टिकतं. अर्थात तरीही ते वापरताना काळजी घ्यावीच लागते. बसताना उठतानादेखील जपून, नाजूकपणे. पण ते काय आपसूक सवयीनं जमतं. एअरकंडिशनिंग नसलं तर निदान खिडक्या तरी मजबूत काचेच्या हव्यात आणि मुख्य म्हणजे त्यांना जाड किनखापी पडदे हवेत. फार लांब जायला नको. (अतिशय मजबूत विणलेली आणि ‘फोक-मोटिफ्स’ असलेली आकर्षक टेपेस्ट्री शेजारच्याच दुकानात मिळेल. ही विशिष्ट टेपेस्ट्री जरा महाग आहे. कारण फोक-मोटिफ्स आदिवासींकडून मुद्दाम विणून घेतलेले असतात, त्याला अधिक मजुरी द्यावी लागते.) असे पडदे सोडले की, बाहेरचं काही आत येऊन फर्निचरवर बसत नाही. धूळ, गोंगाट, रस्त्यातली माणसं, किंवा सूर्यप्रकाशही.

या शोरूममधला भाग इतका आरामशीर दिसतो, की वाटतं, या भागात पाऊल टाकल्याबरोबर झोपच येईल! कसल्या काळज्या डोक्यात असणार नाहीत. दिवसभरात काहीच श्रम केलेले नसले, तरी झोप लागायला क्षणाची

खोटी होणार नाही. कारण बिछान्यावरच्या या गाद्याच बघा ना. डनलॉपच्या आहेत. आणि त्यातही लेटेस्ट मॉडेलच्या. डनलॉप तर दिवसेंदिवस आपल्या गाद्यांमध्ये झपाट्यानं सुधारणा करतंय! केवळ मानवजातीच्या आरामासाठी. फोर पोस्टर बेड ही किती पूर्वीची गोष्ट! एके काळच्या जमान्यातली. पण जुना सांस्कृतिक वारसा टिकवून ठेवायचा, म्हणून आजही तो लांबरुंद चौसोपी पलंग आपल्या दिमतीला हजर आहे. त्याच्या डोक्याच्या बाजूच्या राजेशाही नक्षीदार प्रभावळीसकट. मात्र हा विकत घ्यायचा तर बेडरूम त्या प्रमाणात मोठी हवी. खोली मोठी असली की लोळायला पलंग वाट्टेल तेवढा मोठा ठेवता येतो. कारण माणसाला आडवं पडायला जरी फक्त साडेतीन हात जमिनीची गरज असल्याचं खुद्द टॉलस्टॉयपर्यंत सगळ्यांनी सांगून ठेवलं असलं, तरीही माणूस लोळायला किती जागा घेईल, याला मर्यादाच नाही! या पलंगाला खास व्यवस्था म्हणजे दोन्ही बाजूंना ड्रॉवर्स! त्यांत बेडरूमजोक्सचं पुस्तक, पिस्तुल किंवा संतति-प्रतिबंधक साधनं असं झोपताना हाताशी हवं असलेलं काहीही ठेवता येतं.

पण या भागाचं वैशिष्ट्य म्हणजे त्या पलंगाच्या माथ्याशीच असलेलं हिरवंगार जंगल. सबंध भिंतभर ब्लो-अप केलेलं. आफ्रिकेतल्या अरण्याचं लाइफ साइज रंगीत छायाचित्र. खोलीतल्या अप्रत्यक्ष प्रकाशात ते रान इतकं खरं वाटतं, की रात्री तुम्ही निसर्गाच्या सान्निध्यातच झोपी जाता. त्यामुळे आपल्या बंद खोलीच्या आरामशीर जगातून आपण निसर्गाला बाहेर ठेवलं असं होत नाही! शेवटी निसर्गही महत्त्वाचा आहेच; कारण तसं पाहिलं तर माणूस म्हणजे निसर्गाचीच कलाकृती की! दगड, झाडं, पाणी यांच्यापेक्षा अधिक बुद्धिमान – आणि म्हणून आपल्या आरामासाठी त्यांच्यावर स्वामित्व गाजवून त्यांना वाकवणारा, कामाला लावणारा. निसर्गावर स्वामित्व गाजवलं तरी त्याचं सौंदर्य काय कोणी नाकारतं का? हिरव्याहिरव्या रानाकडे पाहिलं की कसं शांत वाटतं – डोळे निवतात जसे काही. पण प्रत्यक्ष जंगलात जाऊन झोपायचं म्हणजे फारच गैरसोयीचं. त्रासाचं. आणि पुरेसं सुरक्षितही नाही. त्यामुळं या जंगलाच्या छायाचित्राचा खूपच उपयोग होतो. डोळे निवण्यापरी निवणं – आणि शिवाय डनलॉपच्या गादीवर अंग – मखमली कव्हरच्या गुबगुबीत उशीवर डोकं! अनादी निसर्ग आणि आधुनिक सुखसोयी यांचा संगमच हा!

– तो आपला राखी रंगाचा युनिफॉर्म काढून, घडी करून कपाटात ठेवतो. आत लावलेले स्वत:चे कपडे बाहेर काढतो. पाचही हँगर्सना युनिफॉर्म्स लावलेले. साले बाकीचे सगळेजण आज लवकर कपडे बदलून गेलेले दिसतात. स्लॅक सीझन आहे ना!

तो आरामात कपडे घालू लागतो.

मॅनेजर गिऱ्हाइकाच्या ग्लासात आणखी ड्रिंक ओतून बाटली रिकामी करतो. गिऱ्हाईक अबोलपणेच शोरूम नजरेत साठवत राहतं.

हे दिवाणखान्याचे भाग आहेत. यांच्यांत तर इतकी व्हरायटी आहे! मध्यमवर्गाला परवडणारं यात काही नाही. पण फर्निचरचा खरा धंदा हा वरच्या क्लासेससाठीच असतो! त्यांच्या सांपत्तिक स्थितीतच काहीतरी खरोखरीचं कलात्मक आणि उपयुक्त असं करायला वाव! कलेची समज आणि गरजही त्यांनाच. अर्थात त्यांत निरनिराळ्या व्यक्तिमत्त्वाची माणसं असतात म्हणा! आता काहीजण कलांचे दर्दी, रसिक वृत्तीचे असतात. त्यांच्यासाठी या मॉडर्न बैठकी. टायटल्स ठळक दिसू शकतील अशा पुस्तकांचं साइडबोर्ड! वाद्यं नीट दिसतील अशी ठेवायला काचेचं मॉडर्न कॅबिनेट! राजकारण्यांसाठी या भक्कम खुर्च्या. आणि नटनट्यांसाठी – ते वर बघा – फॉल्स सिलिंगसुद्धा! खुर्च्यांच्या आणि सोफ्यांच्या नानाविध लाकडी व्हरायटीज इथं ठेवल्यात. पण तुम्हाला माहित्येय – नुसत्या खुर्च्यांनी आणि सोफ्यांनी दिवाणखाना पूर्ण होत नाही. आदर्श दिवाणखान्याच्या भिंतीवर पेंटिंग्ज हवीतच. ती इथं मिळायची नाहीत. पण कशी असावीत ते सूचक. पहिली गोष्ट म्हणजे ती ओरिजिनल हवीत. रिप्रॉडक्शन्स म्हणजे दरिद्री काम! त्यात खरा खानदानीपणा येत नाही. दुसरं, चित्रं गुळगुळीत रोमँटिक असून चालत नाही; ते मिडल-क्लास वाटतं. एखादा जरा-जर्जर, लुळा-पांगळा, वेदनांनी पिळवटलेला चेहेरा किंवा गलितगात्र भिकारी दिवाणखान्यात टांगून ठेवायचा ही सध्या 'इन्' थिंग आहे. –हां, तुम्ही फारच सेन्सिटिव्ह असाल, आणि असलं दुर्दशेचं चित्र तुम्हाला सोसवत नसेल, तर मग 'घोडे' सेफ!

या बाजूला कॉन्फरन्स रूमचं सगळं फर्निचर! नो – ऑफिसमधल्या रोजच्या कामाच्या खुर्च्या शोरूममध्ये ठेवल्या जात नाहीत. त्या कॅटलॉगवरून होलसेल मागवल्या जातात. मिडिऑकर मिडल क्लास यूजच्या फर्निचरमध्ये कल्पकता कसली? मोठ्या ऑफिसात कल्पकता लागते दोनच ठिकाणी. बॉसचं केबिन आणि कॉन्फरन्स-रूम. दोन्हींसाठी ही टेबल्स – आणि या खुर्च्या. फक्त बॉसची खुर्ची आरामशीर आणि लांबरुंद. – हो, दिवसभर बसूनही ती खुर्ची सोडाविशी वाटता कामा नये! आणि कॉन्फरन्सच्या खुर्च्या या औटघटकेच्या – म्हणून त्यांच्या पाठी तेवढ्या सुखवस्तू पण भारदस्त. तटस्थ बसून राहिल्यासारख्या दिसणाऱ्या! – पण कॉन्फरन्स वेळेत आटपावी म्हणून खुर्च्या आवश्यक तेवढ्या त्रासदायक!

–कपडे बदलून तो निघणार, एवढ्यात शर्टच्या खिशातलं 'चारमिनार'चं पाकिट हाताला लागतं. एकदम सिगरेट ओढण्याची सणसणीत लहर येते. दिवसभर दडपून ठेवलेली. शोरूममध्ये स्ट्रिक्ट नो स्मोकिंग. म्हणजे कस्टमर्ससाठी नाही – कारण गिऱ्हाईक हे तर दैवत! आणि गिऱ्हाइकाबरोबर मॅनेजरलाही

सिगरेट ओढणं भागच असतं. पण कर्मचाऱ्यांना ...छे! इतर कुणीच सिगरेट ओढायची नाही. चुकून ठिणगी पडली आणि कार्पेटला भोक पडलं किंवा पडदे पेटले तर? कित्येक लाखांचा माल पाहतापाहता जळून खाक व्हायचा!

अर्थातच सावधगिरी म्हणून सबंध शोरूममध्ये कुठेही सिगरेट ओढायला बंदी आहे. अगदी मेन्स रूममध्येदेखील. तिथं तर अधिकच. कारण खोली अरुंद आहे. त्यामुळे भिंतीवर लटकावलेले कपडे पेटण्याचा संभव अधिक!

पण एकदा मनात विचार आल्यावर त्याच्यानं राहवतच नाही. आता बहुतेक सगळेजण घरी गेले आहेत. कुणाला कळण्याचा धोका कमी. त्यातून सिगरेट म्हणजे काय? पाच मिनिटांचा तर प्रश्न! त्याहूनही कमी!

तो दाराची कडी लावून घेतो. खोलीतला दिवा मालवतो, आणि अंधारातच सिगरेट पेटवतो.

पहिला झुरका घेताच त्याची तंद्री लागते. काहीही म्हणा, दिवसभर तल्लफ दडपल्यानंतर मग घेतलेल्या पहिल्या झुरक्यात जी स्वातंत्र्याची भावना आहे, ती कशात नाही. चोरून झुरके मारण्यात जो थ्रिल आहे, तो राजरोस सिगरेट ओढण्यात नाही. ...

बाहेर एकामागून एक दिवे मालवायला सुरुवात झालेली असते. बेडरूममधलं रान अंधारात बुडतं. दिवाणखान्यातली दोन्ही बिलोरी झुंबरं विझताच त्यांचं अर्धे वैभव ओसरतं. कॉन्फरन्स-रूमवर टांगलेले दोन प्रकाशगोल निस्तेज होतात. किचनमधला एक दीपकळ्यांचा गुच्छ तेवढा शिल्लक उरतो. किचनची जागा तशी आटोपशीरच आहे. चार खुर्च्यांपुरेसंच टेबल! हम दो – हमारे दो! आणि हे चारही हमदर्द एकत्र भेटणं आजकाल कठीणच! जेवायला येणारे पाहुणे क्वचित! बहुधा त्यांची सोय हॉटेलातच! मग हवंय कशाला मोठं टेबल – आणि चारांपेक्षा अधिक खुर्च्या?

आणखी एक छोटा दिवा मिणमिणतोय तो नर्सरीतला नाइट लॅम्प. बाळाजवळ जागत राहिलेला. हे बाळाचं क्रिब. कॉस्टली वाटेल. पण बाळाच्या प्रेस्टिजचा काही विचार कराल की नाही? तोंडात सोन्याचा चमचा घेऊन जन्मलेलं बाळ (त्यामुळं बाळंतपण अवघड!) पन्नासपाऊणशेच्या पाळण्यात थोडंच झोपणार? आतापासूनच त्याला कळलं पाहिजे की ते इतरांपेक्षा फार वरच्या पदावर आहे! त्याशिवाय त्याच्यात आत्मविश्वास कुठून येणार?

शोरूमच्या मॅझेनाइन फ्लोअरवर जाणाऱ्या जिन्यातला दिवा विझतो, आणि परावर्तित प्रकाशात जिना अधिकच गूढ आणि रंगीत वाटू लागतो. पाहता पाहता मागच्या अंधारात विरघळून जाणारा. रंगीत चित्रपटातल्या स्वप्नदृश्यामधल्या जिन्यासारखा.

भिंतीवरच्या कमलाकृती घड्याळात टणकन एक टोला पडतो.

सगळे दिवे मालवले जातात.

मिशीवाला मॅनेजर कारच्या किल्ल्या खळखळवीत बाहेर पडतो. त्याच्याबरोबर सिगरेटचा टिन घेऊन गिऱ्हाईक. शोरूम पाहून भारावून गेलेलं. उद्यापासून या शोरूमच्या आधारानं आपल्या घराची आणि ऑफिसची नवी रचना करायचं त्यानं ठरवलंय. उद्या सकाळी मॅनेजरबरोबर परत येऊन तो ऑर्डर देणार आहे.

मॅनेजर आणि गिऱ्हाईक यांच्याबरोबरच दोन चपराशी बाहेर येतात. आतल्या पूर्ण काळोखात बुडालेल्या शोरूमकडे एकदा बघतात, आणि तिचं काचेचं दार लावून घेतात. त्याला कुलूप लावतात. वॉचमन लोखंडी शटर ओढतो, आणि त्यालाही कुलूप लावून टाकतो. चाव्या मॅनेजरकडे देतो.

वॉचमन आणि चपराशी रस्त्यानं चालू लागतात. मॅनेजर आणि गिऱ्हाईक मॅनेजरच्या कारमध्ये बसतात.

– एकापाठोपाठ एक ओढलेल्या सिगरेटमधील तिसरी संपते, तेव्हा त्याची तंद्री उतरते. बहुतेक दुकान बंद करायची वेळ झाली असेल, अशा हिशेबानं तो मेन्स रूमच्या दाराची कडी काढतो आणि बाहेर येतो.

आणि बाहेरचा दाट काळोख पाहून त्याला धक्का बसतो.

काय झालं असावं हे त्याच्या लक्षात यायला वेळ लागत नाही. पण असं झालं तरी कसं, या विचारानं तो गोंधळतो.

अंधारातून चाचपडत जाऊन तो एक दिवा लावतो. त्या प्रशस्त शोरूममध्ये तो एकुलता एक दिवा केविलवाणा दिसतो. त्या अपुऱ्या प्रकाशात फर्निचर नुसतं अडगळीसारखं पसरलंय असा भास होतो. तो दाराशी जातो. उगाचच. दाराला कुलूप असणार हे माहीत असूनही त्याच्या शोभिवंत पितळी कडीला धरून ते हलतं का हे पाहतो. दार हलत नाही.

त्याच्या मागचं बंद लोखंडी शटर तुरुंगाच्या भिंतीसारखं इकडून तिकडं पसरलेलं दिसतं. तो हादरून जातो. शोरूमला पाठीमागचा दरवाजा आहे. पण संध्याकाळी सहा वाजताच तो बाहेरून बंद होतो. मग आता काय करायचं? इथंच राहायचं? सकाळी शोरूम उघडेपर्यंत? घरी बायको वाट पाहील. काळजी करीत राहील. तिला काहीच कळायचं नाही. कुणाकडे चौकशी करणार? आणि केली तरी पत्ता कसा लागणार?

करू दे काळजी रात्रभर. सकाळी समजूत घालू. नाहीतर आता करणार काय दुसरं?

कुठून आपल्याला सिगरेट ओढत बसायची बुद्धी झाली? दगलबाज आहेत

या सिगरेट्स!– पण आठवणीनं परत सिगरेट ओढावीशी वाटू लागते. नाहीतर नको. रात्र इकडेच घालवायची आहे. गरज पडेल सिगरेट्सची. तो बाहेर काढलेलं पाकीट मोह आवरून परत खिशात ठेवतो.

पहिला धक्का ओसरल्यावर आता मन थोडं थाऱ्यावर येतं. ठीक आहे. काय बिघडतंय एक रात्र शोरूममध्येच राहिलं तर? भूक सॉलिड लागलीय हे खरं – पण एका रात्रीच्या उपासानं काही कोणी मरत नाही. मस्त झोपून द्यावं झालं इथंच. सकाळी हवं तर घरी जाऊन बायकोला सांगून मग कामावर परत यावं. आहे काय न् नाही काय!

घड्याळात नऊ टोले पडतात. एकापाठोपाठ एक.

कुठं झोपावं? – त्यात काय, पसरावं झालं कुठल्याही सोफ्यावर. मग एकदम मनात एक खोडकर विचार येतो. झोपून झोपायचं तर वाटेल तिथं का? रीतसर त्या महाराजा पलंगावर झोपावं की. नाही तरी आयुष्यात त्या पलंगावर कधी झोपायला मिळणार?

त्याला आपली दोरीची खाट आठवते.

रुबाबात पावलं टाकीत तो पलंगाशी जातो. त्यावर बसतो. साला, यावर झोपलं तर हा खराब नाही ना होणार? ह्यॅ! खराब कसा होईल? त्याच्यावर चादरदेखील नाही चुरगाळेल म्हणावं तर! स्वत:ला असा धीर देऊनही तो मालकाच्या तिजोरीतले पैसे चोरावेत अशा अपराधी भावनेनं त्या पलंगावर झोपतो. एका कडेला. सगळा पलंग रिकामा टाकून. मग स्वत:शी हसतो. मधोमध जाऊन निजतो. आता दोन्ही बाजूंना भरपूर जागा रिकामी सुटते. वाटतं, पाय बिछानाभर पसरावेत. तो पालथा पडतो आणि बिछानाभर लोळतो. वाटतं, आज खरी तर बायको बरोबर असायला हवी होती. या राजेशाही बिछान्यात. एकदम एक विचित्र तहान लागल्यासारखी होते. वाटतं, आयुष्यात एकदा – एकदा तरी बायकोबरोबर अशा प्रचंड पलंगावर झोपता यायला हवं! – एकदम त्याला ती स्वत:ची गरजच वाटायला लागते. ते आयुष्याचं ध्येयच, असं तो ठरवून टाकतो.

आणि या देदीप्यमान ध्येयाचा विचार करता करता आपला डोळा कधी लागला हे त्याला कळतदेखील नाही.

त्याला जाग येते ती कसल्याशा आवाजानं.

क्षणभर, आपण कुठं आहोत, हेच त्याच्या ध्यानात येत नाही. एका दिव्याच्या मंद उजेडात त्याला दिसते ती समोरची काच. तिच्यामागे लोखंडी शटर. तो शटर दिसताच त्याला सारं आठवतं. आणि याच वेळी त्याच्या कानावर येते एक अंधुक कुजबुज! – याच आवाजानं आपण जागे झालो खास!

तसं म्हटलं तर ती कुजबुज आपल्याला कानांनी ऐकू येतेय की नुसतीच

आपल्या मनावर उमटतेय, हेच त्याला कळत नाही. कारण कुजबुज असं आपलं तिला म्हणायचं. पण माणसं एकमेकांशी बोलतात, तसा हा आवाज नाही. या कुजबुजीचा अर्थ आपल्याला कळत नाही.... या भाषेत ओळखीचे शब्द नाहीत.... किंबहुना या भाषेत शब्दच नाहीत... आवाजही म्हटला तर आहे.... म्हटला तर नाही.... ही भाषा माणसाची नाही... दुसऱ्याच कुणाची...

त्याच्या सर्वांगातून भीतीचा थरार जातो...

कुजबुज वाढती.

तो धीर करून उठून बसतो. आवाजाच्या दिशेनं पाहतो.

अंधुक उजेडातच, किचनच्या बाजूला कसली तरी हालचाल जाणवते...

तो विचारतो, कोण आहे?

क्षणमात्र हालचाल थांबते. कुजबुजही थांबते.

तो पुन्हा पलंगावर अंग टाकणार, इतक्यात–

परत हालचाल सुरू होते. कुजबुजही अधिक मोठ्या प्रमाणावर आणि अधिकच सावध. त्याची दखल घेतल्यासारखी.

आता एक वेगळाच आवाज ऐकू येऊ लागतो. काहीतरी घसरल्याचा, फरफटल्याचा.

तो डोळे विस्फारून पाहत राहतो, आणि पाहता पाहता एक खुर्ची आपले चारी पाय जमिनीवर घासत इकडून तिकडे जाते.

भीतीनं किंकाळी त्याच्या ओठांतच दबून राहते. आणखी दोनतीन खुर्च्या आपली जागा सोडतात... त्या चौघीजणी एकत्र जमतात... जागेवरच वरखाली होतात.

त्यांना कोण हलवतं आहे, हे दिसत नाही. मघासारखं ओरडून 'कोण आहे' असं विचारण्याचं धाडस आता त्याच्यात नाही. तो फक्त पाहत राहतो.... आणि त्याच्या लक्षात येतं की त्या खुर्च्यांना कोणीच उचलत नाहीये – कोणीच हलवत नाहीये. त्या आपल्या जागच्या जागी उसळताहेत – घसरताहेत. जशी काही त्यांच्यांत आपली आपणच एक शक्ती आतून जागी झाली आहे... आवाज येतोय तोही कुजबुजीचा नाही... उकळत्या पाण्यासारखी एक शक्ती त्यांच्यांत आतून खदखदत आहे... हिस् हिस् आवाज करते आहे...

आणखी एक गोष्ट. जाग्या झालेल्या खुर्च्या सर्वांत साध्या, किचनमधल्या खुर्च्या आहेत. उरलेल्या शोरूमला कदाचित या प्रकारची अजून वार्ताच नसावी. फक्त किचनच्या लहानशा कोपऱ्यात तेवढी जोरदार हालचाल चालली आहे...

अचानक एक खुर्ची जाऊन खाडदिशी भिंतीवर आपटते. (ही बहुधा मघाची, सर्वात पहिली हालचाल करणारी खुर्चीच असावी!) भिंतीवरचा फुलाफुलांचा चंदेरी कागद मधे फाटतो, आणि भिंतीला तडा पडल्यासारखं दिसतं... खुर्ची

पुन्हा एकदा – आणखी जोरानं आपटते... आणि तिचे चारी पाय निखळून पडतात... उरलेल्या खुर्च्यांमधून एक कल्लोळ उसळतो... मोठा गजबजाट करीत त्या जागच्या जागी उड्या मारतात...

त्याची भीतीनं बोबडी वळायची पाळी येते. कारण खुर्चीचे निखळलेले सुटे पाय आपले आपणच उभे राहून चालू लागलेले असतात. त्यांतला एक पाय खाली पडलेल्या सीटमध्ये पुन्हापुन्हा स्वत:ला खुपसून घेऊ लागतो. त्याचा हेतू स्पष्ट असतो. सीटचा कपडा फाटतो, आणि कापूस सर्वत्र उधळतो... सीट झाल्यावर तो पाय पाठीकडे वळतो. लवकरच पाठ आणि सीट या दोन्हींच्या लाकडी फळ्या त्यांच्यावर चढवलेल्या कापूस-रेक्झिनच्या जोखडातून मुक्त होतात... हे चालू असताना इतर खुर्च्यांनी, वेड लागावं तसं स्वत:ला भिंतीवर धडाधड आपटून घेतलेलं असतं. त्यांचे पायही निखळून पडतच असतात. एकमेकांच्या मदतीला धावून ते पाय सीट आणि पाठ यांच्या सुट्या लाकडी फळ्या करण्यात दंग असतात... एव्हाना किचन टेबल अंगात आल्यासारखं घुमू लागतं. वर खाली... मागं पुढं... अशा त्याच्या उड्या सुरू होतात. क्षणाक्षणाला त्या उड्या उंच होत जातात... जसं काही त्याच्यात जे रसायन खदखदत असतं त्याला अधिकाधिक उकळ्या येतात... एक प्रचंड उडी... आणि टेबलाचे चारही पाय मोकळे होतात. त्यांच्या खांद्यावरून खाली उडी घ्यावी तसं टेबलटॉप अलगद उतरतं आणि सरळ उभं राहतं... आजूबाजूचे खुर्च्यांचे पाय एकमेकांवर आपटून कडकडाट करतात. या सगळ्या गोंधळात भिंतीचा कागद सगळाच फाटून त्याच्या धांदोट्या खाली पडत राहतात आणि त्या कागदानं इतका वेळ झाकून ठेवलेली मागची विटकी भिंत उघडी पडते...

काय चाललंय हे? शोरूमचा सत्यानाश! काहीतरी केलं पाहिजे!... शोरूम वाचवली पाहिजे!

तो धावतच स्विचबोर्डपाशी जातो – आणि एकामागून एक सगळे दिवे लावून टाकतो. प्रकाशगोल, दीपकळ्या, झुंबरं, नाइट लॅम्प... जसं काही त्याला जे दु:स्वप्न पडतंय त्याचा अंधार साथीदार आहे. सगळीकडे उजेड उजेड झाला तर गोष्टी पूर्ववत होतील. ती भान हरपलेली शोरूम ताळ्यावर येईल.

कुठून तरी सण्णकन भिरभिरत खुर्चीचा एक पाय येतो, आणि नाइट लॅम्पला लाथ मारतो. नाइट लॅम्प खाली पडतो – फुटतो – विझतो... त्याच्या समोरच काचांचे तुकडे विखुरतात...

दिवाणखान्यात स्टँडवर दिव्याचं शेड प्रकाशतं आहे... नाचणाऱ्या बॅलेरिनांच्या आकृत्या त्यावर एकामागून एक जाताहेत... आणि एकदम तो स्टँड उसळ्या मारू लागतो... एकदोन सेकंदातच तो आपल्या डोक्यावरचं शेडचं ओझं फेकून देतो...

बॅलेरिना अदृश्य होतात... स्टँड पुस्तकाच्या कॅबिनेटवर आपटून बल्ब फोडून टाकतो...

स्टँडच्या या माथेफिरू वागण्याचा परिणाम व्हायचा तोच होतो... त्याच्या बाजूचा दिवाणखाना एकदम जागा होऊन उठतो. स्टँडचा बल्ब आपटताच कॅबिनेटची दारं धडाधड उघडतात. कॅबिनेट स्वत:ला आवेगानं वेडंवाकडं घुसळतं, आणि आतल्या पुस्तकांची रास जमिनीवर ढकलून देतं....

जवळच खराखरा आवाज होऊ लागतो, तेव्हा तो वळून पाहतो. खुर्च्यांच्या पायांनी आता नवीनच उद्योग आरंभलेला असतो. ते स्वत:ला एकमेकांवर घासून अंगावरचं पॉलिश काढून टाकू बघत असतात...

कॅबिनेटनं पुस्तकं उडवताच इशारा मिळाल्यासारखे खुर्च्यांचे पाय – त्यांना आता निव्वळ लाकडंच म्हणणं बरोबर ठरेल – जवळच्या सोफ्याकडे धावतात... टर्रर्र टर्रर्र असा रेक्झिन फाडण्याचा आवाज येतो... जनावराचं पोट चिरावं तसा त्या सोफ्याचा पृष्ठभाग चिरून आतल्या रबर स्प्रिंग्स इत्यादी वस्तू ती लाकडं बाहेर काढतात... इतस्तत: उधळून देतात. सोफ्यांचे पाय तर केव्हाच मोकळे झालेले असतात...

आता हे लोण सगळ्या कोपऱ्यांमध्ये पसरलेलं असतं... कोपऱ्याकोपऱ्यामधले दिव्याचे स्टँड्स मोकळे झालेले असतात... आता ते एकमेकांच्या डोक्यावर अलगद पाय देऊन पाहता पाहता उंच होतात... पार आढ्यापर्यंत पोहोचतात.... एक फटका – बस्स – हजारो रुपये किंमतीचं ते झुंबर खाली येतं. जमिनीवर बिलोरी काचांचा खच पडतो, आणि त्यातले दिवे विझून त्या दालनातला प्रकाश एकदम मंद होतो...

हे काय चाललं आहे? ही भानामती तर नव्हे? की चेटूक? जादू-टोणा? पण नाही... ही नुसतीच तोडफोड नाही... यात काहीतरी संगती आहे... पण ती काय, हेच त्याच्या लक्षात येत नाही.

कळवलं पाहिजे... कुणाला तरी... संपूर्ण शोरूमचा विध्वंस होण्याच्या आत... मालकांना सांगितलं पाहिजे... फोन करून मदत मागवली पाहिजे... तो धावत टेलिफोनपाशी जातो. रिसिव्हर उचलायला हात पुढे करतो. इतक्यात त्याच्या हातावर एका लाकडाचा संतप्त फटकारा बसतो. तो कळवळून मागे होतो. दुसऱ्याच क्षणी खाड्दिशी टेलिफोन हवेत उडवला जातो – जमिनीवर पडतो. त्याचे तुकडे इकडे-तिकडे विखुरतात... बाहेरच्या जगाशी असलेला त्याचा संबंध आता साफ तुटतो.

आणखी एक फटका त्याच्या पायावर... तो पळू लागतो. कुठं जावं ते त्याला समजत नाही. समोरून आणखी लाकडांची पलटण... ही आपल्याला तुडवल्याशिवाय खास राहत नाही. तो कसाबसा त्या लाकडांच्या वाटेतून दूर होतो, आणि एका बाजूला उभा राहून लटलट कापत पाहू लागतो... सगळ्या

शोरूमचं नुसतं रणक्षेत्र झालेलं – सगळ्या फर्निचरवरची कापडं चिंध्याचिंध्या होऊन पडलेली. रबर-कापूस-पिसं-स्प्रिंग्स यांचे जागोजागी ढीग पडलेले. काचांचे तुकडे तर इतके पडलेत, की उघड्या पायांनी तिथं फिरताच येणार नाही. दिव्यांच्या काचा दूरपर्यंत पसरल्या आहेत – त्यांचे बारीक तुकडे झालेत. ऑफिस-टेबलनं अंगावरून मोठी काच झुगारून फेकल्यामुळं खाली काचांचं तळं झालंय. झाडाची साल ओरबाडून काढावी तसं काही लाकडं टेबलावरचं, टीपॉयवरचं सन्मायका, फॉरमायका खेचून काढताहेत... सगळी लाकडं शक्य तितक्या जोरजोरानं आपल्या अंगावरचा रंग, पॉलिश खरवडून काढताहेत...

आणि एकदम या साऱ्याची संगती अंधुकपणे का होईना, पण त्याला लागते. हे सगळं खुर्च्यांपासून सुरू झालं. साध्या लाकडी खुर्च्यांपासून त्या लाकडांनी इतर साऱ्या गोष्टींचा विध्वंस केला. पण काचांनी, कापडानं, सनमायकानं त्यांना कसलाही प्रतिकार केला नाही. त्या वस्तू अचेतनच राहिल्या. फक्त लाकूडच सगळीकडे हैदोस घालतंय. पण कशासाठी?

एव्हाना सगळीकडचं लाकूड मोकळं झालेलं असतं. अंगावरची कापडं, कापूस, रबर फेकून देऊन नागवं – अगदी संपूर्ण नागवं झालेलं असतं. उरलंसुरलं पॉलिशदेखील खरवडून काढत असतं. वाळलेल्या जखमांवरच्या लाजिरवाण्या खाजाळू खपल्या काढून टाकाव्यात, तसं. हे करताकरताच सगळ्या लाकडांचा एक जमाव तयार व्हायला लागलेला असतो. लाकूड एकत्र जमा होत असतं. काही दिवाणांनी, बैठकींनी सुरुवातीला थोडा विरोध केलेला असतो, अंगावरच्या गाद्यागिर्द्या टाकून द्यायला. नाराजी दाखवलेली असते. नंतर मात्र नाइलाजानं म्हणा किंवा सक्तीनं, पण तेही इतर लाकडांना सामील झालेले असतात.... आता ते कोणीही, मूळचे कोण होते, हे ओळखू येत नाही. कुणी स्वयंपाकघरातल्या खुर्च्या नसतात, की कुणी कॉन्फरन्सच्या प्रतिष्ठित पाठी नसतात. कुणी कोच नसतात की कुणी तिजोऱ्या नसतात. कुणी पुस्तकी कपाटं नसतात की कुणी देवघरं नसतात. त्या असतात फक्त फळ्या – लाकडाच्या फळ्या! त्यांच्यांतही भेदभाव जरूर असतात. कुणी देवदार तर कुणी महागनी, इतकंच – पण शेवटी ती सगळी कुठल्या ना कुठल्या झाडाचीच लाकडं असतात...

शेवटचा दिवा फुटला. दालनात काळोख झाला, असं त्याला वाटतं. पण ते क्षणभरच. मग लक्षात येतं की शोरूममध्ये पूर्ण काळोख नाही. एक चमत्कारिक हिरवट प्रकाश सगळीकडे भरून राहिला आहे! एखाद्या निबिड जंगलात जसं हिरवंगार वाटेल, तसं वाटायला लागलंय. एकदम एक मनस्वी दर्प तिथं दरवळू लागतो. त्याच्यात अनेक गंध मिसळलेले असतात. झाडांचा, पानांचा, मातीचादेखील.

लाकडं जवळ आलेली. एकमेकांच्या अगदी जवळ. एकमेकांना बिलगलेली.

एकमेकांच्या माथ्यावर चढलेली. त्या हिरवट काळोखात ती लाकडं लहान-मोठ्या उंचीच्या झाडांसारखी दिसतात. निष्पर्ण झाडं. चालत चालत पुढं येणारी झाडं.

काचा, कापड, कापूस – सगळं त्या जमिनीवर पडलेलं. काळोखात तर ते बोळे दिसतही नाहीत. ते असले नसले तरी सारखेच असतात. कारण त्यांच्यांत चेतना नसते. ते सगळं मेलेलं, निश्चल असतं. चेतना असते ती फक्त लाकडाला. ते मात्र क्षणाक्षणाला अधिकाधिक जिवंत होत असतं. जणू त्या पॉलिश केलेल्या फर्निचरला, सुसंस्कृत माणसांनी लादलेला मुर्दाडपणा झुगारून द्यायचा असतो. माणसांची सेवा करावी यासाठी त्यांनी दिलेला कृत्रिम आकार नाकारायचा असतो. त्यांनी आपल्या स्वामित्वाच्या खुणा म्हणून देहावर चढवलेल्या कापडा-काचेच्या झुली फेकून द्यायच्या असतात. माणसांच्या आरामाच्या, शोभेच्या, सोयीच्या वस्तू होऊन दिवाणखान्यात मृतावस्थेत पडण्यापेक्षा पुन्हा एकदा असंस्कारित जंगल व्हायचं असतं. मरून माणसांचा गुलाम झालेलं लाकूड नव्हे; आपल्या मर्जीनं वेडंवाकडं वाढणारं जिवंत झाड! एरवी झाड एकदा मेलं की जिवंत होत नाही. ते मेलेलंच राहतं. शतकानुशतकं. पण आज कसा कोण जाणे, चमत्कार झालेला असतो. एक विलक्षण शक्ती जागी झालेली असते. आणि त्या लाकडी फळ्या परत झाडं होऊ पाहत असतात. ...

सगळं फर्निचर मोडून पडलेलं असतं. फक्त पलंग मात्र अजूनही जसाच्या तसा असतो. त्या राजेशाही वस्तूला या सामान्यांच्या घोळक्यात जाऊन पडायचं नसतं. त्याला आपला वेगळेपणा टिकवायचा असतो...

त्याला हे जाणवतं. चारी बाजूंनी घेरणाऱ्या या जंगलात पलंग हाच आपला एकमेव आसरा आहे, हे त्याला समजलेलं असतं. काचांमधून, फिरत्या, उडत्या, लाथा मारणाऱ्या लाकडांमधून कशीबशी वाट काढीत तो पलंग गाठतो. जिवाच्या भीतीनं त्यावर बसून राहतो... त्याला तो पलंग म्हणजे चारी बाजूंनी उसळणाऱ्या बेभान माथेफिरू लाकडांच्या समुद्रातला एकुलत्या आधाराचा तराफा वाटतो...

जमीन नांगरल्यासारखी ढेकळं पडू लागतात आणि तटातटा धागे तुटल्याचा आवाज येतो, तेव्हा त्याच्या लक्षात येतं की जमिनीवरचा गालिचा फाडला जात आहे... जमीन ओकीबोकी होत्येय...

गालिचा सडासडा फाडत सगळी लाकडांची झाडं कुठल्या दिशेनं पुढं सरकताहेत, हे लक्षात येताच त्याचं हृदय बंद पडायची वेळ येते.

पलंगावरच्या उश्या डोक्यावर धरून तो मान खाली घालून बसून राहतो. ते पुढं सरकणारं जंगल दिसणार नाही असा. त्याहीपेक्षा, आपण जसे काही जागच्या जागी नाहीसे होऊन, त्या जंगलाला दिसणार नाही, अशा भ्रामक इराद्यानं.

सगळी लाकडं पलंगासमोर येऊन उभी राहतात. काळोखात ती दिसत नसली

तरी त्याला त्यांचं ते नि:स्तब्ध उभं राहणं जाणवतं. एखाद्या अटळ संकटासारखं...

ती पलंगाला धडका देऊ लागतात.

जशी काही त्यांची अपेक्षा अशी, की पलंगानं आपणहून गादी झुगारून द्यावी. माथ्यावरची राजेशाही महिरप फेकून द्यावी...

पण पलंग मुर्दाडच असतो. इतर लाकडांत जागी झालेली शक्ती त्याच्यात जागी झालेली नाही. त्यांची हालचाल त्याला जाणवत नाही. किंवा जाणवते, पण पटत नाही. त्यांच्यांत मिसळून त्याला स्वत:चा विनाश करायचा नसतो. पुन्हा जंगली लाकूड व्हायचं नसतं. त्याला राजेशाही पलंगच राहायचं असतं... रंधा मारलेला, आकार दिलेला, पॉलिश केलेला आणि अचेतन! नाहीतरी आता सगळे म्हणतात म्हणून परत एकदा जंगलात जाऊन करायचं काय? त्यापेक्षा माणसांच्या सुसज्ज वातानुकूल शय्यागृहात अधिक सुरक्षितता नाही का? आणि सौंदर्य? रुबाब? या रोखठोक गुणांच्या मानानं पाहता माणसांची गुलामगिरी हा काल्पनिक अवगुण! त्याचं काय एवढं स्तोम माजवायचं?

लाकडं जागच्या जागीच उभी. हलकेच धडका देत. पण वाट पाहत. केव्हा ना केव्हातरी पलंगाला शहाणपणा सुचेल, आणि तोही आपल्यातला होईल, या आशेवर.

तोंडावर उशी घेऊन पलंगावर बसलेल्या त्याच्या जिवाचं भीतीनं पाणी-पाणी होत राहिलेलं. पलंग त्यांच्यासारखा झाला तर? या काळजीनं.

शेवटी लाकडांचा संयम संपतो. ती सारी पलंगाला घेरतात. त्याला कळतं. आपला एकुलता आधारही...

आक्रमण सुरू होण्यापूर्वीच तो पलंगावरून उडी टाकून काचेच्या बंद दरवाजाजवळ उभा राहतो. एका कोपऱ्यात. थरथरत. आपण नाहीसं व्हावं अशी मनोमन इच्छा करीत.

लाकडं पलंगावर चढतात. त्याच्या गाद्या खाली ओढतात. फाडतात. त्याच्या फळ्यांवर नाचतात. त्याचे पाय ओढतात. त्याच्या डोक्यावरची महिरप खाली खेचतात. पलंग खिळखिळा होतो. त्याच्या फळ्या सुट्यासुट्या होतात. पण इतर फर्निचरच्या फळ्यांसारख्या त्या मुक्त होत नाहीत. त्यांना लाकूड व्हायचं नसतं. झाड व्हायचंच नसतं. त्या केविलवाण्या हट्टीपणानं केवळ पलंगाचे अवशेष होऊन पडून राहतात. इतर लाकडं त्या फळ्यांना त्वेषानं तुडवीत राहतात. आपल्यात सामील झाल्या नाहीत म्हणून असेल, किंवा त्यांचा मुर्दाडपणा सहन होत नाही म्हणून!

पलंग तुटून पडतो. त्याच्या चिरफळ्या होतात.

आता एकच काम शिल्लक उरतं. त्या पलंगावर आरामात लोळत पडलेला तो... त्या पलंगाचा संकटात आधार घेणारा तो...

ती सगळी त्याच्या दिशेनं पुढं होतात.

तो किंचाळतो. मोठमोठ्यानं. असंबद्धपणे. किंबहुना त्याची एकच एक किंकाळी अखंड राहते, आणि त्याचं भान हरपतं.

अंगावरचे सगळे कपडे फाडून ती झाडं त्याला आपल्यासारखाच करतात. पण हे त्याला कळत नाही... कुणी आपल्याला घासतंय हे त्याला कळत नाही... कुणी वाकवतंय हे कळत नाही...आपल्या जातीनं इतके दिवस त्यांच्यावर केलेल्या अन्यायाचा सूड घेतंय हे त्याला कळत नाही...

त्याला फक्त एकच कळतं. मघाचा तो मातीचा आणि झाडपानांचा दर्प अधिकाधिक उग्र होत चालला आहे...

भिंतीवर ते प्रचंड निष्प्राण छायाचित्र उभं. वाऱ्यावर हलू न शकणाऱ्या हिरव्यागार अरण्याचं. माणसानं यंत्राच्या साहाय्यानं केलेली ती अरण्याची प्रचंड विटंबना.

लाकडांचं ते अक्राळविक्राळ सैन्य त्यावर एकच धडक देतं.

त्या छायाचित्रातली खोटी निर्जीव झाडं शिल्लक तरी कशी राहणार? सबंध भिंतच मुळी कोसळून पडते.

त्या उघड्या खिंडारातून ती सगळी मुक्त लाकडं बाहेर पडतात...

खोलीतला हिरवा प्रकाश त्यांच्याबरोबर नाहीसा होतो – आणि खोली काळोखानं भरून जाते...

सकाळी मिशीवाला मॅनेजर गिऱ्हाइकाला घेऊन कारमधून येतो.

वॉचमन त्याला सलाम ठोकतो. तो वॉचमनला किल्ल्या देतो.

वॉचमन शटर उघडतो. चपराशी काचांचे दरवाजे उघडतात.

पहिल्या धक्क्यातून सावरल्यानंतर त्या सर्वांच्या लक्षात येतं–

– की शोरूममधलं एकूण एक लाकूड नाहीसं झालेलं आहे. फक्त पलंगाच्या इतस्तत: पडलेल्या फळ्या सोडून.

– की बेडरूमच्या भिंतीवरच्या जंगलाचं छायाचित्र नाहीसं होऊन त्या जागी एक मोठंथोरलं खिंडार पडलेलं आहे. त्यातून पलीकडचा रस्ता दिसतो आहे.

– की ज्याला आपण एकमेव शाबूत राहिलेली खुर्ची समजत आहोत, ती खुर्ची नसून खुर्चीसारख्या आकारात खिळे ठोकून बसवलेला माणूस आहे... शरीरावरचा केसन् केस भादरलेला, लाकडासारखा सोलून, तासून काढलेला, रक्तबंबाळ नागवा माणूस!

◆

हुशारी

श्यामसुंदर अंधारात उभा होता. भिंतीला टेकून. जसा काही काळ्या भिंतीत मिसळून. अंगावर काळा चामड्याचा जर्किन. गडद निळी, जवळजवळ काळ्याच रंगाची पँट. सावळा रंग. उजेडातदेखील एक उंच शिडशिडीत काळीभोर सावली चालत गेल्यासारखं वाटलं असतं. इथं तर ती सावली इतर सावल्यांत मिसळूनच गेली होती.

अगदी बारकाईनं पाहिलं असतं, तर कदाचित दिसलं असतं ते सिगरेटचं जळतं लालभडक टोक.

पण बारकाईनं पाहायला तिथं होतंच कोण?

मोकळं मैदान – चारी बाजूंच्या गर्द झाडांच्या सावल्यांनी झाकळून गेलेलं. समोर निश्चल उभी – लायब्ररीची एकमजली किरकोळ इमारत. मधे रिकामी जागा. शेजारी संस्थेचं ऑफिस. अवघा तळमजला बांधून, पुढं बहुधा पैसे संपल्यामुळं बांधकाम अर्धवट सोडून दिलेलं. मैदानाला दोन्ही बाजूंनी झाडांलगत तारांचं कुंपण. पाठीमागच्या बाजूला तेवढी ही भिंत.

माणसाची चाहूल नाही. कितीही दूरवरचा कानोसा घेतला तरी नाही. फक्त वाऱ्याचा भरारा आवाज. हवेत भलती थंडी.

अर्थात श्यामसुंदरला थंडी वाजत नाही. त्याच्या अंगात उबदार जर्किन आहे. नसता तरी त्याला थंडी वाजलीच नसती. कामाच्या वेळी थंडी वाजणं, भूक लागणं हे तो बावळटपणाचं समजतो.

आणि श्यामसुंदर कधीच बावळटपणा करीत नाही. जे करतात, त्यांची त्याला मनस्वी चीड आहे.

अगदी स्वस्थपणं तो सिगरेट ओढीत आहे. त्याची प्रत्येक गोष्ट काटेकोर हिशेबानं चालते. सगळं हिशेबात झालं की तो भलताच खूष! उदाहरणार्थ,

आता क्षणभरात नेमकी त्याची सिगरेट संपणार आहे. त्याच वेळी घड्याळाचे काटे दहावर येणार आहेत. आणि त्याच वेळी...

हे तिसरं कदाचित अचूक जमेलच असं नाही. कारण कित्तूर बावळट माणूस आहे. तो वेळेत हजर होईलच असं नाही.

श्यामसुंदर हात उचलतो. रुंद केसाळ मनगटावरच्या रात्रगडद निळ्या घड्याळातले आकडे नि काटे काळोखातल्या काजव्यांसारखे चमकून उठतात.

एक काटा दहावर... दुसरा बारावर... बरोबर दहा!...

'बरोबर दहाला हजर हो.' चिठीतले शब्द कानांत गुंजतात : 'बरोबर दहा. पब्लिक लायब्ररीच्या मागे. पन्नास हजाराचे पुडके. दहा-दहाच्या नोटा. पुडके ठेवून मागे न पाहता चालू लाग. तरच वरदराज घरी येईल.'

साला कित्तूर बावळट आहे! पोलिसांकडे गेला असला तर...

'पोलिसांकडे गेल्यास वरदराज जिवंत बघायला मिळणार नाही. कुणालाही कळवण्याचा प्रयत्न केल्यास वरदराजला हालहाल करून...'

लिहून व्हायच्या आधी चार दिवस ती चिठी डोक्यात घुमत होती. मन शब्दाशब्दाचा कीस काढत होतं. पहिल्यांदा दहाच हजार हवे होते. नवी 'बुलेट' पाहून ठेवली होती, तिच्यासाठी. मग वाटलं, दहाच मागणं नवशिकेपणाचं दिसेल. वीस झाले. विसाचे पंचवीस. एकुलता एक मुलगा आहे – मागावं तेवढं देईल. चाळीस तरी. ...वरदराजच्या गळ्यातली साखळीच अडीच तोळ्याची आहे. (तिच्यात मधोमध काळाभोर खडा कां आहे कुणास ठाऊक!) शिवाय बोटात अस्सल खड्याची अंगठी. कित्तूरच्याही दोन बोटांत अंगठ्या आहेत. गल्ल्यावर बसून चांदीच्या फुलपात्रातली चिल्लर कुरवाळत राहतो तेव्हा लखलखतात ना त्या. आणि चिल्लर तरी केवढी जमा होते रोज! पक्के पन्नास हजार करून टाकायला हवेत!...

–आणि कित्तूर ते दिल्याशिवाय राहायचाच नाही. एक नंबरचा भित्रट तो! असल्या माणसांना असंच पाहिजे! कसा हसतो 'हॅ-हॅ-हॅ' करून, एखाद्या लहान बाळासारखा जिवणी वासून. मुलगा गेल्याचं कळलं, म्हणजे दाखव म्हणावं असं हसून! तेव्हा ओक्साबोक्शी रडेल खेळणं हरवलेल्या बाळागत. पात्र आहे नुसतं! कसले मळकट कपडे घालतो! एवढं परमिट-रूमवालं हॉटेल चालवतो भर गावात; पण राखाडी बुशशर्ट आणि हिरवी पँट कायम! गल्ल्यामागच्या सत्रा देवांच्या नि संतांच्या तसबिरींसारखीच! त्यांच्यावरचे हार दररोज वाढत जातात, आणि गल्ल्यावर बसून बसून कित्तूरचं पोट सुटत जातं. त्या पोटाला धड शर्ट झाकू शकत नाही की पँट धरून राहत नाही. असल्या ढगळ लोकांना बोटाच्या

चिमटीत धरून चिरडले पाहिजे त गलेलठ्ठ ढेकणांसारखे. म्हणजे मजा येईल! पण चिरडणं म्हणजे बेकार! सगळीकडे रक्तच रक्त होतं. बोटांना डाग पडतात. शिवाय त्या रक्ताची घाण सुटते. रक्त न काढता मारायला हवं यांना. साला जगायच्या लायकीचेच नाहीत हे लोक!...

'हॉटेल वरदराज'च्या नक्षीदार गोल आरशात पाहून केस सारखे बसवता बसवता हे विचार श्यामसुंदरच्या मनात आले. आरशातला आपला स्मार्टनेस त्यानं चवीचवीनं चाखला. काय फिगर आहे! उंचीपुरी! तलम शर्टमधून छातीचे कट्स दिसताहेत; पण पोटाकडे कणभर चरबी नाही. मिशीचा कट कधीच चुकलेला नाही. रेखीव कापलेली, कमरेला फिट्ट बसलेली पँट... त्यावर सूर्यदेवाच्या बकलाचा रुंद कातडी पट्टा... माणूस हवा तर असा! बस्स! जगायचा अधिकार आहे फक्त आपल्यासारख्यांना! कित्तूरसारख्यांना ठार मारून जग स्वच्छ करायला हवं! दुसरं काही नाही!...

पण मनाच्या या समाधानापलीकडे कित्तूरला ठार मारण्यात दुसरा मुद्दा नव्हता. उलट तो जिवंत राहण्यातच खरा फायदा होता. नाहीतर पन्नास हजार कोण देणार वरदराजसाठी? तेव्हा पैसे घेऊन मारून टाकायला हवं होतं ते वरदलाच! म्हणजे पैशापरी पैसा आणि शिवाय मनाचं समाधान! नाहीतरी वरद म्हणजे कित्तूरचीच छोटी कॉपी आहे! तशीच ठेंगणीठुसकी, गोलगुंडी आकृती. चेहेऱ्यावर तेच बावळट, बाळासारखं हसू. चालताना दोन्ही बाजूंनी लपलप हलणारं पोट! त्याला पाहिलं की डोक्यात तिडीक उठते! नाही – या असल्या मूर्ख, नेभळट माणसांना जगायचा अधिकार नाही. त्यांची वासलात लावलीच पाहिजे!

पण साल्या या वरदला आपला भलताच ओढा! कशामुळं, कोण जाणे! म्हणा आपला ओढा नाही कुणाला? आपल्यासारखे देखणे, रुबाबदार, बिनधास्त तरुण कितीसे बघायला मिळतात? साला हा वरदराज पोरगी असता, तर त्याच्या लाडेलाडेपणाचा आणि आपल्या मागंमागं फिरण्याचा काही उपयोग तरी झाला असता!...

"बुक लाया?" वरदराजनं गिळगिळीत हसत विचारलं.

"हां! आज रातकू आना. भलतीच ग्रेट मासिकं आहेत. जर्मन आहेत."

त्यानं वरदराजला एकदोन वेळा नंग्या चित्रांची मासिकं दाखवली होती. तेव्हापासून तर वरद भलताच खुळावला होता. नेहेमी आठवण करायचा. 'बुकं' आणली का विचारायचा.

"रात्री साडेआठला येतो. दुकान बंद झालं की. चालेल?" वरदनं विचारलं.

"नको नको! एवढ्या लवकर काय?" श्यामसुंदरनं त्याला झटकून टाकलं,

"दहाशिवाय मला घरातून असली बुकं घेऊन बाहेर पडता येणार नाही."

शेवटी 'हो-ना' करता दहा वाजता वरदनं यायचं ठरलं. कुठं? –श्यामसुंदरच्या 'स्पेशल' घरात.

श्यामसुंदरचं हे 'स्पेशल' घर म्हणजे एक छोटीशी पत्र्याची शेड होती. किती छोटी? जेमतेम दोन माणसांना उठताबसता येईल एवढीच. पण ती बांधून घेणं हा त्याच्या स्मार्टनेसचा भाग होता. तळ्याकाठी वडिलांच्या मालकीची बरीच चौरस जागा रिकामी होती. आज ना उद्या तिथं मोठं घर बांधायचं होतं. म्हणजे तेवढे पैसे जमल्यावर! पण तोवर तरी ती जागा मोकळीच होती. शेड बांधल्यामुळं तेवढीच जागा वापरता येईल. जागेवरची मालकीही जाहीर होत राहील. असं काहीबाही वडिलांना पटवून श्यामसुंदरनं शेड बांधून घेतली होती. अर्थातच स्वत:साठी एक एकान्त जागा असावी, म्हणून.

श्यामसुंदरच्या या प्रायव्हेट जागेत कधी एकदा जातो आणि एकान्तात ती चावट पुस्तकं बघतो, असं वरदला होऊन गेलं.

तो दहाला पाच मिनिटं कमी असतानाच आला.

दहा वाजून पाच मिनिटं झाली होती. अजून कित्तूर आला नव्हता.

असा कसा हा मठ्ठ माणूस? आज वेळेत जाऊन पैसे दिले नाहीत, तर पोराचं बरं-वाईट होईल याचीसुद्धा याला काळजी नाही?

वेळेचा हिशेब चुकत होता. या बावळट लोकांच्या ढिलाईपायी आपली सगळी हुषारी वाया जातेय, या विचारानं श्यामसुंदर भडकतो. सिगरेट पेटवावी का? – पण नको! काळोखात तिचं टोक दिसून यायचं. आपलं इथं असणं कुणालाच समजता कामा नये! नाहीतर आपण पकडले जाऊ. काम जोखमीचं आहे!...

छे! या कित्तूरला समजत कसं नाही? भलतीकडे उशीर करतो! बुद्दू कुठला! त्याला चेष्टा वाटत असेल; पण मी त्याच्या मुलाचं काहीही करू शकतो!...

"कपडे उतर आधी! सगळेच्या सगळे! अंडरवेअरसुद्धा!"

वरदला कळेचना, ही काय मस्करी आरंभलीय श्यामसुंदरनं? चावट मासिकं बघायची तर त्यासाठी आपण कशाला कपडे उतरवायला हवेत?... तो ओशाळवाणं हसू लागला.

पण श्यामसुंदरच्या चेहेऱ्यावर मस्करीचा लवलेश नव्हता. उलट त्याचा चेहेरा बघवणार नाही इतका रागीट दिसायला लागला होता. डोळे तांबारले

होते.

"काढतोस की नाही कपडे?" तो ओरडला.

"मला... लाज..." वरद भीतभीत बोलणार, एवढ्यात श्यामसुंदरनं त्याच्या तोंडात रुमालाचा बोळा गच्च खुपसला आणि त्याची अंडरवेअर खस्सकन ओढून काढली.

वरदचा चेहेरा भीतीनं वेडावाकडा झाला. तोंडात कोंबलेल्या बोळ्यामुळं तो अधिकच विद्रूप वाटत होता. श्यामसुंदरच्या चेहेऱ्यावर मात्र आता हसू पसरलं.

वरद जागच्या जागी अंग चोरण्याचा प्रयत्न करीत होता. हातांनी लाज झाकण्याचा प्रयत्न करीत होता. त्या हालचालींमध्ये त्याच्या पोटाच्या घड्या थुलथुलत होत्या. त्याची ती अंग झाकण्याची धडपड पाहून श्यामसुंदर खदाखदा हसत हाता. अंगावर येणाऱ्या कुत्र्याला भिऊन मांजर जसं मागंमागं सरकतं, तसं त्या हसण्यानं वरदचं होत होतं. काय करणार आहे हा आपलं? कपडे काढायला कशाला सांगितलं यानं? विचार तरी काय आहे याचा?...

का सांगितलं आपण याला कपडे उतरवायला?... श्यामसुंदरच्या डोक्यात विचार टिकटिकत होते. कारण साधं होतं : त्या तशा अवस्थेत तो बाहेर पळून जाऊ शकला नसता. पण एवढंच – एवढंच कारण होतं का? वरदराजसारखी बावळट, नेभळट, भेकड माणसं आधीच असहाय असतात! त्यातनं सगळे कपडे अंगावर असलेल्या माणसासमोर नागवेपणी ही माणसं अधिकच केविलवाणी होतात! वरदचा हा असहाय केविलवाणेपणा चाखायला श्यामसुंदरला भलतीच मजा येत होती! ढेकूण – ढेकूण आहे हा! याला आमच्यासारख्या मर्दांच्या जगात जागा नाही! नाहीसा केला पाहिजे याला... नाहीसा केला पाहिजे!...

श्यामसुंदरचं रक्त चढायला लागलं. एखादी तरुण पोरगी कुशीत घेतल्यासारखा तो उत्तेजित झाला. वरदच्या दिशेनं त्यानं पाऊल उचललं.

वरद जागच्या जागी धडपडू लागला. श्यामसुंदरला चुकवण्याचा प्रयत्न करायला लागला. पण टीचभर लांबीरुंदीची ती शेड. त्यातून तिचं दार कडी लावून बंद केलेलं. पळणार तरी कुठं? अंगावर येणारा श्यामसुंदर! त्याचं ते बेभान झाल्यासारखं हसणं! क्षणाक्षणाला घोगरा होत जाणारा आवाज! हा आपलं करणार तरी काय? काहीही करील! काहीतरी... भयंकर!...

वरदनं किंकाळ्यांमागून किंकाळ्या फोडल्या. पण त्या आतल्या आत घुसमटून गिळल्या गेल्या. तोंडातल्या त्या बोळ्यानंच त्याला गुदमरल्यासारखं झालं. त्याच्या नाकातून पाणी वाहायला लागलं.

हे काय?... श्यामसुंदरच्या हातात ही दोरी कुठून आली?... विस्फारल्या डोळ्यांनी वरद पाहत राहिला. काय करतोय हा या दोरीचं?... गाठ मारतोय?

कशासाठी...?

दोरीला गाठ मारतामारता श्यामसुंदर स्वतःच्या नकळत हसत होता. त्या हसण्यावर आता त्याचा ताबा राहिलेला नव्हता. शरीर भलतंच उत्तेजित झालं होतं. तरीही क्षणाक्षणाला रक्तातून उकळ्यांवर उकळ्या येत होत्या. ही निराळी सुखद जाणीव अशीच टिकून राहावी... जगाच्या अंतापर्यंत. ...

फास वरदच्या दिशेनं येऊ लागला. लाज राखण्याचा प्रयत्न सोडून त्यानं हात उचलले आणि तो फास टाळायचा प्रयत्न करू लागला. 'नको-नको'च्या किंकाळ्या नुसत्या रुमालातच बुडबुडल्या.

फास बरोब्बर गळ्यात अडकला. गळ्यात मधोमध असलेल्या खळग्यात. चेनमधल्या काळ्याभोर खड्याशीच. त्याच क्षणी श्यामसुंदरचं हसणं खट्कन थांबलं. वरदचा ठेंगणा मांसल देह लोळागोळा होऊन सावकाश खाली कोसळला. ...बहुधा भीतीनंच.

केविलवाणा नागडा लोळागोळा! भिक्कारचोट! लवकर मरून जा... मरून जा! वुई डोन्ट वॉन्ट यू! नो– नॉट ॲट ऑल!...

सराईतपणं श्यामसुंदरनं फास ओढला. (तो ओढण्याची आजवर केलेली सगळी प्रॅक्टिस कामी आली.) वरदची मान लुळी पडली, आणि त्याच क्षणी श्यामसुंदरच्या शरीराच्या उत्तेजनाचा स्फोट झाला. अनपेक्षितपणं. आपल्या सुखद जाणिवेचा हा असा शेवट होईल, असं श्यामसुंदरला वाटलंही नव्हतं. एका मंद ग्लानीमध्ये मान मागं झुकवून, पत्र्याला टेकून तो क्षणभर उभा राहिला.

दुसऱ्या क्षणी मात्र त्याला जाणीव झाली ती, वरदराज मेला, या गोष्टीची!

शेडमध्ये पाऊल टाकल्यापासून वीस मिनिटांच्या आत वरदराजचा खेळ खलास झाला होता!...

दहा वाजून वीस मिनिटं.

डॅम इट! हा येणारच नाही की काय? की यानं पोलिसांना कळवलंय? काही फायदा होणार नाही म्हणावं! मुलगा गेला तो गेलाच!...

पण नाही! दूरवरून गाडीचा आवाज ऐकू यायला लागतो. श्यामसुंदर हुषारतो. गाडीच्या दिव्यांचा उजेड दिसायला लागतो. कित्तूरची काळी 'ॲम्बॅसिडर' एखाद्या भुतासारखी काळोखातून येऊन लायब्ररीसमोरच्या मोकळ्या जागेतून आत शिरते.

म्हणजे यानं नुसताच वेंधळेपणानं उशीर केला होता तर! दुसरंतिसरं काही नाही.

श्यामसुंदर पाहत राहतो. गाडी पार्क होते. गाडीत आणखी कुणी आहे का? काळोखात दिसत नाही. चिठ्ठीत ताकीद दिली होती : 'एकटाच ये. बरोबर कुणी आलं तर खबरदार!' पण जादा शहाणपणा करून यानं बरोबर कुणाला आणलं असलं तर? ही बावळट वाटणारी माणसं कधीकधी नको तिथं हुषारी दाखवतात!

पण नाही! कारमधून एकटा कित्तूरच उतरतो. त्याची ठेंगणी जाडगेली आकृती लायब्ररीच्या दिशेनं चालत येऊ लागते. ...

वरदराज मेल्याच्या जाणिवेनं श्यामसुंदर मुळीच गडबडला नाही. पुढं काय काय कसंकसं करायचं याची योजना त्यानं अनेकदा मनातल्या मनात तालीम करून पक्की केलेली होती. एक : फास काढून घेतला. दोन : गळ्यातली काळा खडावाली चेन काढून खिशात टाकली. तीन : बोटांतल्या अंगठ्या. चार : वरच्या फळीवरचं पोतं खाली. पाच : पोत्याचं तोंड वरदच्या पायांशी. ('चरण' शब्द मनात येऊन श्यामसुंदरला हसू आलं.) सहा ' पोतं डोक्यापर्यंत ओढून घेतलं. (हुश्श! काय दम लागला! ...साल्याची नुसती चरबी, चरबी, चरबी!) सात : वरदचे कपडे न विसरता पोत्यात भरले. आठ : इकडेतिकडे पाहून, त्याची एकही वस्तू शेडमध्ये राहिलेली नाही ना याची खात्री करून घेणं. नऊ : दोरीनं पोत्याचं तोंड बांधणं. दहा : शेडचा दरवाजा उघडणं. ...

श्यामसुंदरनं पोतं खस्सकन ओढून बाहेर घेतलं. आजूबाजूची जागा रिकामी होती. घरं बरीच लांबवर होती. समोरच्या बाजूला तळंच होतं. त्यामुळं कुणी पाहण्याचा प्रश्न नव्हता. त्यातून रात्र काळोखी होती.

पोतं खेचत खेचत त्यानं बरंच लांबवर आणलं. इथून खाली उतार होता. खाली तळं होतं. श्यामसुंदरनं पोतं कडेशी आणून त्याला एक लाथ ठेवून दिली. ...जावो! नही मांगता है! पोतं गडगडत निघालं आणि खाली जाऊन थांबलं.

श्यामसुंदर त्याच्या पाठोपाठ उतारावरून धडाधड धावत आला. खाली येऊन उभा राहिला. मग त्यानं एक चांगला जाडसा धोंडा शोधून काढला. खिशातून दोरी काढून तो पोत्याला बांधला. मग पाण्यात उतरण्यासाठी त्यानं अंगातले सगळे कपडे काढून टाकले. तसं उभं राहून त्यानं मनातल्या मनात आपल्या उंच, शिडशिडीत पण दणकट देहाचं कौतुक केलं. मग त्या गोणत्याला म्हणाला, "बघ! वाटतोय मी केविलवाणा? उलट कसा बेहतरीन मर्द वाटतोय! नायतर तू! अरे बाबा, कपड्यांवर काही नसतं. रुबाब सारा माणसातच असतो!" आणि तरीदेखील आपण वरदला कपडे काढायला लावून लाजवलं, केविलवाणं

केलं! गंमत आहे सगळी, दुसरं काय?

शांतपणं त्यानं पोतं पाण्यात ढकललं. ते वाटेत वेलीबिलीला अडकू नये म्हणून जरा दूरच ढकललं. पाठोपाठ स्वत: पाण्यात उडी टाकली. पोत्याला हातानं धरून तळ्याच्या मध्यापर्यंत नेलं. पोतं हळूहळू बुडू लागलं. ...त्या शांततेत त्याचा 'डुब..डुब' आवाज केवढा तरी मोठा वाटला. श्यामसुंदरला त्या आवाजाची गंमत वाटली.

पोतं पुरतं बुडालं, तेव्हा श्यामसुंदर एकदा त्या दिशेला थुंकला आणि हात मारीत परत यायला निघाला.

तो घरी परत गेला, तेव्हा भलताच खुषीत होता. आपण नुसतंच ठरवलं नाही. ते करूनही दाखवलं! विलक्षण हुषारीनं! कणभर पुरावा न ठेवता! असं पाहिजे! अशी डोकेबाज, धाडसी, मनात घेतील ते करून दाखवणारी मर्द माणसं हवीत जगाला! नाहीतर वरदराज! आणि त्याचा बाप तो कित्तूर! रड्ये साले!...

कित्तूरच्या हातात प्लॅस्टिकची झिपवाली बॅग. आत जिवाचा ठेवा असल्यासारखी ती छातीजवळ धरून तो लायब्ररीच्या मागच्या बाजूला चालत येतो.

झिप उघडतो. आतून एक लठ्ठ लिफाफा बाहेर काढतो.

अहा! पन्नास हजारांचा लिफाफा! त्या रात्री केलेल्या मेहेनतीची आज भरपाई होणार!...

'बुलेट'! नवा वॉर्डरोब! घर बांधायला मदत!...

बस्स. एवढ्याशा मेहेनतीत आपल्याला एवढा पैसा मिळणार? केवळ एका तासाच्या कामाला पन्नास हजार रुपये?...

कशाला लोक जन्मजन्म नोकऱ्यांमध्ये घासतात? म्हणा ते आपल्याइतके हुषार नसतात. धाडसी नसतात. 'हीरो' नसतात, तेव्हा त्यांना मिळतं ते, त्यांच्या लायकीप्रमाणं बरोबरच!...

लिफाफा जागेवर ठेवून कित्तूर एकदा आजूबाजूला पाहतो आणि डुलत डुलत गाडीकडे परत जाऊ लागतो. ...

रोजच्यासारखाच श्यामसुंदर दुसऱ्या दिवशी हॉटेल 'वदरराज' मध्ये गेला.

पण आज तिकडे भलतीच गडबड उडाली होती. रडकुंडीला आलेल्या कित्तूरला एकसारखे फोन येताहेत. मोकळ्या वेळी तो स्वत: फोन करतो आहे. लोकांची कुजबुज. दारात एक पोलीसदेखील उभा.

"काय, प्रकार काय आहे?" मेन्यूकार्ड घेऊन आलेल्या वेटरला श्यामसुंदरनं

विचारलं.

"काल रात्रीपासून मालकाचा छोकरा मिसिंग आहे." वेटरनं माहिती दिली आणि तो दुसऱ्या टेबलाशी गेला.

भरभर... वेळ न गमावता... लवकर... चटकन... असे समानार्थी शब्द मनात आदळत असतानाच श्यामसुंदरच्या खिशातून चिठ्ठी चटकन बाहेर आली. डाव्या हातानं लिहिलेली चिठ्ठी. बेमालूम दुसऱ्याच्या अक्षरातली वाटणारी. ती पटकन मेन्यूकार्डच्या प्लॅस्टिकच्या कव्हरमध्ये गेली. कार्ड उघडल्यावर दिसेल अशी.

वेटर आला. श्यामसुंदरनं 'दही-बटाटा-पुरी'ची ऑर्डर दिली. ती घेऊन मेन्यूकार्ड उचलून वेटर चालता झाला.

दही-बटाटा-पुरी आली. खाऊन झाली. कॉफीची ऑर्डर देऊन श्यामसुंदर गल्ल्याशी गेला. थोडा वेळ कित्तूरशी बोलून आला. मुलगा नाहीसा झाल्यामुळं आज तो अधिकच ढेपाळलेला वाटत होता. श्यामसुंदरला त्याच्या दीनवाण्या चेहेऱ्याची किळस आली. 'तूच मरायला हवा होतास भडव्या तुझ्या पोराऐवजी!' – असं त्याला मनातल्या मनात सुनावीत श्यामसुंदरनं वरकरणी धीर दिला "कुठंतरी गेला असेल पिकनिकला. आपोआप येईल उद्या. जातो कुठं?"

"गॉड ब्लेस यू श्यामसुंदर." कित्तूरच्या डोळ्यांत पाणी आलं. "व्यंकटेश स्वामीची कृपा असली तर येईल परत!"

कॉफी पीत, सिगरेट ओढत श्यामसुंदर कितीतरी वेळ बसून राहिला होता. एवढ्यात पलीकडच्या टेबलावर काहीतरी गडबड झालेली दिसली. गिऱ्हाइकानं वेटरला काहीतरी दाखवलं. वेटर गल्ल्यावरच्या कित्तूरजवळ गेला आणि त्यानं ते त्याला दाखवलं. कित्तूरनं कपाळावर हात मारला.

बिल द्यायला आलेल्या वेटरला श्यामसुंदरनं 'काय झालं' असं विचारलं. त्याला ठाऊक नव्हतं. बिल देऊन गल्ल्याजवळून जाताना श्यामसुंदरनं कित्तूरलाच विचारलं, "काय गडबड आहे?"

"तुमचा अंदाज चुकला साहेब!" कित्तूर म्हणाला, "पोरगा पिकनिकला गेलेला नाही." त्याच्या आवाजावरून वाटत होतं की, तो आता घळघळा रडणार! प्रयासानं त्यानं स्वत:ला सावरलेलं दिसत होतं.

"कशावरून?" श्यामसुंदरनं विचारलं.

"आत्ताच एका गिऱ्हाइकाला मेन्यूकार्डमध्ये चिठ्ठी मिळाली. माझ्या नावाची. ही बघा." त्यानं चिठ्ठी दाखवली : 'वरदराज आमच्या ताब्यात आहे. तो जर जिवंत परत यायला हवा असेल तर...'

श्यामसुंदरनं चिठ्ठी वाचून परत दिली.

“बोगस आहे! पोलिसको फोन करो.” तो म्हणाला.

“नाही बाप्पाऽ! ‘पोलिसला कळवू नका’ असं लिहिलंय.”

थोडी हळहळ दाखवून श्यामसुंदर घरी परतला.

कित्तूर गाडीकडे परततो. गाडी स्टार्ट करतो.

हळूहळू गाडीचा आवाज दूरदूर जात विरून जातो आणि पुन्हा सगळीकडे शांतता पसरते. फक्त वारं भरारत राहतं.

श्यामसुंदर काळोखातून सावकाश पुढं होतो. आजूबाजूची चाहूल घेतो. कुणीच पाहत नसतं. सारं इतकं सोपं असेल हे त्याला खरंच वाटत नाही. तो पुढं होऊन चटकन लिफाफा उचलतो. उघडून पाहतो. आत नोटाच असतात. तो त्या जर्किनच्या खिशात टाकतो आणि घाईघाईनं कुंपणाशी येतो. कुंपणावरून उडी टाकून तो पलीकडच्या काळोखाच्या आसऱ्याला जातो.

रस्त्याशी आल्यावर सिगरेट पेटवतो. बऱ्याच वेळापासून प्यायची होती. पण इतका वेळ इच्छा मारली.

‘आता उद्या ‘बुलेट’ बुक करायची.’ जर्किनच्या खिशावर बाहेरून थाप मारीत श्यामसुंदर स्वत:ला सांगतो.

– आणि एकदम दचकतो! मुख्य रस्त्यावर काळी ‘ॲम्बॅसिडर’ अजून उभीच असते.

क्षणभरच त्याचं काळीज बुडी घेतं. पण लगेच खरा प्रकार त्याच्या लक्षात येतो.

कित्तूरची गाडी वाटेत बंद पडलेली असते. बॉनेट उघडून तो आत बघत असतो.

बावळटपणाचा कळस! या कित्तूरची एक गोष्ट सरळ होत नाही! पैसे वाऱ्यावर सोडून द्यायला आला! मुलगा परत येईल या खुळचट आशेनं! त्यातसुद्धा गाडी वाटेत बंद!

पण एवढ्यात कशीबशी कित्तूरची गाडी स्टार्ट होते. “बसा!” त्याला पाहून कित्तूर म्हणतो.

कित्तूरच्याच गाडीतनं जायचं? मन जरासं खातं. पण तो लगेच बिनधास्तपणे म्हणतो, “चला.”

“इथं कुठं आला होता?” तो गाडीत बसल्यावर कित्तूर विचारतो.

हा प्रश्न कित्तूर विचारील हे अपेक्षित असतं. तेव्हा श्यामसुंदरकडे त्याचं उत्तरदेखील तयार असतं. “इथं एक मित्र राहतो.” तो न अडखळता सांगतो. वर विचारतो, “तुम्ही इथं कुठं?”

"मी?" सांगावं की न सांगावं अशा विचारात कित्तूर ओशाळवाणं हसतो. "मी... ते... पत्रातलं. ते..."

"म्हणजे? तुम्ही पैसे दिलेत की काय? मी 'देऊ नका' म्हटलं होतं."

"बेटा, बापाचं काळीज आहे! पोरापुढं पन्नास हजाराचं काय?"

'अधिक मागायला हवे होते!' –श्यामसुंदरच्या मनात येऊन जातं.

"शिवाय वरद एकट्या मलाच हवा असं नाही. पार्टीलाच तो हवाय."

"पार्टी? कुठली पार्टी?"

"ही!" डाव्या हातानं, शर्टात लपलेली चेन कित्तूर दाखवतो. तिच्यात काळा खडा असतो. श्यामसुंदरला उलगडा होतो वरदराजच्या गळ्यातल्या काळ्या खड्याचा. "इन अ वे, धिस इज अ पोलिटिकल पार्टी. अॅट लीस्ट, द पार्टी दॅट हेल्प्स् पॉलिटिक्स."

"मला नाही कळलं."

"राजकारणात काही लोक हुषार असतात. काही बावळट, पण हुषार माणसांच्या वाटेत येणारे. त्या बावळट माणसांना बाजूला करावं लागतं."

श्यामसुंदरच्या अंगातून एक शहारा उठतो. "बाजूला म्हणजे?" तो विचारतो.

त्याच्या या प्रश्नाला कित्तूर उत्तर देत नाही. "आम्ही वरदला त्यासाठी ट्रेन करणार होतो. अन्फॉर्च्युनेट्ली वुई हॅव लॉस्ट हिम्. पण व्यंकटेशस्वामीची कृपा! त्याच्या जागी आम्हाला एक अधिक एक्स्पर्ट माणूस मिळालाय!"

बर्फासारखी थंडगार भीती श्यामसुंदरच्या मानेपासून खाली उतरू लागते. ...

"पार्टी भयंकर एफिशिअंट आहे! वरदचा डेथ कसा झाला, हे दुसऱ्याच दिवशी सकाळी शोधून काढलं गेलं. पोत्याचा दगड सुटा झाला होता. सो वुई इव्हन फाउन्ड द बॉडी."

आपल्या अंगावरचे कपडे गळून पडताहेत, आपण लहानखुरे होत चाललो आहोत आणि लाज राखण्यासाठी मांडीवर मांडी दाबून केविलवाणेपणानं कारच्या खिडकीत दिसेनासं होण्याचा प्रयत्न करीत आहोत, असं श्यामसुंदरला वाटतं. चाकाशी बसलेला कित्तूर अधिकाधिक मोठा होत जातो.

"काम सफाईनं केलं होतं, हे सगळ्यांना पटलं. पण नंतरचं वागणं अधिक महत्त्वाचं होतं. वेल् ... या क्षणापर्यंतचं! वुई वेअर वॉचिंग यू. यू वेअर मॅग्निफिसंट. आम्हाला अशीच कूल माणसं हवीत!"

"मी – मी आता काय करायला हवंय?"

रस्त्यावरची नजर न काढता कित्तूर डाव्या हातानं खिशातून एक कार्ड काढून देतो. त्यावर पाच नावं असतात. टाइप केलेली. राजकारणातल्या लहान-मोठ्या लोकांची. दोन पिता-पुत्र, एक त्यांचा सहकारी.

"पुढल्या तीन महिन्यांत हे पाच खून झाले पाहिजेत! तुझ्या खास मेथडनं. फास बसून."

"नाही केले तर?"

"तर वरदच्या खुनाचे डिटेल्स पोलिसांना कळवले जातील! डोन्ट वरी. तुझ्या गळ्यात फास अडकेल इतका पुरावा आम्ही तिथं प्लॅन्ट केला आहे. पुरावा न ठेवण्याची तुझी हुषारी फुकट गेलीय. आता तुझ्या हातात फक्त एवढंच आहे वरदच्या खुनाची शिक्षा भोगणं, किंवा पुढचे खून अधिकाधिक शिताफीनं करणं!"

आणखी एक शक्य असतं : कारचा दरवाजा उघडून बाहेर उडी टाकणं. मग काय होईल ते होवो! पण प्राण गेला नाही तर पुढचे धिंडवडे टळणार नाहीत. छे राहायचं तर कायम रुबाबातच राहायला हवं. पोलिसांच्या हातात न सापडता!...

या विचारानं त्याचा हॅन्डलवरचा हात थबकतो. या, आणि आणखी एका. कित्तूर पुन्हापुन्हा चाचपत असलेल्या खिशात पिस्तूल असलं तर?

"माझ्या खिशात पिस्तूल आहे." त्याचं मन वाचल्यासारखं उत्तर कित्तूर देतो, "सो डोंट ट्राय टु डू एनीथिंग फनी!"

"बाय द वे –" काही क्षणांच्या शांततेनंतर कित्तूर म्हणतो, "ती चेन आधीच तुझ्याकडे आलीय. तीत काळा खडा आहे! तेव्हा तू आमचा मेंबर झालाच आहेस. अंगठ्या मात्र परत कर."

"आणि पन्नास हजार रुपये?" मनात नसताना श्यामसुंदर विचारतो.

"ते पन्नास हजार नाहीत. फक्त पाच हजार आहेत." कित्तूर हसून म्हणतो, "पाच खुनांचा तुझा ॲडव्हान्स! फिफ्टी पर्सेंट ऑफ द पेमेंट!"

यावर श्यामसुंदर काहीच बोलत नाही. तो नुसता बावळटासारखा बसून राहतो.

◆

टोक-टोक पक्षी

"हॅलो!"

"डॉक्टर जयकर –"

"स्पीकिंग."

"डॉक्टर, मी जनार्दन बोलतोय. थोडं काम होतं. पण फोनवर सांगण्यासारखं नाही. घरी कधी भेटाल?"

"रात्री येतोस? साधारण दहाच्या सुमाराला? त्याआधी येतच नाही मी दवाखान्यातून."

"येतो. आज रात्री."

"बाकी सगळं ठीक? बेबी मजेत?"

"तिच्याबद्दलच आहे. रात्री सांगतो. तशी ती आजारी वगैरे नाही. पण असंच."

"मग ये रात्री."

"थँक्यू डॉक्टर."

बेबीबद्दलच आहे! फोनवर सांगण्यासारखं नाही! म्हणजे काय असेल? ओ गॉड! एवढी चिमुकली गोड पोरगी बेबी. जेमतेम पाच वर्षांची असेल. तिला काय झालं असं एकाएकी? त्यातून, आजारी नाही, म्हणतो! मग डॉक्टर कशाला? झालं तरी काय या पोरीला?

"तिला काय झालंय हेच आम्हाला समजत नाही. तसं पाहिलं तर अगदी नॉर्मल आहे. पण मधेच हे असं काहीतरी... काय समजायचं?"

"पहिल्यापासून सांग पाहू सगळं संगतवार."

"या मे महिन्यातली गोष्ट. मी रजा काढली होती. कुठंतरी हिलस्टेशनवर

जाऊन आराम करावा म्हणून. पण या सुमाराला कुठंही जा, गर्दी ठेवलेलीच. कसला आराम नि कसला एकान्त? माणसांची नुसती गजबज असते. म्हणून यंदा मी ठरवलं, की कुठल्या तरी आडबाजूच्या ठिकाणीच जायचं. हिला आणि बेबीला घेऊन. कुणीतरी नाव सांगितलं अंजनवनचं. म्हणाले, तिथं गर्द झाडी आहे, आणि पाहिजे तेवढी शांतता!

"त्याचं म्हणणं खरं होतं, हे तिथं पाऊल टाकताक्षणीच पटलं. आजूबाजूला उंचउंच डोंगर. गाव दरीत वसल्यासारखं. गाव तरी कशाला म्हणायचं? नावाप्रमाणं ते एक मोठं जंगलच आहे! जंगलातच थोडीशी वस्ती आहे, तिला गाव म्हणायचं झालं. ती वस्तीसुद्धा अगदी विरळ! आम्ही उतरलो होतो, त्या हॉटेलपासून दुसरं घर अर्ध्या मैलावर होतं. ते हॉटेल तिथं चालतं तरी कसं, कुणास ठाऊक! चालत असलं तर आमच्यासारख्या मुद्दाम आडगाव शोधणाऱ्या प्रवाशांच्या जिवावरच!

"अर्थात अशा प्रवाशांनादेखील या गावात यायला केवळ हा एवढाच सीझन चालला असता. झाडी इतकी दाट आहे, की वर्षातले पाच महिने धो धो पाऊस पडणार. मुख्य रस्त्याशी असलेला संबंधच तुटणार! पण तेवढा पावसाळा सोडला तर एरवी मात्र ही जागा मोठी रम्य आहे!

"रम्य आहे असं म्हटलं खरं; पण ते काही अगदी खरं नाही. हिरवं रान, गर्द झाडी आणि उंच उंच वृक्षांनी झाकलेलं आभाळ पाहिलं, की शहरी डोळ्यांना निवल्यासारखं वाटतं. पण मला उलट थोडीशी भीतीच वाटली. एक तर आमच्या हॉटेलभोवती सगळीकडे जंगलच पसरलेलं होतं. नजर टाकावी तिथं आडमाप रुंदीचे उंच थोराड वृक्ष दिसत. त्यामुळं भर दिवसादेखील सावलीच होती. पानांच्या एका प्रचंड दुरडीखाली झाकून ठेवल्यासारखं वाटे. संध्याकाळी तर विचारूच नका. साडेपाचला काळोख पडायला लागायचा आणि रात्री ते झाडांचं राक्षसी सैन्य आपल्याभोवती टेहळणी करीत उभं आहे, असं वाटून जीव दडपायचा.

"–आणि या सगळ्या गुदमरून सोडणाऱ्या वातावरणात भर टाकणारी आणखी एक गोष्ट म्हणजे सुतार पक्ष्यांचा आवाज. त्या सगळ्या झाडांवर एकूण सुतारपक्षी होते तरी किती, कोण जाणे! त्या गर्द झाडीत ते दिसत तर काही नसत; पण त्यांचं टोक-टोक, टोक-टोक मात्र दिवसभर चालू असायचं. सगळ्यांची मिळून ती घण घातल्यासारखी टोक-टोक ऐकून घाबरल्यासारखं व्हायचं. वाटे, आपल्याला न दिसणारी एक अघोर शक्ती काहीतरी फोडून टाकत बसलीय. त्यातनं त्या रानात दुसरा कसलाच आवाज नव्हता. सगळं अगदी चिडीचिप, स्तब्ध. जागच्या जागी निश्चल. त्यामुळे ती टोक-टोक जशी काही अंगावर येई.

नंतर आम्हाला त्या आवाजाची सवय झाली. पण सुरुवातीला मात्र आम्ही दोघं त्या आवाजापायी अगदी बेचैन होतो.''

''तुम्ही दोघं? – आणि बेबी?''

''आश्चर्य म्हणजे बेबीला तो आवाज आवडायचा. पहिल्यापासून जशी काही ती त्या आवाजानं भारली गेली होती. मधे पाच मिनिटं जरी आवाज थांबला तरी ती विचारायची, 'बाबा, टोक-टोक का बंद झाली?' आणि ती पुन्हा सुरू झाल्यावरच तिचं समाधान व्हायचं. शेवटी शेवटी आम्ही तिला म्हणायला लागलो होतो, 'अगं, आता इथं तुला एकसारखी टोक-टोक लागते. परत गेल्यावर कुठनं मिळणार टोक-टोक?'

''हाच प्रश्न एके दिवशी तिला विचारला, तेव्हा ती म्हणाली, 'माझ्याकडे आहे टोक-टोक!' तिच्या बोलण्याची आम्हाला गंमत वाटली. आम्ही विचारलं, 'तुझ्याकडे कशी येईल टोक-टोक? त्यासाठी टोक-टोक पक्षी हवा.' तशी ती म्हणाली, 'माझ्याकडे आहे टोक-टोक पक्षी.' मी म्हटलं, 'कुठाय?' ती किंचित गंभीर होऊन म्हणाली, 'तुम्हाला दिसत नाही. पण माझ्याजवळ आहे. खरंच आहे.'

''तुम्हाला सांगतो डॉक्टर, ते शब्द ऐकले आणि माझ्या अंगावर सर्ररकन काटा उभा राहिला. खरं तर भीती वाटण्याचं काहीच कारण नव्हतं. आमचं सगळं बोलणं गमतीनंच चाललेलं होतं आणि तरीदेखील मला बेबीचे शब्द कुठंतरी अशुभ वाटले होते. कदाचित हा तिथल्या वातावरणाचा परिणाम असेल.''

''वातावरणाचा? म्हणजे?''

''म्हणजे आमच्या आजूबाजूच्या जंगलांचा. तसं पाहिलं तर मी तिथं सुटी मजेत घालवली. शांततेतही. शहरातल्या गजबजाटापासून थोडा वेळ तरी दूर! पण तरीही असं वाटायचं की, या जंगलात काहीतरी भीतिदायक आहे. कदाचित असं असेल की, निसर्गाचं असं लांबरुंद पसरलेलं भव्य शुद्ध स्वरूप पाहण्याची सवय नसल्यामुळे त्या झाडांच्या दुनियेची आम्हाला भीती वाटत असेल. कदाचित एकसारखं लाकूड फोडीत राहण्याइतकी त्या अदृश्य पक्ष्याची चिकाटी भयप्रद असेल. काहीही असेल; पण असं वाटायचं की या सगळ्यापासून आपण जेवढे दूर जाऊ तेवढं बरं. त्यातलं काहीही आपल्याबरोबर यायला नको. पण बेबीला मात्र ते सगळं आपलंसं वाटत होतं. लहान मूल निसर्गाच्या अधिक जवळ असतं म्हणून असेल; पण ती त्या वातावरणात रमली होती. जो आवाज आम्हाला नकोसा वाटत होता, तो ती बरोबर घेऊन जाऊ पाहत होती!

टोक-टोक पक्षी । ८१

"इथं परत आल्यावर मात्र आम्ही सगळं काही विसरून गेलो. ते भीती दाखवणारं जंगल, तो पक्ष्यांचा न थांबणारा आवाज आणि त्यावरचं बेबीचं बोलणंदेखील. इथं आल्यावर आम्ही कुणीच अंजनवनाच्या आठवणी काढल्या नाहीत. बेबीनंदेखील.

"म्हणूनच नंतर एके दिवशी या तिच्या वागण्याचं मला आश्चर्य वाटलं. ही आत काहीतरी काम करीत होती. मी बाहेरच्या खोलीत वाचीत बसलो होतो. समोरच बेबी ठोकळे मांडून खेळत होती. खेळताखेळताच ती एकदम अपूर्व आनंद व्हावा तशी ओरडली – 'आलाऽ!"

"मी दचकून विचारलं – 'कोण आला?"

"टोक-टोक पक्षी! झाडांमध्ये फिरायला गेला होता इतके दिवस. आता परत आला!"

"म्हणजे बेबी अजून टोक-टोक पक्ष्याला विसरली नव्हती तर! पण गेला काय आणि आला काय? काही समजण्यासारखं नव्हतं म्हणा. पाच वर्षांची ती मुलगी! तिच्या बोलण्यात कसली संगती शोधायची?

"तो म्हणतो, मला भूक लागलीय म्हणून परत आलो." बेबी म्हणाली.

"तुला समजते त्याची भाषा?"

"हो – हळूच टोक-टोक करून सांगतो."

"मी बेबीचं बोलणं गंमत म्हणून सोडून दिलं."

"पण चारच दिवसांनी घरात एक वाईट गोष्ट घडली. आम्ही एक पोपट पाळला होता. त्याच्या पिंजऱ्याचं दार बहुधा उघडं राहिलं. सकाळी पाहिलं तर विठू मेलेला! बहुत करून शेजारच्या काळ्या बोक्यानं त्याच्यावर हल्ला केला असावा. पण एक गोष्ट थोडी विचित्र वाटण्यासारखी होती. बोक्यानं हल्ला केला असता तर सगळीकडे पिसंच पिसं पडली असती. जागोजाग रक्त निघालं असतं. पण इथं तसं काही झालेलं नव्हतं.

"इथं पोपटाच्या डोक्यात एक आरपार भोक पडलेलं होतं आणि तेवढ्याच जागेवर रक्तामांसाचा चिखल झाला होता."

"शिवाय पिंजऱ्याचं दार उघडं राहिलं असावं असं म्हटलं ते काहीतरी स्पष्टीकरण द्यायचं म्हणून. पण खरं पाहता दाराची कडी जशीच्या तशीच होती.

"आम्ही काळ्या बोक्याचं नाव घेतलं. तेव्हा बेबी काहीच बोलली नाही. आश्चर्य म्हणजे विठू मेला म्हणून ती रडलीसुद्धा नाही. दिवसभर गप्पगप्पच होती. जशी काही मनातल्या मनात काहीतरी घोळवत होती. कसला तरी विचार करीत होती. पाच वर्षांची मुलगी. अशी गप्प बसून विचार करत राहिली, तर ते पाहणाऱ्याला कसं वाटेल?

"संध्याकाळी जसं काही तिच्यानं राहवेना. ती माझ्याजवळ आली आणि मला म्हणाली, 'बाबा, तुला एक गंमत सांगू?'

"ती मला 'अरे-तुरे' करते. आईपेक्षा मीच तिला अधिक जवळचा वाटतो. आमचं एकमेकांशी भलतंच चांगलं पटतं. म्हणूनच बहुधा तिनं आपलं गुपित आईला न सांगता मला सांगायचं ठरवलं असावं.

"कसली गंमत?"

"विठूला किनई काळ्या बोक्यानं मारलं नाही."

"मग?"

"त्याला टोक-टोक पक्ष्यानं मारलं."

"कुठाय टोक-टोक पक्षी?"

"आता गेलाय झाडांमध्ये फिरायला. त्याला भूक लागली होती. आता पोट भरलं तेव्हा गेला."

"मग मला दिसला नाही तो?"

"कसा दिसेल? कुणालाच नाही दिसत तो."

" 'म्हणजे तो नाहीच. तू उगाच सांगतेस काहीतरी.' मग तिला वाईट वाटू नये म्हणून मी विचारलं, 'माझी गंमत करतेस. होय ना?'

" 'नाही, तो खराच आहे. तुम्हाला कळत कसं नाही हो? मी सांगितलं ना, तो आलाय माझ्याबरोबर म्हणून! दिसला नाही म्हणून काय झालं? त्यानं चोचीनं टोक-टोक करून पाडलेलं भोक तर दिसतं आपल्याला?'

" 'कुठलं?' मग आठवलं. पोपटाच्या इवल्याशा डोक्यात पाडलेलं भोक! मी शहारलो. बेबीला विचारलं, "त्यानंच ते पाडलं हे तुला काय माहीत?"

"आणि यावर तिनं जे सांगितलं ते ऐकून – डॉक्टर, माझ्यावर वेड लागण्याची पाळी आली."

"काय सांगितलं तिनं?"

"ती म्हणाली... नाही डॉक्टर, मला त्याचा उच्चारसुद्धा करावासा वाटत नाही."

"असं काय करतोस जनार्दन? सांग तर खरं!"

"ती म्हणाली की, 'टोक-टोक' म्हणाला, 'मी पोपटाचं डोकं पोखरून खातो. मी नको म्हटलं, तर म्हणाला, तू नको म्हणालीस तर मी तुझंच डोकं पोखरून तुझा मेंदू खाईन. खाल्लाही असता त्यानं. भूकच लागली होती ना त्याला भयंकर!' "

"असं म्हणाली ती? मग पुढे?"

"मला अर्थात विलक्षण धक्का बसला होता. पण मी तो न दाखवता सगळं हसण्यावारी नेण्याचा प्रयत्न केला. तरी माझा चेहेरा उतरलाच असणार. कारण

थोड्या वेळानं हिनं 'काय झालं' म्हणून विचारलं; पण मला काही हिला सांगायचं धैर्य झालं नाही.''

''यानंतर आणखीन दोन-तीन महिने तरी बेबीनं टोक-टोक पक्ष्याचं नाव काढलं नाही. ती त्याला विसरून गेली, असं मला वाटलं. कारण तुम्हाला माहीतच आहे, की मुलं एखादेवेळी काहीतरी डोक्यात घेतात. पण ती भराभर वाढत असतात. त्यामुळं आधी डोक्यात घेतलेलं नंतर पटकन विसरूनही जातात.

''पण अडीच-तीन महिन्यांनी एकदा बागेत मुलांची गर्दी जमलेली दिसली. मी जवळून जात होतो. सहज काय झालं म्हणून विचारलं. मुलं म्हणाली, 'काळा बोका मरून पडलाय.' मी पुढं होऊन पाहिलं.

''आणि मला एकदम विठू पोपटाच्या मरणाची आठवण झाली.

''कारण, काळ्या बोक्याच्या डोक्यातही पाठीमागून भोक पडलेलं होतं. ते खोल खोल गेलं होतं. पार आतपर्यंत. मांस पिंजल्यासारखं बाहेर आलं होतं. रक्त अजून ओलसर होतं. मात्र बोक्याला इतर कुठेही काही झालेलं नव्हतं.

''मी काहीच न बोलता तिकडून जाऊ लागलो. पण एवढ्यात पाठीमागून बेबी आली, म्हणून थांबलो. तिच्या हातात खेळातलं माती खणायचं खुरपं होतं आणि तिचा चेहेरा विलक्षण गंभीर होता. किंबहुना अपराधी दिसत होता. तिनं मला पाहिलं, आणि तो अधिकच अपराधी झाला. जसा काही तिच्या हातून एखादा मोठ्ठा गुन्हा घडला होता; आणि तो इतरांना नसला तरी मला ठाऊक होता. पण त्या गुन्ह्याची जबाबदारी ती नाकारीत नव्हती.

''तिनं इतर मुलांच्या मदतीनं जास्वंदीखालच्या भुसभुशीत मातीत एक खड्डा खणला आणि त्यात काळ्या बोक्याला पुरून टाकलं. वर माती लोटून जमीन पहिल्यासारखी केली.

''विठू गेला तेव्हा तिनं मनाला इतकं लावून घेतलं नव्हतं. बहुधा असं काही घडेल याची कल्पना नसल्यामुळं, ते घडलं याच्या धक्क्यामुळं, कदाचित तिला विठू गेल्याचं दुःख जाणवलं नसेल. पण आता मात्र तिला काळा बोका मेला याचं दुःख झालेलं दिसत होतं. एवढंच नाही तर त्याच्या मरणाला आपण कारणीभूत आहोत असंही वाटत होतं.

''यावेळी मात्र धीर धरून सगळं हिच्या कानावर घातलं. अर्थातच ते ऐकून ती हादरली. पण ती काही बोलणार, एवढ्यात बेबी तिथं आली. कसल्या गुप्त गोष्टी बोलताहोत हे तिनं लगेच ताडलं. ती म्हणाली, 'मग मी काय करणार? टोक-टोक म्हणाला की, काळ्या बोक्याचा मेंदू खातो. नको म्हणाले असते तर

त्यानं माझा मेंदू–'

"माझ्यानं ऐकवेना. मी खाडकन तिच्या थोबाडीत ठेवून दिली. आणि ओरडलो, 'हे काय चालवलंयस बेबी तू? कुठला टोक-टोक आणि कुठलं काय? वाट्टेल ते काय बडबडतेस? अशानं वेड लागेल तुला. लक्षात ठेव – त्या पोपटाच्या मरणाशी, काळ्या बोक्याच्या मरणाशी तुझा काहीही संबंध नाही. टोक-टोकनं तुला काही केलं नसतं, समजलीस? कारण आधी टोक-टोक पक्षी अशी काही गोष्टच नाहीये इथं.'

"मी थोबाडीत मारूनसुद्धा ती रडली नाही. पण तिचे डोळे मात्र विलक्षण करुण झाले. वाटलं, ते म्हणताहेत, नाही बाबा, तुला कधीच समजायचं नाही. पण टोक-टोक आहे. खरंच आहे! मला तो काय सांगतो हे कसं समजावून देऊ मी तुला?

"त्या दिवसापासून मी काळजीत आहे डॉक्टर. डॉक्टर, त्या राक्षसी झाडांच्या दरीतलं भयानक अमानुष असं काहीतरी आमच्या घरात आलंय. किंवा – किंवा बेबीच्या डोक्यावर तरी परिणाम झालाय. ती कसल्या तरी भयंकर भ्रमात सापडलीय. सुकत चाललीय. खाण्यापिण्याकडे तिचं लक्ष नाही. तसं पाहिलं तर कशातच लक्ष नाही. बोलताबोलता मधेच थांबून ती कसली तरी चाहूल घेते. कसली ते मला आता समजू लागलंय; कारण कालच ती माझ्या जवळ आली आणि मला म्हणाली, 'बाबा, तो आलाय.'

"पहिल्यांदा तो परत आला तेव्हा तिनं असेच शब्द उच्चारले होते. आनंदानं ओरडून. पण आज तिच्या शब्दांत आनंद नव्हता. बिलकूल नव्हता. होती फक्त भीती. थंड निराकार भीती.

"म्हणून मी तुम्हाला भेटायचं ठरवलं. तुम्ही तिला तपासा. तिच्याशी बोला. मग सांगा, काय प्रकार आहे? तुमच्याकडे आलोय ते केवळ तुम्ही डॉक्टर आहात म्हणून नाही. तर सल्ला देणारं एक वडीलधारं माणूस म्हणून. घरावर संकट आलंय. तुम्हीच मार्ग सुचवा."

"असा घाबरून जाऊ नकोस जनार्दन. संकट नाही की काही नाही. हातपाय गाळू नकोस. ठीक होईल. पहिल्यांदा आधी ते दरीतलं अमानुष वगैरे डोक्यातून काढून टाक. तुझ्या घरात काहीसुद्धा आलेलं नाहीये. तूच सांगितलंस की तो टोक-टोक आवाज त्या जंगलात दिवसभर घुमायचा. तुम्हाला त्याचा त्रास झाला तरी बेबीला तो आवडायचा. म्हणून तिनं टोक-टोक पक्ष्याची कल्पना डोक्यात घेतली, एवढंच. सो, व्हॉट्स रॉंग विथ इट?"

"त्यानंतर तिच्या पाहण्यात या दोन प्राण्यांचे मृत्यू आले– नॅचरली तिनं त्याचा संबंध टोक-टोकच्या कल्पनेशी जोडला. त्या दोन गोष्टींचा संबंध नाही,

हे समजून घेण्याइतकी ती मोठी नाही. तेव्हा तिला तसं सांगून, मारून काही उपयोग नाही. उलट ती सांगते त्यावर आपला पूर्ण विश्वास आहे, असं दाखवायला हवं. आणि मग हलकेच ती कल्पना तिच्या डोक्यातून काढून टाकायला हवी. तू उद्या रात्री तिला घेऊन ये. मी बोलतो तिच्याशी.''

''काय बेबी, मजेत ना?''
''अं– हो.''
''कॅडबरी खाणार?''
''अं– नको.''
''तुझं लक्ष कुठाय?''
''अं– कुठं नाही.''
''मग अं-अं काय करत्येयस? तुला दुसरा कसला आवाज ऐकू येतोय का?''
''हो. तुम्हाला काय माहीत?''
''काय ऐकू येतंय?''
''टोक-टोक... अगदी हळूचकन्.''
''कोण करतंय टोक-टोक?''
''टोक-टोक पक्षी.''
''कुठाय टोक-टोक पक्षी? मला नाही दिसत तो?''
''आहे, माझ्याकडे आहे.''
''तुझ्याकडे कसा आला?''
''आम्ही गेलो होतो ना, तिथं खूप होते टोक-टोक. पण आम्हाला दिसत नसत. एकदा संध्याकाळच्या वेळी मी त्या जंगलाला म्हटलं, मला दे ना एक टोक-टोक. तशी जंगलानं दिला.''
''तुला दिसला तो?''
''नाही, पण माझ्या कानाशी टोक टोक ऐकू यायला लागली, तेव्हा कळलं.''
''आत्ता काय म्हणतोय तो?''
''म्हणतोय, मला भूक लागली.''
''तू कुठनं देणार त्याला खायला?''
''नाही दिलं तर तो मला माझं डोकं... मला भीती वाटते.''
''तुला भीती वाटते ना? मग असंच कर. मलाच देऊन टाक तो टोक-टोक.''
''तुम्हाला देऊन टाकू? तुम्ही घ्याल?''

"हो. मी घेईन."

"खरंच घ्याल?"

"हो हो. घेईन की."

"मग 'घेतला' म्हणा. मोठ्यानं म्हणा. त्यांना ऐकू जाईल एवढ्या मोठ्यानं?"

"घेतलाऽ!"

"बाबाऽऽ बाबा! तो गेला."

"बघ आता ऐकू येत्येय टोक-टोक?"

"नाही. आता कशी येईल? माझ्याकडे कुठाय तो?"

"सी व्हॉट आय मीन जनार्दन? आता पर्फेक्टली नॉर्मल झाली ती."

किती बरं वाटलं चिमणीला! उड्या मारत मारत निघून गेली बापाचं बोट धरून! नाहीतर आली होती किती मंदपणे चालत! लहान पोरांचं समाधान किती छोट्याशा गोष्टीनं होतं, नाही? नुसतं मी टोक-टोक घेतला म्हणताक्षणीच तिला सुटल्यासारखं झालं!

चला, निजावं आता. रात्र बरीच झाली.

दारावर कुणीतरी टकटक करतंय वाटतं? हे काय? दारात कुणीच नाही? मग कुठनं आवाज आला? खिडकीवर? नक्कीच खिडकीच्या तावदानावर कुणीतरी टकटक करतंय! खिडकीबाहेर कुणीच नाही. फक्त आकाशात केवढा तरी भकास पांढुरका चंद्र उगवलाय. आणि दाराजवळचा कुत्रा त्याच्याकडे पाहून भुंकतो आहे!

आत्ता आवाज अगदी जवळच ऐकू आला! टोक-टोक, टोक-टोक असा! मग तो टोक-टोक पक्षी तर-? ओ कमॉन! त्या चिमुरडीच्या गोष्टीचा लगेच एवढा परिणाम झाला की काय मनावर? इतका वेळ त्याच विषयाचा विचार केला म्हणून लगेच असे भास... टोक-टोक, टोक-टोक! नक्की इथूनच कुठून तरी येतोय! हा भास नाही! भास नाही! टोक-टोक टोक-टोक! एका तालात! अणकुचीदार चोचीचं टोक पुन्हापुन्हा लाकडावर आपटावं तसं टोक-टोक... टोक-टोक! याचा अर्थ काय? खरंच एखादा टोक-टोक पक्षी इथं आलाय की काय? पण इथं कुठून येईल तो? हे थोडंच जंगल आहे? ओ गॉड! म्हणजे मघा आपण गमतीनं बेबीला म्हटलं ते – ते खरंच तर घडलं नाही? आपण टोक-टोक पक्षी घेतला – तिच्याकडून घेतला! म्हणजे खराच तर तो तिच्याकडून माझ्याकडे आला नाही? पण असं कसं होईल? हे सगळं खोटं आहे! टोक-टोक पक्षी कुठला असणार? नुसते त्या पोरीच्या मनाचे खेळ! तिच्या समजुतीसाठी आपण काहीतरी बोललो झालं! ते खरं

कसं होईल? पण मग हे आवाज का थांबत नाहीत? कुठंतरी टोक-टोक पक्षी आहेच! पण मग तो दिसत का नाही?

वेट! ऐकलं पाहिजे! अगदी नीट लक्ष देऊन ऐकलं पाहिजे! मग कळेल आवाज कुठनं येतो ते!

परमेश्वरा! आवाज कुठनं येतो ते आत्ता कळलं! हाउ टेरिबल! आवाज माझ्या डोक्याशी – नाही नाही! डोक्यातून! अगदी आतूनच येतोय! तो काय म्हणतोय हे समजतंय! अगदी नीट समजतंय! टोक-टोक... टोक-टोक... मला भूक लागलीय! भयंकर भूक लागलीय! मला त्या कुत्र्याचं डोकं पोखरायचंय! त्या चंद्राकडे पाहून भुंकणाऱ्या कुत्र्याचं!

टोक-टोक! डोकं पोखरायचंय! डोकं डोकं! टोक-टोक! कुत्र्याचं! पोखरू? पोखरू?

नाही! हा भास मला थांबवलाच पाहिजे! टोक-टोक खरा नाही! खरा नाही! टोक-टोक! टोक-टोक!

लवकर बोल! जाऊ मी? जाऊ मी?

नको! मी तुला त्याला मारू देणार नाही! कुत्र्याला मारलंस तर...

मग काय करू? काय करू? टोक-टोक... टोक-टोक! मला भूक लागलीय!

– लागू दे! पण कुत्रा माझा आहे! त्याला मी मारू देणार नाही! टोक टोक थांबली वाटलं! आता कसा गप्प बसला!

आंऽ! हे काय? ही लालभडक वेदनेची ज्वाळा! टोक-टोक-टोक! डोळ्यांसमोर अंधेरी येतेय! वाचवा! कुणीतरी वाचवा! त्याला बाजूला काढा! पुन्हापुन्हा – त्वेषानं तो चोच मारतोय! ही कानातून? नाही. डोळ्यांतून? डोक्यातून? एकसारखी तीक्ष्ण टोक-टोक... वेदना-वेदना! कळा! लाल-पिवळी-जांभळी वेदना! बाजूला करा कुणी त्याला... वाचवा! काळोख... सगळा काळोख!...

"काय झालं सांगा ना! तुम्ही असे काय दिसताय? आज ऑफिसात काही–"

"भयंकर प्रकार घडलाय! भयंकर प्रकार! डॉक्टर जयकरांना फार वाईट मरण आलं."

"काऽय?"

"कुणीतरी ऑफिसातच मला सांगितलं. मी तसाच धावतपळत त्यांच्या बंगल्यावर गेलो.

"लोकांची ही गर्दी जमली होती! 'डॉक्टर गेले' एवढंच लोक म्हणत होते.

"बाकी कुणी काही स्पष्ट सांगायलाच तयार नव्हतं. डॉक्टरांचा चेहेरा मात्र

असह्य वेदनांनी पिळवटलेला दिसत होता!''

''पण काय झालं होतं, काहीच कळलं नाही!''

''लोक कुजबुजत होते, डॉक्टरांचा खून झाला असं. कुणीतरी डोक्यात गोळी घातली. डोक्याला भोक पडलं होतं. पण गोळी मिळाली नाही. इतरही कसला पुरावा सापडला नाही. मग खून तरी कसा म्हणायचा? लोक चक्रावलेत. पण तुला-मला माहित्येय. कालच डॉक्टरांनी बेबीकडून टोक-टोक पक्षी मागून घेतला.''

''पण ते तर म्हणत होते, की ते सगळं खोटं आहे.''

''असं मलादेखील वाटत होतं. पण आता अनुभवावरून काय म्हणायचं?''

''खरंच असेल ते! ते जंगलातलं भयंकर कुणीतरी! त्यानंच प्राण घेतला डॉक्टरांचा. डॉक्टरांचे उपकार जन्मात नाही विसरता येणार! आपल्या पोरीला वाचवता वाचवता बिचाऱ्यांवर हा प्रसंग... दुर्दैवच म्हणायचं! पण ते जे काय होतं ते आता तरी जाईल डॉक्टरांबरोबरच. बेबी सुटेल त्याच्यापास्नं.''

''काय झालं बेबी? धावतशी आलीस? घाबरायला काय झालं?''

''काही नाही – काही नाही.''

''मला सांग बेबी, काय झालं?''

''काल आपण टोक-टोक पक्षी डॉक्टरांना दिला होता ना? तो परत आलाय! माझ्याकडे! आईऽ!''

''काय झालं बबडे?... अहो! उठा उठा! बेबी बघा कसं करत्येय!''

''बेबी! बेबी!''

''बाबा, त्याला काढा ना ओढून! कसं करतोय बघा ना तोऽ! मला... मला... तो माझा मेंदू... आई! बाबा!...''

पुढे फक्त किंकाळ्या. किंकाळ्यांमागून किंकाळ्या, हुंदके. एकटी बेबी झगडत्येय. अवघ्या पाच वर्षांची बेबी. पण एकटीच झगडत्येय. आणि तिचे आईबाप आम्ही! नुसते हताशपणे पाहतोय.

''बेबी, असं काय करत्येयस? काही नाही बेबी. घाबरू नकोस.''

बेबी हातपाय झाडतेय. डोक्याचे केस उपटतेय. हवेतच कुणाशी तरी झगडल्यासारखे हात हलवतेय. त्यानंच तिला काहीतरी होईल असं वाटतंय. गच्च पकडून ठेवलं तरी ती सबंध अंगाला हिसके देतेय. काही बोलू शकत नाही. नुसती किंकाळ्या फोडतेय आणि केस उपटतेय!

दोन-तीन मिनिटंच हे चालतं आणि मग दिव्याच्या प्रकाशात तिच्या केसांत जिरणारा रक्ताचा ओघळ दिसतो. 'ही' किंकाळी फोडून बेशुद्ध पडते. बेबीच्या

किंकाळ्या थांबलेल्या. शुद्ध हरपून ती माझ्या मांडीवर डोकं टाकते. सगळी शक्ती एकवटून एकदाच पाहते. बेशुद्धीतच 'बाबा–' अशी ओठांची हालचाल करते. आणि डोळे मिटून घेते... कायमचे.

आणि त्याच क्षणी माझ्या लक्षात येतं. बेबीनं न सांगताच. टोक-टोक पक्ष्यानं त्या वेळेस कुणाचा मेंदू खायला मागितला असेल– आणि स्वत:चा बळी देऊन बेबीनं कुणाला मरू दिलं नसेल– हे!

मी बेबीला गच्च मिठी मारून टाहो फोडतो.

आत – अगदी आत एवढी एकच आशा वाटत असते की, तो टोक-टोक पक्षी जिच्याबरोबर आला, तिच्या मरणानंतर तरी जंगलाकडे परत जाईल!

◆

डायरी

ती डायरी माझ्याकडे कशी आली, हे एक कोडंच आहे.

माझ्याकडे अनेकानेक सुंदर डायऱ्या असतात. तसा मला डायऱ्या जमवण्याचा नाद आहे असं नाही; पण सुंदर गोष्टी मला आवडतात. खास त्रास घेऊन मी त्या जमा करीन असं नाही; पण एखादी सुंदर गोष्ट फेकून देण्याइतका मी अरसिकही नाही. तेव्हा निव्वळ उपयोगी डायऱ्यांपासून ते देखण्या सचित्र डायऱ्यांपर्यंत, आणि सोनेरी कडा असलेल्या पानांच्या भारदस्त कातडी डायऱ्यांपासून ते प्लॅस्टिकच्या छटेल-नखरेल सुळसुळीत डायऱ्यांपर्यंत सारे प्रकार माझ्याकडे आपोआपच जमले आहेत. अर्थात माझं समाजातलं स्थानसुद्धा याला कारण आहे. अगदी तरुण वयातच दोन वेळा अमेरिकेच्या वाऱ्या करून मी भारतातल्या एका प्रतिष्ठित अमेरिकन फर्मचा मॅनेजर बनलोय. आता अशा स्थानावरच्या माणसाकडे वर्षाच्या सुरुवातीला आकर्षक डायऱ्यांचा खच पडत असेल, हे वेगळं सांगायलाच नको. त्यांतल्या कुठल्या ठेवाव्यात आणि कुठल्या नाहीत हे ठरवणंच कठीण! बहुतेक डायऱ्या मी वाटून टाकतो. एखाद-दुसरी चांगली डायरी स्वत:कडे ठेवतो. तीही तशीच खास असेल तर– किंवा देणारा अगदी जवळचा असेल तर! त्यामुळे माझ्याकडची प्रत्येक डायरी कोणी दिली, कुठून आली, हे मला ठाऊक असतंच.

पण ही डायरी कुठून आली, हे मात्र काही केल्या मला आठवेना. माझ्या कपाटात एका कप्प्यात डाव्या बाजूला ठेवलेल्या डायऱ्यांमध्ये ती अगदी अचानक दिसू लागली. नवीनच वाटली म्हणून बाहेर काढून पाहिली. तशी ती डायरी फार देखणी होती, अशातला भाग नाही. पण तिच्यात काहीतरी खास वेगळेपण होतं. ती पाहावी पाहावीशी वाटत होती. तिचा स्पर्श मखमली होता. रंग काळाभोर होता. पानांच्या कडाही काळ्या होत्या.

मी ती उघडली. पहिलं पानदेखील काळंभोर होतं.

डायरी अर्थातच कोरी होती.

एकदम वारा आला आणि तिच्यातली पानं अनावर झाल्यासारखी फडफडू लागली. एक चमत्कारिक हुरहूर माझ्या मनात दाटून आली.

मी ती डायरी फाडकन बंद केली. पण हातातल्या हातातच मला तिचा वेगळेपणा जाणवू लागला. जसं काही एखाद्या थंड निर्जीव वस्तूऐवजी श्वासोच्छ्वास करणारी, उबदार, जिवंत गोष्ट मी हाताळत होतो.

मी डायरी उलटून पाहिली. तिच्यावर कसलंही नाव नव्हतं, नक्षी नव्हती, काही काहीसुद्धा नव्हतं. ती अगदी कोरी होती.

हातातल्या हातात धडपडणारं, सुटकेचा प्रयत्न करणारं पाखरू आपण हातातून सट्‌कन सोडून द्यावं, तशी मी ती डायरी पटकन कपाटात ठेवून दिली. कपाट बंद करून घेतलं.

मनातलं कोडं न उलगडलेलंच राहिलं. ही डायरी इथं आली कशी? –मी स्वत: ती विकत घेतलेली नव्हती, कुणी मला दिल्याचंही आठवत नव्हतं. मग–? काहीही असो. ती माझ्या मनात भरली होती खास.

तो दिवस चांगला आठवतो. कारण त्याच दिवशी ऑफिसनं एक्स्ट्रॉ प्रमोशन देऊन माझ्या कर्तबगारीचं खास कौतुक केलं होतं. जे यश मिळवायचं मिळवायचं असं मी कधीपासून घोकत होतो, ते आज माझ्या दारात येऊन उभं होतं. आणि नेमक्या याच दिवशी ती काळी डायरी माझ्या कपाटात येऊन पडली होती.

कित्येक बारीकसारीक कोडी त्यांची उत्तरं न मिळवताच आपण बाजूला टाकतो. तसंच मी त्या डायरीलाही विसरून गेलो.

एवढ्यात माझं लग्न ठरलं. कुसुम प्रभावळकरशी. प्रेमविवाह नव्हता. मुलगी पाहूनच पसंत केली होती. मोठ्या घराण्यातली होती. तिचे वडील प्रख्यात डॉक्टर होते. मुलगीदेखील नुकतीच डॉक्टरकीची परीक्षा पास झाली होती. प्रॅक्टिस करायची म्हणत होती. दिसायला साधी, पण आकर्षक होती. नाव ठेवण्यासारखं काहीच नव्हतं. सहजासहजी लग्न जमलं.

मुख्य म्हणजे हे सगळं माझ्याच आजवरच्या योजनेप्रमाणंच झालं होतं. मी फार गरिबीत शिकलो होतो. कदाचित कुठली तरी सामान्य नोकरी पत्करून बसलो असतो. चारचौघींसारख्या एखादीशी लग्न केलं असतं. पण मी थांबलो. धीर धरला. मनासारखं शिक्षण केलं. मनासारखी नोकरी मिळाली. आणि नोकरीत पाय घट्ट रोवल्यानंतर आता ही दृष्ट लागण्यासारखी बायकोही मला

मिळत होती.

साखरपुडा तीस जानेवारीला करायचं ठरलं. तीस जानेवारी एकोणीसशे सत्त्याहत्तर. एकदम डोक्यात आलं – तीस जानेवारी ही तारीख डायरीत नोंदून ठेवायची.

खरं म्हणजे मला डायरी लिहिण्याची बिलकुल सवय नाही. एखाद्या सवयीशी असं स्वतःला जखडून घेणं मला मुळीच आवडत नाही. पण तीस जानेवारी ही तारीख महत्त्वाच्या घटनेची होती. ती नोंदून ठेवायलाच हवी असं वाटलं. म्हणून त्यासाठी एखादी कोरी डायरी काढायचं मी ठरवलं. आणि कसे कोण जाणे, पण हात त्या काळ्या मखमली कव्हरच्या डायरीकडेच गेले.

डायरी बाहेर काढली आणि पहिल्या प्रथम काय लक्षात आलं असेल तर तीवर सोनेरी अक्षरात घातलेला सन– एकोणीसशे सत्तर.

आता हा सन तीवर आला कुठून? मला पक्कं आठवत होतं, की मी ही डायरी प्रथम पाहिली तेव्हा तिच्यावर नाव, वर्ष – काही काही नव्हतं. असतं तर मी ते विसरलो असतो का? त्यातून जुनं वर्ष – सत्तर साल. आजमितीला सत्त्याहत्तर साल चालू होतं. मग सत्तर सालची ही डायरी बाकीच्या सत्त्याहत्तर सालच्या डायऱ्यांमध्ये कुठून आली?

असं तर नसेल की ही सत्तर सालची म्हणून मी तिला विसरून गेलो असेन, ती मागे पडली असेल आणि नंतर मीच कधीतरी पुस्तकं खालीवर करताना...

पण इतकी सुंदर डायरी मला सत्तर साली कुणी दिली असेल?

सत्तर साली माझी परिस्थिती अगदीच वाईट होती. नाशिकच्या एच. पी. टी. कॉलेजात मी शेवटच्या वर्षाला होतो. भविष्यकाळ फारसा चांगला नव्हता. लवकर लग्न-नोकरी... मी सामान्य माणूस बनण्याच्या तयारीत होतो.

पण नाही – एवढ्यातच मला पुढच्या आयुष्याचा पंचनामा करून टाकायचा नव्हता. माझ्या डोळ्यांसमोर खूप खूप उजळ स्वप्नं होती. आणि निदान या क्षणी तरी ती केवळ स्वप्नं नव्हती. ते मनात भिरभिरणारे रंगीत पतंग होते. त्या पतंगांचे दोरे माझ्या हातात होते. मी माझं भविष्य घडवू शकत होतो. माझ्या कल्पनेप्रमाणे. छे, एवढ्यात मला संसार, नोकरी यांत गुंतून पडायचं नव्हतं. मी चांगलाच महत्त्वाकांक्षी होतो.

मी जुनं विसरायचं ठरवलं. आयुष्याचं नवं पान उलटायचं ठरवलं.

– मी डायरीची पानं उलटली. तीस जानेवारीवर साखरपुड्याची नोंद करायची होती.

पण तीस जानेवारीचं पान काढलं; आणि मला धक्काच बसला.

पान संपूर्ण कोरं नव्हतं. त्यावर दोन ओळी लिहिलेल्या होत्या.

'आज तू माझ्याशी तुटकपणे वागलास. ही आपल्यातल्या दुराव्याची सुरुवात तर नाही?'

कोणी लिहून ठेवलं असेल हे त्या डायरीत?

माझी पक्की खात्री आहे – कालपर्यंत ती डायरी संपूर्ण कोरी होती! असं असताना आजच ही वाक्यं तिच्यात कुठून आली?

जाऊ दे. माझ्या बघण्यातच काहीतरी चूक झाली असेल. तीस जानेवारीच्या पानावर पहिल्यापासूनच ती दोन वाक्यं असतील आणि माझ्या नजरेतून ती निसटली असतील.

मी पुन्हा सबंध डायरी चाळून पाहिली. पण नाही. त्या दोन वाक्यांखेरीज आणखी कुठे काहीच लिहिलेलं नव्हतं.

मी विचार करायचाच नाही, असं ठरवलं. पूर्वीच कधी तरी ती वाक्यं लिहिली गेली असतील. नाहीतरी ती डायरी चांगली सात वर्षांपूर्वीचीच होती!

पण कुणी लिहिली ती? – जाऊ दे. सात वर्षांपूर्वीचं आता कसं आठवणार?

पण विसरू म्हटलं तरी ते शब्द सारखेच आठवत राहिले. मनावर जसा काही चरा ओढला होता त्या शब्दांनी!

आणि त्या डायरीचं एक अनावर आकर्षण वाटायला लागलं होतं.

ती डायरी उघडायचीच नाही म्हटलं, तरी ती उघडावी आणि ते शब्द वाचावेत, असं एकसारखं वाटत होतं. पण कशाला वाचायचे ते शब्द? ते कोणी लिहिलेत, हे मला कधीच कळणार नव्हतं. मी माझी उत्सुकता दाबून ठेवली.

पण फक्त चारच दिवस. पाचव्या दिवशी माझ्यानं राहवेचना. मी ती उघडली आणि तीस जानेवारीची नोंद शोधू लागलो.

पण त्याआधी दुसरंच एक पान उघडलं गेलं. पाच फेब्रुवारी. त्यावर नोंद होती– 'आज मी रडत घरी आले. तुला माझ्याविषयी काहीच वाटत नाही का?'

मी थक्क झालो. चारपाच दिवसांतच हे कुणीतरी लिहिलं होतं. कारण गेल्या खेपेला पानं कोरी – म्हणजे अगदी कोरी करकरीत होती.

कुणीतरी मुद्दाम चावटपणा करीत होतं. पण कोण? –माझ्या आजूबाजूला तर असं थट्टेखोर माणूस कुणीच नव्हतं. या मस्करीचा हेतू काय असणार?

काहीही हेतू असेल. कुणीही हे करीत असेल. पण आपण त्या व्यक्तीला ही संधी देता कामा नये. मी ती डायरी कपाटात ठेवून कुलूप लावून टाकलं.

खरं तर हा शुद्ध पोरकटपणा होता. एक कोरी डायरी. तिच्यात मी कसलंही

गुपित लिहिण्याचा विचारसुद्धा करीत नव्हतो. असं असताना तिला एवढी कड्याकुलपं कशाला हवीत?

बरं, कुलूप लावून तरी माझं समाधान कुठं झालं होतं? दररोज कपाट उघडून मी डायरीची पानं तपासतच असे. कुणी पुढं काही लिहून ठेवलंय का हे बघण्यासाठी! पण नाही. पुढली पानं कोरीच होती. माझा तर्क बरोबर होता. डायरी उघड्यावर असताना कुणीतरी दोन वेळा तिच्यात लिहिण्याची संधी साधली होती. आता कुलूप लावल्यावर कशी झाली पंचाईत!

खरं म्हणजे रोज कपाट उघडून डायरी बघायची काही गरज नव्हती. पहिले दोनतीन दिवस काही लिहिलं नाही, म्हटल्यावर, आता कुणी काही लिहिणार नाही हे उघडच होतं. पण तसं झालं नाही. कसल्या तरी ओढीनं मी रोज ती डायरी उघडून पाहत राहिलो. जसं काही तिच्यात आणखी काहीतरी लिहिलं जाण्याची मी वाटच पाहत होतो.

या दिवसांत माझ्यात नकळत एक बदल होत चालला होता. मी कुसुमला भेटेनासा झालो होतो. साखरपुड्याच्या दिवसानंतर मी तिला भेटलोच नव्हतो. भेटायचं, भेटायचं, असं रोजच म्हणत असे. तिचेही फोन येतच असत. मी येतो– संध्याकाळी भेटतो असं मी तिला सांगत असे. पण संध्याकाळी निघालो, की एकदम वाटे – नको. कुठला तरी विचार अडसरासारखा मधे उभा राही. कधी काही, तर कधी काही. हळूहळू मला वाटायला लागलं की मी जाणूनबुजूनच तिला भेटायचं टाळतो. कां ते मात्र मला कळत नसे. खरंच, मला ती नकोशी कां व्हावी? जिच्याशी साखरपुडा होऊन पंधरा दिवससुद्धा झाले नव्हते, ती–?

– आणि अचानक सव्वीस फेब्रुवारीला डायरीत नोंद सापडली : 'शेवटी मला ज्याची भीती वाटत होती, ते घडलं. माझ्याशी लग्न करता येणार नाही, असं तू सांगितलंस. किती सहजपणे सांगितलंस तू ते! मला मात्र एखाद्या कड्यावरून दरीत लोटावं, तसं झालं. आता यापुढं माझं आयुष्य म्हणजे नुसता अंधार! अंधार!'

मी हबकूनच गेलो. कोण लिहितं हे सारं? आणि माझ्या डायरीत? काय म्हणून? कुसुमशी ठरवलेलं माझं लग्न अद्याप मोडलं नव्हतं. मग कुणीही असं का लिहावं?

पण कितीही विचार केला तरी तो आक्रोश मनात घुमतच राहिला. 'यापुढचं आयुष्य... अंधार! अंधार!'

कुणाचं तरी आयुष्य धारेला लागलं होतं, आणि ती डायरी मला ते दाखवून देत होती. मलाच कां? कां म्हणून?

नंतर कधीतरी मी ठरवूनच टाकलं की आपण कुसुमला भेटायचं नाही. ती मला फोन करकरून थकली. एकदोनदा माझ्या ऑफिसात आली. पण नंतर तिलाही जाणवलं असावं, की आमच्या भेटींना रंग चढत नाही. काम म्हणून भेटावं, तसं आम्ही भेटतो. तिनंही मग भेटण्याचा आग्रह धरणं सोडून दिलं.

कुसुममध्ये इंटरेस्ट न वाटण्याची कितीतरी कारणं माझ्या मनानं शोधून काढली. ती फार साधी आहे का? तिचं घर मोठं – त्या मानानं माझं कुटुंब गरीब – हे तिला जाणवत असेल का? मी नुसती परीक्षा देऊन मोठी जागा मिळवली – त्यापेक्षा, डॉक्टर म्हणून तिचं कर्तृत्व मोठं नाही का? आज ना उद्या ती डोईजड होणार नाही ना? एक ना दोन! कारणांची एक यादीच तयार झाली.

शेवटी मी लग्न मोडायचं ठरवलं. कुसुमला तसं सांगितलं. तिला थोडंसं आश्चर्य वाटलं. पण तरी, तिनं ते समजून घेतलं. कदाचित तिला ते याआधीच जाणवलं असावं. वडिलांना समजावून सांगायचं काम तिनं स्वत:कडे घेतलं.

वाटलं, आपला साखरपुडा झाला ती तारीख आपण नोंदून ठेवायची म्हटली – पण नोंदली नाही. आता आपलं लग्न मोडलं ती तारीख तरी नोंदून ठेवावी. पण कुठं? – त्याच डायरीत? मन तयार होईना. जसं काही ती डायरी आता माझी राहिलीच नव्हती. दुसरंच कुणीतरी तिच्यात काहीबाही लिहून ठेवत होतं. आणि ती डायरी ते लिहिणाऱ्या व्यक्तीचीच झाली होती.

तरीही मी डायरी उघडली. कदाचित, नवीन काही लिहिलेलं सापडेल अशा अपेक्षेनं.

पण डायरीचं आजच्या तारखेचं पान कोरं होतं आणि पुढचीही पानं कोरीच होती.

मनानं सुटकेचा नि:श्वास सोडला. आणि निराशेचाही. असं वाटलं होतं की नवीन काहीतरी वाचायला मिळेल. मग स्वत:चीच गंमत वाटली. कां वाटावं असं? दुसऱ्याच्या आयुष्यात डोकावण्याची कां ही उत्सुकता? तिनं डायरीत काहीतरी लिहून ठेवावं अशी इच्छा – तीसुद्धा, कुणी डायरीला हात लावू नये, म्हणून डायरी कडीकुलपात ठेवलेली असताना? मला नेमकं हवं होतं तरी काय?

डायरीविषयी मी कुणालाच सांगितलं नाही. कुसुमलासुद्धा. किंवा एखाद्या जवळच्या मित्रालाही. जसं काही त्या डायरीतला मजकूर हे माझं स्वत:चं एक खास गुपित होतं. त्या डायरीतल्या मजकुरात आणि माझ्यात एक जवळचं नातं होतं. जे लिहिलं जातं, ती मस्करी नाही, हे मला आता पटलं होतं. पण मग कुणाच्या दु:खाशी माझी ओळख होत होती? कोण होती ही मुलगी? – आणि

हा विचार करताकरताच, तिनं माझ्या डायरीत लिहिणं मला नेहमीचं वाटायला लागलं. जणू त्यात काहीच जगावेगळं नव्हतं.

हळूहळू माझ्या लक्षात आलं, की तिनं पुढं काही लिहावं याची मी वाटच पाहतोय.

'त्या दिवशी मी ठरवलं की तुला विसरून जायचं. आपणही आपला मार्ग शोधायचा.' काही दिवसांनी माझ्या डायरीत शब्द आले – 'पण इतक्या दिवसांत एक क्षणही असा गेला नसेल, की तुझा विचार मी केला नाही. उरलेलं हे सारं रिकामं आयुष्य मी कशी काढणार, तेच मला कळत नाही. लवकर मरण आलं तर काय बहार होईल!'

ते वाचलं आणि मी फारच उदास झालो. वाटलं, या दु:खी जीवासाठी आपल्याला काही करता आलं, तर किती बरं होईल! पण मी काय करणार? जिथं हे कोण लिहितं, तेसुद्धा मला माहीत नव्हतं, तिथं?

माझ्या मनाला एवढंच निमित्त पुरलं की काय कुणास ठाऊक; पण त्या दिवसापासून ते एकसारखंच उदास राहू लागलं. कदाचित लग्न मोडल्यामुळंही असेल. पण माझा सगळ्या गोष्टींमधला इंटरेस्ट एकदम कमी झाला. मी बाहेर कुठं जाईनासा झालो. ऑफिसातून आल्यावर नुसता घरीच पडून राहू लागलो. तासचे तास विचार करीत – कसला विचार? कुणास ठाऊक! विचार करताना ती डायरी मात्र माझ्या छातीवर पडलेली असे.

दिवसाचा मिळेल तेवढा वेळ मी ती डायरी माझ्या जवळच ठेवत असे. रात्री झोपतानाही ती उशाशी ठेवी. हळूहळू मी ती ऑफिसातही घेऊन जाऊ लागलो. म्हणजे आता तर बाहेरचं कुणी तीत काही लिहू शकलं नसतं?

आणि तरीदेखील तिच्यात आणखी एक नोंद झालीच होती :

'तू मुंबईला निघून गेलास. आता लांबूनदेखील तुझं दर्शन होणार नाही. पण मी तुला पत्र लिहून छळणार नाही. तुला माझ्यापासून कणभरही त्रास व्हावा असं मला वाटत नाही. तू मोठा हो. सुखी हो. शक्य असतं तर मी तुझा विचारही केला नसता. पण जिवंत आहे तोवर तरी ते शक्य नाही. मला जगावंसंही वाटत नाही.'

मी काय करू शकत होतो? या वेड्या जीवाच्या समाधानासाठी मी काय करू शकत होतो? तिचा नावपत्ता मला ठाऊक नव्हता, की तिची प्रेमनिराशा करणाऱ्या माणसाला मी ओळखत नव्हतो. आणि तरीदेखील मला तिची काळजी लागून राहिली होती. तिचं काय होईल हे कळत नव्हतं. ते कळवून घेण्याचा मार्गच माझ्या हातात नव्हता. हाती होतं ते नुसतं वाट पाहणं. डायरीत यापुढं कसली नोंद होईल याची वाट पाहणं.

हळूहळू मला हा एकच चाळा लागून राहिला.

एकसारखं वाटे, की डायरीत आणखी काही लिहिलं गेलं नसेल ना? पूर्वी दिवसातून एकदा ती डायरी पाहणारा मी – आता तासातासाला पाहायला लागलो होतो. हो, मधल्या वेळात काही लिहिलं गेलं असलं, तर ते चुकायला नको.

अर्थात यासाठी मला ती डायरी ऑफिसात घेऊन जाणं भाग पडायचं. तिथं हातातलं काम बाजूला ठेवून तासातासाला डायरी पाहणं हा एक उद्योगच होऊन बसला. पण मला त्याचा त्रास वाटत नसे. उलट व्यसनी माणसाच्या अधीरतेनं मी डायरीकडे वळायचा. डायरीत काही नवीन लिहिलेलं नसलं तरी निराश न होता थोड्या वेळानं पुन्हा पाहू, असं ठरवायचा. लोकांना चुकवून व्यसन करणाऱ्यासारखा गुपचुप डायरी उघडायचा. ...

पण लोकांना हे कळल्याशिवाय राहिलेलं नव्हतं. लोक हसायचे. आपसांत कुजबुजायचे. ऑफिसात चर्चा करायचे. अर्थात माझ्या केबिनपर्यंत ती पोहोचत नसे. पण तरी येताजाता कानावर यायचं. मला राग यायचा. असला एखादा माणूस डायरी सदासर्वकाळ बाळगत, तरी त्यात काय आहे कुजबुजण्यासारखं?

एक दिवशी तर कमालच झाली. कुणीतरी ती डायरी माझ्या केबिनमधून उचलूनच नेली. मी शोधाशोध केली. पण डायरी सापडेना. त्यावरून लक्षात आलं की बाहेरच्या या नादान माणसांपैकीच कुणीतरी माझी मस्करी करण्यासाठी ती उचलली. मी चिडलो, संतापलो, खवळलो आणि मग असहाय झालो. दुबळा झालो. डायरीवाचून मला क्षणक्षण असह्य व्हायला लागला. जसा काही मी ड्रग-ॲडिक्ट होतो. माझं व्यसन जगाला कळलं होतं. त्यांनी माझं ड्रग माझ्यापासून पळवलं होतं. रक्तालाच त्या विषारी पदार्थाची चटक लागल्यामुळं त्याशिवाय जगणं मला अशक्य होतं. त्या दुष्टांना हे माहीत होतं. पण ते माझा अंत पाहत होते. कदाचित – चांगल्या हेतूनं. मला या व्यसनापासून सोडवण्यासाठी. पण त्यांना कळत नव्हतं, की मला त्याशिवाय एकेक क्षण कंठणं कठीण झालं होतं. मी वेडापिसा झालो होतो.

अखेरीस न राहवून मी केबिनबाहेर आलो. मी खरंच एखाद्या व्यसनी – पण व्यसनापासून तोडला गेलेल्या माणसासारखा केविलवाणा – तरीही भयंकर दिसत असलो पाहिजे. कारण मला पाहताच सगळे भूत पाहिल्यासारखे दचकले. उभे राहिले. एकमेकांकडे पाहू लागले. मी त्यांना ओरडून विचारलं, "हॅज एनीबडी सीन माय डायरी?" कोणी काहीच बोलेना. मी मूठ जोरानं जवळच्या टेबलावर आपटली आणि ओरडलो, "आय वॉन्ट माय डायरी बॅक." सगळे

माझी नजर टाळत खाली पाहू लागले. माझा आवेश ओसरला. दीनवाणेपणं मी त्यांची करुणा भाकली : ''प्लीज... प्लीज... आय वॉन्ट माय डायरी बॅक.''

कुणी काहीच बोललं नाही. सगळीकडे शांतता पसरली. मी झोपेत चालल्यासारखा केबिनमध्ये परतलो.

केव्हा कोण जाणे, डायरी माझ्या केबिनमध्ये परत आली. पण संध्याकाळीच टॉप-बॉसनं मला बोलावून घेतलं आणि सांगितलं, ''मिस्टर रांगणेकर, यू लूक ओव्हर-वर्क्ड. फार थकलेले दिसताय तुम्ही. तुमच्या वागण्यातही जाणवतंय ते. यू नीड रेस्ट. उद्यापासून रजेवर जा तुम्ही. थोडा तोल सावरल्यासारखा वाटला, की रिझ्यूम व्हा. काय?''

मूर्ख कुठले! माझी काळजी घेताहेत! खरं तर काळजी घ्यायला हवीय –तिची!

पण टॉप-बॉसचा हुकूम पडला ना? मी मुकाट्यानं रजेवर गेलो.

त्या रात्री मला डायरीत नवीन नोंद दिसली :

'जेवण जात नाही. आई-बाबांच्या आग्रहासाठी इतके दिवस लिंबाएवढा भात खात होते. आता त्याचीही शिसारी आली आहे.'

बाप रे! या मुलीनं प्रेमासाठी सरळ अन्नपाणी सोडलं की काय?

किती पाषाणहृदयी हा माणूस! त्याच्यावरून तिनं आपलं सर्वस्व ओवाळून टाकलं. आणि असल्या या स्वर्गीय प्रेमाचा अव्हेर करून तो मात्र निघून गेला! तिची वास्तपुस्तही न घेता! असल्या नीच माणसांना जगायचासुद्धा अधिकार नाही!

मधल्या काळात माझी जेवणावरची वासनाच उडाली. ऑफिसातही जायचं नव्हतं. दिवसेंदिवस मी जागचा न हलता ती डायरी हातात धरून नुसता पडून राहू लागलो.

एक दिवशी कुसुम आली. माझा दाढी वाढलेला, डोळे ओढलेला, खंगलेला अवतार पाहून ती म्हणाली, ''रांगणेकर, तुमची हालत फारच खराब झालीय. कानावर आलं होतं, म्हणून बघायला आले. पण अवस्था इथवर पोहोचली असेल, असं वाटलं नव्हतं.''

''मला कुठं काय झालंय?'' मी खिन्न हसून म्हणालो, ''मदतीची खरी गरज तिला आहे.''

''कुणाला?'' कुसुमनं विचारलं.

पण या प्रश्नाला माझ्याकडे उत्तर नव्हतं.

कुसुम बिचारी चांगली मुलगी! नाहीतर ज्यानं आपल्याशी ठरलेलं लग्न मोडलं, त्याची विचारपूस करायला दुसरं कोण आलं असतं?

तिनं खूप तपासणी केली. दुसऱ्या दिवशी मला हॉस्पिटलमध्ये घेऊन गेली.

नाना तऱ्हेच्या टेस्ट्स घेतल्या. तिसऱ्या दिवशी एका दाढीवाल्या डॉक्टरकडे घेऊन गेली. त्याच्याकडे स्पेशल रूममध्ये मला ठेवण्यात आलं.

मी विरोध केला नाही. घरी काय नि इथं काय, कुठून तरी डायरीवर लक्ष ठेवायचं. दिवसाचे चोवीस तास. डोळ्यांत तेल घालून. ते मात्र फारच महत्त्वाचं होतं. कारण त्या मुलीचं कधी काय होईल हे सांगवत नव्हतं.

– नाही तर काय! कालच डायरीच्या पानांवर नोंद होती :

'आता माझं दुःख आटोक्यात आलंय. कारण फार थोडे दिवस आता या भयाण जगात काढायचे आहेत. इथून जाण्याचा, दुःख संपवण्याचा फार चांगला मार्ग मला सापडला आहे. अन्नपाण्यावाचून माणूस किती दिवस जगू शकतो? तुला आवडणारे माझे हात आता नुसते वाळक्या काटक्यांसारखे दिसताहेत. पण काही बिघडत नाही. तू थोडाच आता ते बघायला येणार आहेस? आई रडत असते. पण बाबा तिची समजूत घालतील.'

शेवट अगदी जवळ आलेला दिसत होता. पण मला आशा होती. तो अजून येईल. तिला भेटून जाईल. डायरीची पुढची पानं आशेनं बहरतील.

दाढीवाल्या डॉक्टरांना, माझ्यात सुधारणा होईल, अशी चांगलीच आशा वाटत होती.

आता ती डायरी हातात पडली, त्याला जवळजवळ सातआठ महिने होत आले होते. पण अजून एकदाही डायरी लिहिणारी व्यक्ती मला दिसली नव्हती.

पण परवा रात्री ती मला जवळजवळ दिसलीच. अशी पाठमोरी – पण अगदी ओळखीची असावी, तशी वाटली. टेबलाशी बसून ती डायरीत लिहीत होती. मी थरारून गेलो. पहिल्या प्रथमच! – पहिल्या प्रथमच ती मला दिसत होती – आणि डोळे उघडले तर काय? टेबलाशी कुणीच नाही. अशी एकदम नाहीशी कशी झाली? मग मला भास झाला की काय? की स्वप्न पडलं? मी एकदम डायरीवर झेप घेतली. माझा अंदाज खराच होता. डायरीत नवी नोंद होती. मग मला दिसलं ते स्वप्न कसं म्हणायचं?

मी घाईघाईनं ती नोंद वाचली :

'आता फार थोडा वेळ उरला आहे. काही तासांतच सुटका होईल. या जगातून जाण्यापूर्वी एकदा तुझी भेट झाली असती तर – या एकाच आशेनं प्राण घोटाळताहेत. पण वाटतं, कल्पनेमध्ये तरी तुला इथवर येण्याची तसदी कां द्यावी? मी तशीच जाईन. तू सुखात राहा.'

मी मुळीच वेळ घालवला नाही. बाहेरचे कपडे घातले, डायरी घेतली आणि बाहेर पडलो.

बिल्डिंगमध्ये तशी वर्दळ होती. पण माझ्या अंगावर पेशंटचे कपडे नव्हते. तेव्हा मला कोण अडवणार?

मी सरळ स्टेशनवर गेलो. नाशिकला जाणाऱ्या गाडीत बसलो. गाडी जोरजोरात धावू लागली. सत्तर सालात.

पहाटेपर्यंत मी नाशिकला पोहोचलो होतो.

तासात मी तिच्या वाड्यावर गेलो.

दिंडी-दरवाजा लोटून आत गेलो. वाड्यात सकाळची कामं सुरू झाली होती. वर्दळ बरीच वाढली होती.

टोकाचं बिऱ्हाड त्यांचं. इतक्या वर्षांनीदेखील बरोबर आठवलं. बाहेर एका मोठ्या लाकडी पेटीवर बसून स्तोत्रं म्हणताहेत, ते तिचे वडील. हो, शंकाच नाही!

त्यांच्यासमोर जाऊन उभा राहिलो.

"मला ओळखलंत? मी रांगणेकर. मागे तुमच्या घरी यायचा मी."

म्हाताऱ्या वडिलांनी डोळे किलकिले करून पाहिलं. तसं त्यांचं वय फार नव्हतं. पण अकाली म्हातारे झाले होते. उद्ध्वस्त झाल्यासारखे दिसत होते.

"कॉलेजात होतो मी त्या वेळेस. माझं प्रेम होतं तुमच्या मुलीवर. पण जात वेगळी म्हणून तुम्ही विरोध केला असतात. म्हणून आम्ही न थांबता सरळ लग्न करायचं ठरवलं. पण – पण मी एकदम विचार बदलला. लग्न करायचं तर त्यासाठी मिळेल ती नोकरी घ्यावी लागली असती. अगदी सामान्य रीतीनं जगावं लागलं असतं मग! म्हणून मी सगळं तडकाफडकी संपवून टाकलं. मुंबईला गेलो. ओळखी काढल्या. पैसे गोळा केले. फॉरेनला गेलो. आता खूप मोठा माणूस झालोय मी."

तिच्या वडिलांना ओळख पटलेली दिसली. काय करतील ते आता? माझ्या फाडफाड मुस्कटात मारतील? मला घालवून देतील? त्यांनी कितीही मोठा अपमान केला, तरी तो कमीच होता....

"बस." ते थकलेल्या आवाजात म्हणाले, आणि त्यांनी तिथंच कोपऱ्यात ठेवलेली चटई अंथरली. "तू मोठा माणूस झालास. पण तिनं मनाला फार लावून घेतलं बाबा. तुझ्या आठवणींनी ती झिजून झिजून मेली. अन्नपाणी सोडून देऊन. एकसारखी तुझं नाव घ्यायची. पण, तुला कळवू नका, म्हणायची! म्हणायची, आता त्याच्या आयुष्यात मला जागा नाही. तुला कळलंच नसेल ना हे सारं?"

"सुरुवातीला नाही कळलं. नंतर नंतर – अगदी शेवटी नीट लक्षात आलं – या डायरीवरून." मी माझ्या हातातली डायरी त्यांना दाखवली. तिची पानं उलटून दाखवली. "या – या डायरीवरून."

म्हातारेबुवा माझ्याकडे विचित्र नजरेनं पाहत राहिले. काय बोलावं ते सुचत नसल्यासारखे. मग न राहवून त्यांनी विचारलं, –

"डायरी? कुठाय डायरी?"

पोलिसांना रांगणेकर नाशिकच्या रस्त्यावर मिळाला. त्यांनी त्याला तो जिथून बाहेर पडला होता, त्या 'सायकिॲट्रिक नर्सिंग होम'च्या स्वाधीन केलं. पण तीन-चार दिवसांतच तो तिथं मृत्यू पावला. मरताना तो एका डायरीविषयी काहीतरी बोलत होता. पण बरीच शोधाशोध करूनही त्याच्या सामानात एखादी डायरी सापडली नाही.

◆

प्रियकर

शोभना केव्हापासून पहाटेची वाट पाहतेय.

काल रात्री या ठिकाणी आल्यापासूनच.

तशी तर घरून निघाल्यापासूनच तिच्या मनाची घालमेल चालली होती. सगळा प्रपंच संपला होता; ज्याची त्याची देणी देऊन टाकली होती; आणि आता तिची तीच मागे राहिली होती. एकटी. स्वतंत्र. इतकी वर्षं तिला जखडून टाकणारे दोर तोडायला आता ती मोकळी होती.

मनाची क्षणमात्र चलबिचल झाली... तेवढं अनघाचं लग्न पाहायला हवं होतं. ...

पण त्यात काही अर्थ नव्हता. कुमारसारख्या उमद्या, सज्जन मुलाशी अनघाचा साखरपुडा झालेला होता. मनानं आता ती त्याच घरची झाली होती. तिचं शिक्षण पुरं होत आलं. आणि आईच्या पाठीमागेदेखील तिला कसली ददात पडणार नव्हती. मग तिची काळजी राहिलीच कुठं? साखरपुडा पाहिला म्हणजे लग्न पाहिल्यासारखंच. आणखी लग्नसोहळा पाहिलाच पाहिजे असं कुठं होतं? उलट, आपल्या या लंगड्या ध्यानाची अडचण व्हायची – त्याआधीच अनघापासून दूर झालं तर ...

लग्नापर्यंत थांबण्यात आणखी एक धोका होता. अनघाच्या लग्नानंतर आपलं काय? आज अनघा आपल्या मागेमागे राहून सगळी काळजी वाहतेय. आईने आपल्यासाठी केलं, त्याची दोन्ही हातांनी परतफेड करतेय. ती घरी गेल्यानंतर आपल्याला एक दिवसदेखील जगणं त्रासाचं होईल. कुमार म्हणतो आहे, आई, तुम्हीही चला आमच्याच घरी. मग अनघाचं घर, नवे संबंध, नातवंडं. त्या सगळ्यांत गुरफटून जायचं. नको गं बाई! अशानं सगळं पुन्हा नव्यानंच सुरू व्हायचं. आणि त्यातच कधी तरी म्हातारपण येऊन झिजून झिजून मरायचं. त्यापेक्षा आत्ताच...

शोभनेला म्हातारपणाची भीती वाटत नसे. पण तिला ते जमेलाच धरायचं नव्हतं. मनानं ती अजूनही तरुणच होती. आणि याच अवस्थेत तिचं आयुष्य कधी तरी संपायला हवं होतं.

म्हातारपण येण्याआधीच कधी तरी संपून जाण्याची कल्पना तिनं जन्मभर मनात घोळवली होती, रुजवली होती, खतपाणी घालून वाढवली होती. आंजारली-गोंजारली होती. त्या कल्पनेचं बी मनात कसं पडलं, कुठं पडलं हे तिला लख्ख आठवत होतं.

त्याच्या पहिल्या भेटीतच तिला ही कल्पना सुचली होती.

आणि त्याची पहिली भेट इथंच झाली होती... याच परिसरात...

कार वळणावर वळताक्षणीच शोभना चोवीस वर्षं मागं गेली.

चोवीस वर्षं कुठली? एका क्षणाचाही बदल झालेला नाहीये या जागेत. सूर्यास्ताच्या पिवळट प्रकाशात चमकणारी ती लाल लाल माती. एका बाजूला चढत गेलेले अस्मानी डोंगर, आणि दुसऱ्या बाजूची उजळ पोपटी हिरव्या रंगातली दरी. ते चित्र अजून जसंच्या तसंच लखलखीत होतं. किंचितही पुसट न होता.

आणि ते दुसरं चित्र. त्या बांबूच्या कमानी. त्यावर दोन्ही बाजूंनी बोगनवेली. हिरवीगर्द झाडी. त्यातून हळूच डोकावणारं लाल छपराचं चिमुकलं पांढरं हॉटेल. याही चित्रातले रंग अजून तितकेच ताजे आहेत....

आणि या सगळ्यांशी अजूनही ओळख ठेवणारं आपलं मन – ते तर अजून इतकं ताजंतवानं आहे, की कार थांबल्याबरोबर त्यानं दुडुदुडु धावायला सुरुवात केलीय. फुलपाखराच्या मागे पळणाऱ्या छोटुल्यागत.

– बदललंय ते फक्त शरीर. ते मात्र पार-पार बदललंय. कॅरियरवरून चाकांची खुर्ची उतरवून घेतली जात असताना शोभना सुस्कारते. तिच्या धावणाऱ्या मनाला ठेच लागते. ते क्षणार्ध कळवळतं.

"इथं अगदी बरं वाटेल बघ आई तुला." अनघा तिला खुर्चीत बसवताना म्हणते.

वेडी पोर! शोभनेच्या मनात येतं. बरं वाटण्यासाठी तर मी इथं आलेय. बरं! अगदी कायमचं बरं! पण तुला वेडीला ते कुठून कळणार? आणि मी सांगणार तरी कसं?

हळूहळू रात्र होते.

दरीवरचं पिवळट ऊन सोनेरी होत होत काळवंडून जातं. डोंगरांची निळाई करडी होत होत ते नुसते काळेकुट्ट काळोखाचे तुकडे दिसू लागतात. सुरूच्या झाडांमधून थंडी भिरभिरू लागते.

शाल पांघरून शोभना हॉटेलच्या दारात बसून राहते. चाकांच्या खुर्चीवर काळोखातच जुनी ओळख शोधत राहते. चोवीस वर्षांपूर्वीची.

एकदम तिच्या मनात येतं की या काळोखातून लांबवर भटकून यावं. मग तिला स्वत:चंच हसू येतं. हा विचार चोवीस वर्षांपूर्वीचा झाला. आत्ताचा नाही. चोवीस वर्षांपूर्वीच्या शोभनेला खूप नाद होता हिंडायचा. पायांना जशी भिंगरी लागली होती. अवघं एकोणीस वर्षांचं वय. शिडशिडीत, शेंगेसारखी अंगकाठी. तिनं एका जागी उभं राहायचं, म्हणजे खळाळत्या पाण्यानं निश्चल होण्यासारखं होतं. त्यातून अशा रानात आलं, म्हणजे तर ती भुरळ पडल्यागत रानभर होई. रानातल्या वाटा-वाटा विंचरत बसे. झाडावर चढे. पारंब्यांना झोके घेई. पाण्यात पावलं नाचवी. निसरड्या गवतावर घसरे.

पण हे सगळं तेव्हाचं. आता एक पाऊलसुद्धा टाकणं कठीण होतं. अनघा नेहमी खुर्ची ढकलायला तयार असायची. त्यामुळं खुर्चीदेखील स्वत:हून फार लांब न्यायची सवय नव्हती. त्यातनं ही खड्यामातीची जमीन. इथं एकटीनं खुर्ची कशी न्यायची?

शोभनेच्या डोळ्यांत पाणी आलं. या समोर पसरलेल्या रानाला तरी काय वाटेल? चोवीस वर्षांपूर्वी इथं नाचून गेलेल्या बेभान मुलीच्या पाऊलखुणा त्यानं अजून जपल्या असतील. मग आज या चाकांच्या खुर्चीत जडशीळ बसलेल्या मध्यमवयीन बाईला ते ओळखेल का? नाही रे. मी पूर्वीचीच आहे. पूर्वीचीच होण्यासाठी पुन्हा एकदा आले आहे... तुला भेटायला.

डोंगरामागे केवढा तरी जर्द नारिंगी चंद्र उगवला, आणि सगळं रान जादूचं होऊन गेलं.

आणि आपल्या मनातल्या हेतूची कुणाला चाहूलही लागू न देता, ज्या एका क्षणासाठी ती इथं आली होती, तो क्षण... तिच्या मनात चोवीस वर्षांपूर्वीच्या त्याच्या भेटीचा क्षण पुन्हा एकदा जागा झाला. ...

रानात पहाट झाली होती. पक्षी कुलकुलत होते.

पण अजून धुक्यातून उजाडल्यासारखं वाटत नव्हतं.

कशी कोण जाणे, शोभनाला जाग आली. क्षणभर डोळे उघडे ठेवून ती चाहूल घेत पडून राहिली. लांबवरचा पाखरांचा आवाज सोडला, तर सारं अगदी स्तब्ध होतं. आणि तरी शोभनाला जाणवत होतं की रान हलकेच जागं होतंय.

सगळी गाढ साखरझोपेत होती. एवढासा आवाज केला तर कुणी जागं झालं असतं असं नाही. पण अशा वेळी कपड्यांची सळसळ झाली तरी हातनं गुन्हा झाल्यासारखा वाटतो. तेवढाही आवाज होऊ न देता शोभना उठली आणि बाहेर आली. तशीच हॉटेलबाहेर निघाली.

वाट दवानं भिजली होती. गारव्यानं अंगावर शहारा येत होता, तरी

शोभनेनं अंगावर शाल घेतली नव्हती. थंड थंड... अगदी बर्फाचा खडा होऊन या थंडीशी एकजीव होऊन जावं असं तिला वाटत होतं. या भव्य निसर्गातलंच एक पान नाहीतर फूल झालो, तरी आयुष्याचं सार्थक होईल असं वाटत होतं.

पायांनी आपणहूनच दिशा शोधावी तसं झालं. ती कड्याशी येऊन पोहोचली.

पलीकडे... पलीकडे दरीमध्ये निसर्गाचं अफाट वैभव पसरलेलं... आणि तरीही नजरेला काहीच दिसत नसलेलं...

एक दाट पडदा... पांढरा पांढरा... पांढऱ्या अंधारात आंधळं करणारा. ती थांबली... त्या अथांग पांढुरकेपणाकडे पाहात. थक्कपणे. तो पडदा विरळ होईल का? किंवा डोळ्यांना सराव होऊन तरी त्यापलीकडचं दिसेल का?

पडदा विरळ झाला नाही... पण डोळ्यांना काहीतरी दिसू लागलं....

त्या पांढऱ्या समुद्रात लाटांवर फेस झुलावा तसं आणखी काहीतरी तरंगत होतं. डोळे विस्फारून ती पाहत राहिली. त्या मंतरलेल्या वेळेला काहीही पाहण्याची तिची तयारी होती. पण हा अद्भुत चमत्कार घडेल, असं मात्र तिला वाटलं नव्हतं.

धुक्यातून एका तरुणाची पांढरीशुभ्र आकृती पुढे येत होती. जणू धुक्यानंच मानवी आकार घेतला होता. क्षणाक्षणानं तो आकार तिच्याजवळ येत होता.

तो तिच्यासमोर येऊन उभा राहिला. देखणा चेहेरा आणि त्यावर एक छद्मी हास्य. आपण जगाची पर्वाच करीत नाही, असं दाखवणारं.

तिला काय करावं तेच कळेना. तिनं नजर झुकवली. वाटलं, भास झाला असेल तर तो जाईल. धुकं पुन्हा वेगळा आकार घेईल.

पण क्षणार्धानं नजर वर उचलली, तरी तो तिथंच होता – तेच छद्मी हास्य करीत.

तिनं धीर धरून हलकेच विचारलं, "कोण आहेस तू?"

"मी होतो." तो म्हणाला, "कालपर्यंत होतो, आज नाही."

'म्हणजे?' तिच्या मनात प्रश्न आला. पण तिनं तो उच्चारला नाही. मात्र तिच्या मनातला प्रश्न वाचल्यासारखं त्यानं उत्तर दिलं.

"काल याच वेळी – मी धुक्यात चालत गेलो." त्याचा आवाज किती वेगळा होता! एरवी शब्दांना असतो, तसला किंचितही कर्कशपणा त्याच्या आवाजात नव्हता. पण तो नुसताच मंजूळ नव्हता. जसा काही तो आवाज नव्हताच. त्याशिवायच ते शब्द आपल्यापर्यंत पोचवले जात होते.

"धुक्यात चालत गेलात? कसे?"

"आत्ता चालतो आहे तसाच. देह गळून पडला खाली कुठंतरी दरीत. मी मात्र तसाच चालत राहिलो. धुक्यात नाहीतरी तो देह काही उपयोगाचा नव्हता.

रक्तामांसाचा होता, आज ना उद्या जीर्णशीर्ण होणार होता. तरुणपणी आपण सुंदर असतानाच धुक्यात चालत जायला हवं, खरं ना?''

''खरंच? असं करता येईल?''

''येईल म्हणजे?'' पुन्हा तिच्या मनातला प्रश्न वाचून तो म्हणाला, ''मी नाही तसं केलं? मी कवी आहे. मला चिरतरुणच राहायचंय. म्हातारं होण्याची कल्पनासुद्धा मला सहन झाली नसती. तुला होते सहन?''

खरं तर म्हातारं होण्याची कल्पना या क्षणापर्यंत तिच्या मनाला शिवलीसुद्धा नव्हती. मग सहन होण्याचा प्रश्नच कुठं येतो?

''येतेस ना? येतेस माझ्याबरोबर?'' त्यानं विचारलं.

जायलाच हवं. पुन्हा इतकी सुंदर संधी लाभणार नाही, चिरतरुण होण्याची. पुन्हा अशी संगत मिळणार नाही, अशा अपूर्व कविमनाची.

तिनं पाऊल उचललं. किती सोपं आहे! या धुक्यातून चालतच राहायचं. दगडामातीवर चालताना जिथं आपण कंटाळत नाही, थकत नाही, तिथं धुक्यातून चालायचं, म्हणजे केवढं सुख! त्यातून याच्या सोबतीनं! सारं तारुण्य, सारं सौंदर्य, सारं पौरुष, सारं काव्य ज्याच्यात एकवटलंय अशा पुरुषाच्या सोबतीनं कायम चालत राहायचं! तहानभूक विसरून! –नव्हे, जिथं तहानभूक जन्मालाच येत नाही अशा प्रदेशात जायचं. अफाट अवकाशात! जिथं दरी आणि आभाळ दोन्ही धुक्याच्या समुद्रानं जोडली जाताहेत, तिथं. त्या सर्वव्यापी धुक्यातून चालत राहायचं! कायम तरुण राहायचं.

ती दरीच्या दिशेनं पावलं उचलू लागली. तो धुक्यात तरंगत होता. एक हात पसरून बोलवीत होता : 'ये... ये.'

आणि ती एकेका पावलानं कड्याच्या टोकाजवळ जात होती.

''शोभना... शोभना!'' हाक मारीत तिची आई धावत आली. तिनं तिला गच्च धरून ठेवलं. ''पुढं कुठं चाललीस? दरी आहे पुढं!''

शोभनेनं एकवार तिच्याकडे पाहिलं. मग वर अवकाशात पाहिलं.

तो अजूनही बोलावत होता.

तिनं त्याच्या दिशेनं एक पाऊल उचललं. आईनं तिला मागं खेचलं.

त्याचा पसरलेला हात अजूनही दिसत होता. 'ये ये' म्हणणारी बोटं अजूनही वातावरणात हलत होती. पण क्षणाक्षणाला पुसट होत जात होती....

''तिकडे काय बघतेस?'' आई म्हणाली, ''झोपेत चालत आलीस की काय इथं?''

'येईन रे. मी नक्की येईन एक दिवस. पण ही माझी आई आहे ना!'

तिला खात्री होती, हे विचार वाचल्याशिवाय तो नक्कीच राहायचा नाही.

“अंथरुणात पाहिलं तर तू नाहीस. काय घाबरून गेले मी! कशी कोण जाणे, पहिल्यांदा हीच जागा माझ्या मनात आली. तश्शी धावत आले. बरं तर बरं!” आई बोलत होती.

– ‘नुसत्या आईसाठीच म्हणते असं नाही रे! पण अजून सगळंच राहिलंय. मी नंतर येईन! आल्याशिवाय नाही राहणार! वचन देते हवं तर! पण आत्ता नाही येत मी! रागावू नकोस हं!’ आता त्याची आकृती पुरती दिसेनाशी झाली. पण तिला खात्री होती, त्याच्या मुद्रेवर ते छद्मी स्मित असणारच! त्याचा काही आपल्या सांगण्यावर विश्वास बसला नसणार! कसलं वचन नि कसलं काय! ही मुलगी परत येत नाही खास! असंच वाटलं असणार त्याला. वाटू दे. एक ना एक दिवस मी वचन खरं करून दाखवीनच! मग तर झालं?

त्यानंतर अनेकदा तिला आपल्या वचनाची आठवण झाली होती.

तिचं शिक्षण पुरं झालं, तेव्हा तो तिच्या डोळ्यांसमोर यायचा. पण तेवढ्यात घरच्यांनी तिच्यासाठी स्थळं बघायला सुरुवात केली होती. माहितीतली पुष्कळ मुलं तिला लग्नाविषयी विचारून भंडावून सोडायची. कुणाचाही विचार करायला लागलं की तो डोळ्यांसमोर येई... धुक्यातून छद्मी हसणारा. त्या हसण्याचा अर्थ उघड असायचा. तो तिची खिल्ली उडवायचा. लग्नाचा विचार करतेयस! बघ – बघ कसे एकेकजण आहेत ते! माझी सर येईल यांतल्या कुणाला? आणि असं असताना माझी ओळख झाल्यानंतरही तू यांचा विचार करू शकतेस?

त्यानं असं म्हणणं बरोबर होतं. त्यानं कितीही टिंगल केली असती, तरी ती ऐकून घेणं भागच होतं. पण नुसती टिंगल करायला त्याचं काय जात होतं? सगळ्यांनाच काही मनाला येईल तेव्हा धुक्यातून जाता येत नाही. आणि जोवर ते साधत नाही, तोवर या जगाचे कायदेकानून पाळावेच लागतात. इथला व्यवहार सांभाळावाच लागतो.

एक गोष्ट तिला पक्की ठाऊक होती. त्या पहाटे आपण त्या धुक्यातल्या तरुणाच्या प्रेमात पडलो, हे निश्चितच. ते प्रेम फार फार सुंदर होतं. आयुष्यभर आठवत राहण्यासारखं होतं. पण ते प्रेम खास तिचं स्वतःचं होतं, एकटीचं होतं. ते कुणाला सांगण्यासारखं नव्हतं. सांगून कुणाला समजण्यासारखं नव्हतं. व्यवहाराशी त्याचा काही संबंधच नव्हता. पण म्हणूनच त्यावर भागण्यासारखं नव्हतं.

त्याच्या छद्मी हास्याकडे लक्ष न देता तिनं आईवडिलांनी शोधलेल्या स्थळाला मान्यता दिली. राघवेंद्र चांगला होता. म्हणजे या व्यवहारी जगात जितका चांगला असू शकेल, तितका चांगला होता. त्याला सौंदर्याची आवड होती; पण तो स्वतःच सौंदर्य नव्हता. त्याला काव्य समजत असे; पण तो स्वतः

काव्य नव्हता. म्हणून तर त्याची त्या धुक्यातल्या तरुणाशी तुलना करण्याची चूक शोभना कधीच करणार नव्हती. तिनं लग्नाला हरकत घेतली नाही.

वर्षभरातच अनघा झाली. तिच्या डोक्यात पुन्हा त्याचा विचार आला. वाटलं, मुलगी झाल्याचं समजल्यावर तर तो नक्कीच खो खो हसेल... वचन म्हणे वचन! आता मुलगी झाली. तिच्यात जीव गुंतून पडणार! मग कशाला आठवण राहणार आहे त्या पहाटेच्या धुक्याची?

पण तिला चांगली आठवण होती! फरक इतकाच होता, की शोभना त्या तरुणाइतकी अव्यवहारी नव्हती. त्याला सांगून समजलं नसतं. कारण त्यानं कुठलीच जबाबदारी मानली नव्हती. त्याच्या मनात आलं, त्या क्षणी तो उठून धुक्यात चालता झाला होता. पण प्रत्येकालाच असं कसं वागता येईल? आपापल्या जिण्याचं देणं काही असतंच की नाही? आई-बापांकडे, नवऱ्याकडे, मुलीकडे...

जमेल तेवढ्या लवकर ते देणं एकदाचं देऊन टाकते आणि येते बाबा तुझ्याकडे. पण खोटं वचन दिलं, असं म्हणू नकोस....

चंद्र आता लालसर नारिंगी राहिला नव्हता. पिवळा झाला होता....

अनघा कधी पाठीमागे येऊन उभी राहिली होती नकळे! ''कसला विचार करतेयस आई?'' तिनं विचारलं.

''कसला नाही बेटा.'' शोभना हसून म्हणाली.

अनघानं तिची खुर्ची फिरवली. दोघी आत आल्या. हॉटेलच्या डायनिंग रूममध्ये. आत वातावरण कसं उबदार होतं! बाहेरच्या काळोखात माणूस जसं हरवून जातं, तसं इथं होण्याचा संभव नव्हता. डायनिंग रूममध्ये फारशी माणसं नव्हती. मधेच मॅनेजर आत येऊन अदबीनं मायलेकींची विचारपूस करून गेला. जेवण अतिशयच चवदार होतं. की आज म्हणून या जेवणाला इतकी सुंदर चव आली? –शोभनेनं स्वतःला विचारलं.

दोघी खोलीत गेल्या. शोभनेची अवस्था लक्षात घेऊन तिला तळमजल्यावरची खोली दिलेली होती. उद्या दुपारी कुमार यायचा होता. आज रात्री तरी त्या दोघी एकट्याच होत्या. अर्थात काळजी करण्याचं काहीच कारण नव्हतं. हे हॉटेल तसं अगदी सुरक्षित होतं. स्टाफही चांगला होता.

आपापल्या अंथरुणावर बसून दोघी कितीतरी वेळ गप्पा मारीत होत्या. खोली उबदार होती. बाहेर बर्फासारखं थंड झालंय, आणि आपण या उबेत गरम रग पांघरून बिछान्यात बसलो आहोत, या कल्पनेनं भलतंच आरामशीर वाटत होतं.

अनघानं बोलता बोलताच कधी कूस वळली, आणि ती कधी झोपी गेली

ते कळलंसुद्धा नाही.

मग शोभना एकटीच जागत राहिली.

खिडकीतून बाहेरचं काळं रान दिसत होतं. चंद्र सुरूंच्या माथ्यावर आला होता. आता तो स्वच्छ रुपेरी झाला होता. त्याच्या प्रकाशात सावल्यांचे निरनिराळे आकार तयार होत होते. पण आता त्या सावल्यांची भीती वाटायला शोभना लहान नव्हती. उलट बाहेर चांदण्यात जाऊन बसावं, असं तिला मनापासून वाटू लागलं. पण कशी जाणार? तिनं एकवार असहायपणे खुर्चीकडे पाहिलं. खुर्ची मायेनं म्हणाली, चल ग. पण शोभनाच तिच्याशी हसली नि म्हणाली, नको गंऽ. मात्र पुन्हा खिडकीकडे पाहताना तिला हुरहूर लागल्याखेरीज राहिली नाही.

जावं का आत्ताच त्या कड्याच्या टोकाशी? तिथं आत्ताही धुकं असेल. आपण जायची खोटी – तो धुक्यातून चालत येईल. वाटच बघत असेल तो आपली. दोन्ही हात पसरून तो पुढं होईल... आपण त्याला म्हणू – बघ, आले की नाही?

पण कशी जाणार? पूर्वीसारखी एकटीच चालत ती आता थोडीच जाऊ शकत होती? आता ती अनघावर अवलंबून होती. पहाटे तिनं खुर्ची ढकलीत नेलं तरच जाता येणारं होतं. पण नेईल ती... आपण तिला पहाट होण्याआधीच उठवू... एक रात्र काढणं काय कठीण आहे? जिथं सबंध जन्म काढला तिथं... त्यातून अशा शुभ्र गोष्टीला पहाटेचाच मुहूर्त हवा. प्रत्येक गोष्टीची वेळ यावी लागते... तोवर थांबायलाच हवं....

अनघा झाली आणि दोन वर्षांतच साधं तापाचं निमित्त होऊन पायांतून वारं गेलं. राघवेंद्रच्या मदतीनं छोट्या अनघाचं निभावून नेण्याचा कसाबसा प्रयत्न केला. खूप त्रास व्हायचा. वाटायचं, यापेक्षा तो बोलावत होता, तेव्हाच जायला हवं होतं. डोळ्यांसमोर परत परत येणारं त्याचं ते हास्य अधिकच छद्मी व्हायचं. त्याचे न उच्चारलेले शब्द कानात घुमायचे : आयुष्याचं देणं देऊन टाकायचं होतं ना तुला? आता अधिकाधिक कर्जबाजारी मात्र होत चाललीयस.

पण याहून अधिक मोठा आघात नंतर व्हायचा होता. शोभना अपंग झाल्यापासून राघवेंद्रचं तिच्याशी वागणं चमत्कारिक होत चाललं होतं. तिच्या आजाराविषयी तो सहानुभूती दाखवी. नाही असं नाही. पण त्याचा तिरसटपणा वाढत होता. असली अपंग बायको सांभाळावी लागते, म्हणून तो आपल्या दुर्दैवाला बोल लावीत होता. त्याचं चुकलं नव्हतं. तिच्यासारखीच त्यालाही सुंदर गोष्टींची आवड होती. चार लोकांत जाण्यायेण्याची, हसण्याखेळण्याची हौस होती. तिच्या व्यंगाबरोबर आपला जन्म बांधून घ्यायला तो तयार नव्हता. मग दिवसेंदिवस त्यांच्यात दुरावा तयार होत गेला. त्यातून पुढे तो दुसऱ्या कोणा स्त्रीकडे ओढला गेला. शोभनेनं त्याला दोष

दिला नाही. त्या स्त्रीलाही नाही. कुणालाही आवडावा असा राघवेंद्र होताच. तिनं त्याचं उभं तारुण्य आपल्यापायी वाया जाणार नाही, याचा आनंद मानतच त्याला दूर होऊ दिलं. राघवेंद्र तिला आणि अनघाला सोडून गेला. त्यानं दुसरा संसार थाटला. त्या दोघींना त्यानं सोडलं खरं; पण त्यांना काही कमी पडणार नाही, एवढं त्यानं पाहिलं. राहतं घर त्यांच्या नावावर ठेवलं. काही पैशाची गुंतवणूक केली होती, तीही शोभनेच्या नावावर करून दिली.

पैशाचं सुख होतं. पण एकटेपणा जाळत होता. शोभनेचं मन व्याकूळ होई. सोबत आपण नाकारली, त्याला आता उत्तर काय देणार? सुरक्षित म्हणून स्वीकारलेलं या जगातलं प्रेम, ते तरी शेवटपर्यंत कुठं टिकलं होतं? जो व्यवहार पाहिला होता, तो तरी अंगावरच उलटला होता ना? मग या जगाचे नियम पाळण्यात कुठला शहाणपणा होता? बेदरकारीनं न वागण्यानं, जागोजागी सावधगिरी घेण्यानं काय साधलं होतं?

पण या प्रश्नालाही शोभनेनं परस्पर उत्तर देऊन टाकलं. शांतपणानं, मनाचा तोल जाऊ न देता. तिची निवड चुकली होती. पण शेवटी हेच आयुष्य होतं. त्यातल्या सुखांसकट आपण जेव्हा या जगात राहायचं ठरवलं, तेव्हा निव्वळ सुखाची थोडीच निवड केली होती? मग ज्या आपत्ती दुर्दैवानं कोसळल्या, त्यांच्या-सकटच जगलं पाहिजे. तक्रार न करता. कारण त्यात आपली चूक नाही. चूक असलीच तर ती नशिबाची. या जगण्याची नाही. या दगडमातीच्या जगाची नाही.

आणि त्या चुकीची भरपाई तिच्या नशिबानं केलीच होती. अनघासारखा अमोल ठेवा बहाल करून. इतकी गोड, प्रेमळ मुलगी! समजायला लागल्यापासून क्षणोक्षणी आईची काळजी घेणारी, तिला कणभरदेखील दुःख होऊ नये म्हणून जपणारी, रूपानं सुंदर. जणू शोभनेचंच हरवलेलं तारुण्य घरभर वावरतंय!

जिथवर अनघा शोभनेची होती तिथवर शोभनेला आयुष्याचं देणं होतं. पण आता तिला कुमारला देऊन शोभना मोकळी झाली होती... अगदी मोकळी. सुख नाही, दुःख नाही, पश्चात्ताप नाही, खंत नाही... मिळवल्या-गमावल्याची बाकी शून्य राहिली होती. गणित सुटलं होतं....

हीच वेळ होती. परत त्याच्याकडे जाण्याची. वचन पुरं करण्याची.

तो समजून घेईल. इतक्या वेळा आपण त्याच्याशी वाद घातला. आपलं तेच खरं केलं. पण एकदा त्याच्याकडे गेल्यानंतर, तो सारं माफ करील. त्याच्या-माझ्यात मुळातच फरक आहे. मी या मातीची – तो धुक्यातला. मी सावध – तो बेफिकीर. पण आता आपणहून जातेय ना मी त्याच्याकडे... मग तो सारं सारं विसरून जाईल.... मला आपल्यात सामावून घेईल...

शोभनेला झोप लागेचना. सारी रात्र ती जागीच राहिली. सारं जिणं आठवत

राहिलं. माणसं आली. माणसं गेली... धुक्यामध्ये पुसली गेली. तो मात्र धुक्यातून चालत येतच राहिला! ...तो एकच. तो एकटाच कायम जाणिवेत राहिला. रात्रीचे प्रहरामागून प्रहर लोटले. पण शोभना क्षणभरही झोपली नाही....

अजून पहाट झाली नव्हती. लांबवर एखादा पक्षी बोलू लागला होता, एवढंच.

शोभनेनं अनघाला उठवलं. अनघा लगेच उठली. 'जरा झोपू दे' एवढंसुद्धा म्हणाली नाही.

तिच्या मदतीनं शोभनेनं सारी तयारी केली. पांढरं झुळझुळीत वस्त्र तिनं नेसलं. रेखून कुंकू-काजळ केलं. आपली आई एवढ्या पहाटेसच अशी तयारी कसली करते आहे, या विचारानं अनघा चकित झाली.

बाहेर कमालीची थंडी पडलेली. पण शोभनेनं शाल घेतली नाही. अनघाच्या आग्रहाला न जुमानता. हो – नाहीतर तो म्हणायचा की, ही कोण म्हातारी शाल पांघरून आली?

कड्याचा परिसर दिसायला लागला. शोभनेचं चित्त हरवल्यागत झालं. रक्ताला उकळ्या फुटायला लागल्या. सगळ्या शरीरालाच उत्सुकतेचा मोहर आला. यापुढचा प्रत्येक क्षण सोन्याचा होता.

कुठल्याही क्षणी चाकांची खुर्ची कड्याशी पोचली असती. दरीवर पसरलेला धुक्याचा पडदा बाजूला न सारताच ती धुक्याची आकृती पुढे आली असती. हात पसरून बोलावू लागली असती. खुर्ची पुढे पुढे गेली असती. टोकापर्यंत सारा जीव गोळा करून शोभनेनं नुसती झेप घेण्यापुरती शक्ती पायांत आणली असती आणि त्यानं तिला आपल्या बाहूंत कवटाळून घेतलं असतं. जमिनीपासून वर उचलून. तिथपासून पुढं पाय अधू असल्या-नसल्याचा प्रश्नच उरला नसता. ती पाय न टेकताच धुक्यातून तरंगत जाणार होती. धुक्यात मिसळून जाणार होती. आता तिला हाका मारायला आई नव्हती. या जगात थांबवून घेणारं कुणी नव्हतं. कुणीच नव्हतं.

"थांब." ती अनघाला म्हणाली. खुर्ची थांबली.

समोर धुक्याचा जाड पडदा. तरल, पांढुरका.

नजर लावून ती त्या धुक्यात पाहत राहिली. सारा जीव एकवटून. तो निराशा तर करणार नाही?

तिचे पंचप्राण डोळ्यांत येऊन उभे राहिले. तो येत कां नाही? कधी येईल तो? कधी येईल? त्याची वाट पाहत जन्म काढला. अजून कां नाही येत तो?

आणि पाहता-पाहताच धुकं एका जागी गोळा होऊ लागलं. त्याचा एक आकार तयार झाला.

तोच... तोच. तिच्या हर्षाला पारावार राहिला नाही. तोच देखणा चेहेरा,

तोच मर्दानी रुबाब. चेहऱ्यावर तेच छद्मी हास्य.

आता कशाला हसतोस? मी आले आहे ना? वचन पार पाडलंय ना? तुला खात्री नव्हती. होय की नाही? पण मी आले... आलेच!

त्यानं एक हात पुढं केला. बोटं हलकेच हलू लागली. तो बोलावत होता.

"अनघा, खुर्ची ढकल. कड्याच्या टोकापर्यंत." आनंदाच्या ऊर्मींना आवर घालण्याचा प्रयत्न करीत ती हलकीच म्हणाली.

तो बोलावत होता. क्षण जवळ येत होता. शेवटचा. सोनेरी क्षण.

"अनघा, खुर्ची ढकल!" ती मोठ्यानं म्हणाली.

पण खुर्ची जागची हललीच नाही.

"अनघा–" ती न राहवून ओरडली.

पण अनघा जागेवर नव्हती. टक लावून त्याच्याकडे पाहत होती. त्याच्या दिशेनं पुढं जात होती.

म्हणजे – म्हणजे तो – अनघाला बोलावत होता. शोभना जशी त्याला दिसत नव्हती.

'ती मी नाही!' शोभनेच्या मनानं आकांत केला, 'मी इथं आहे! ती तरुण आहे. तिला अजून जगायचंय. मी – मीच आहे रे! तुझ्याइतकी तरुण राहिले नाही मी! तरीदेखील – मला म्हातारं व्हायचं नाहीये. मला येऊ दे तुझ्याजवळ. घे रे! मला जवळ घे! तुझी चूक होतेय! ती तरुण आहे! पण ती तरुणपणीची मी नाही!'

पण आता तो तिचं मन वाचण्याची फिकीर करीत नव्हता. हसत हसत तो बोलावत होता ते अनघाला. आणि अनघाही तिला विसरून त्याच्याकडे चालली होती.

"अनघाऽ!" तिनं घाबरून हाका मारल्या, "अनघा... अनघाऽ!"

पण अनघाला त्या ऐकू येत नव्हत्या.

शोभनेला आठवलं. आईनं धावत येऊन आपल्याला थांबवलं होतं. तिनं जागच्या जागी उसळी मारली.

आणि ती खुर्चीतून खाली पडली. उठून खुर्चीत परत बसण्याचा केविलवाणा प्रयत्न करू लागली. तिचा हात लागून खुर्ची हलली आणि उताराच्या दिशेनं निघाली. एका दगडाला ठेचाळून आडवी पडली.

ती गुडघ्यांवर रांगत खुरडत-खुरडत खुर्चीकडे जाऊ लागली – विलक्षण भीतीनं, तोंडाला फेस येईपर्यंत हाका फोडीत : "अनघाऽ! अनघाऽ!"

– पण अनघाला त्या ऐकूच येत नव्हत्या.

तिनं केव्हाच धुक्यात पाऊल टाकलं होतं!

◆

कर्ता-करविता

मध्यरात्रीचा सुमार होता.

शेजारच्या खोलीतून सगुणेच्या हाका आल्या.

"अहो-अहो! बघा तरा–"

मला चांगली गाढ झोप लागली होती. त्यामुळे आधी पटकन जागच येईना. मग झोपेतच सगुणाच्या घाबऱ्या हाका ऐकू येताहेत असं वाटलं.

अशा हाकांची मला सवय होती. सगुणा माझी बायको. पण आम्ही वेगवेगळ्या खोल्यांत झोपत असू. डॉक्टर म्हणाले होते, की तेच बरं. कारण सगुणाला होता दम्याचा त्रास. वाटेल तेव्हा धाप लागल्यासारखं व्हायचं. तेव्हा नवराबायकोचे संबंध आमचे आम्हीच संपवले होते. मात्र तिचा जीव दम्यानं फार घाबरा व्हायला लागला की ती मला भिऊन हाका मारायची. मला वाटलं, आजही तसंच काहीतरी होतंय.

एव्हाना मला पुरती जाग आली होती. सगुणेच्या घाबऱ्या स्वरातल्या हाका स्पष्ट ऐकू येत होत्या.

"अहो बघा तरी काय चाललंय ते बाहेर!"

लोकांचा गोंगाट कानावर येतच होता. मी झटकन उठलो आणि गॅलरीत आलो.

बाहेर टिपूर चांदणं पडलं होतं.

त्या चांदण्यात जे दृश्य नजरेला पडलं ते भयंकरच होतं.

एक तेरा-चौदा वर्षांचा कोवळा पोरगा धावत येत होता. चेहेरा भयंकर घाबरलेला. अंगात गंजिफ्रॉक आणि अर्धी चड्डी. दोन्ही रक्तानं माखलेली. जशा काही रक्ताच्या पिचकाऱ्या उडाल्यात.

त्या पोराच्या मागे लागलेली बरीच माणसं. ओरडत, हलकल्लोळ करीत!

तो पोरगा त्यांना चुकवण्यासाठी जिवाचा आकांत करीत पळत असलेला.

एवढ्यात त्या पोरानं मुसंडी मारली आणि समोरच्याच एका घराच्या मागल्या काळोखात तो दिसेनासा झाला. एवढ्या सगळ्या माणसांना चुकवून. समोर पाच-सात घरांची वस्ती होती. पडकीझडकी, बैठी घरं. त्यातच केळीची झाडं लावलेली. कुठं एक पपईचं झाड. एक विहीर. या सगळ्या गर्दीत तो कुठं गेला कोण जाणे, पण जाऊन लपला.

मी चपला घातल्या आणि जिना उतरून खाली आलो. एव्हाना गाव गोळा व्हायला सुरुवात झाली होती. दोन कुत्री अचानक झोपेतनं जागी झाल्यासारखी मधेच उठून मोठमोठ्यानं भुंकायला लागली होती.

खाली येऊन पाहतो, तो त्या पोराला कुणीतरी घरापाठीमागून हुडकून काढलं होतं. दोघाचौघांनी त्याचं बखोट पकडून त्याला बाहेर रस्त्यावर आणलं आणि मग ते सगळे त्याला यथेच्छ बुकलू लागले. ते पोर धुळीच्या रस्त्यात पडून किंचाळत राहिलं, आणि जो तो त्याच्यावर आपला हात चालवून घेऊ लागला. गालावर, नाकावर, पोटात, पाठीत सटासट बुक्के बसू लागले, आणि त्याची शुद्ध हरपायची वेळ आली. तो एकटा कोवळा पोरगा आणि हे सगळे एवढे थोरले बाप्ये.

कठीणच होतं, पण मी मधे घुसलो आणि त्याला पाठीशी घातलं. मला पाहून लोक बाजूला झाले. लहान गावात माझ्यासारख्या वकिलाला कोण मान! मी म्हटलं, "अरे मरेल तो. किती मारताय?"

"मरायलाच हवा." कोणीतरी म्हणालं, "तुम्हाला, वकीलसाहेब, माहीत नाही त्यानं काय केलंय ते."

"काय केलं?"

"खून केलाय. स्वतःच्या आईचा." दोघाचौघांनी एकदम सांगितलं.

'खून' म्हटल्यावर मीदेखील चपापलो.

"कधी केला?"

"आत्ता. कुऱ्हाडीनं मुंडकंच तोडलं."

"या पोरानं? चौदा वर्षांच्या?" कुऱ्हाड तोलण्याइतका आणि मुंडकं उडवण्या-इतका जोर तरी असेल का त्याच्यात? माझा विश्वासच बसेना. मी क्षणभर गप्प झालो. याचा फायदा घेऊन ते लोक त्याला पुन्हा खेचायला पाहू लागले.

पण मी त्याच्या गळ्याभोवती दोन्ही हात घालून त्याला गच्च धरून ठेवलं. जरबेचा मोठा आवाज लावून सगळ्यांना ठणकावलं,—

"हे बघा – कुणी त्याला हात लावील तर खबरदार! त्यानं काहीही केलेलं असो. आपल्याला कायदा हातात घ्यायचं काम नाही. आपण पोलिसात रीतसर

तक्रार द्यायला हवी.''

सगळे क्षणभर चूपचाप झाले. मग आपापसात कुजबुजू लागले. 'वकीलसाहेबांचं बरोबर आहे' वगैरे म्हणू लागले.

मी त्याचा हात धरून त्याला सरळ पोलीसठाण्यावर घेऊन जाऊ लागलो. बिचाऱ्याला चालवत नव्हतं. पाय लटपटत होते. माझ्या जवळून-जवळून, माझ्या आधारानं तो चालत होता. मी त्याला धरलं होतं. मी धरलं होतं, म्हणण्यापेक्षा त्यानंच मला धरून ठेवलं होतं.

आमच्या पाठीमागून लोक शांतपणे चालू लागले.

मी फौजदारांना सारं काही समजावून दिलं. तेही समजूतदारपणानं वागले. तो मुलगा इतका थकला होता, की त्याला आजूबाजूला काय चाललंय हेही समजणं कठीण जात होतं. त्याचे डोळे झोपेनं जडावले होते. खाल्लेल्या मारानं बहुधा अंगही दुखत असावं.

त्याच्या या परिस्थितीत त्याला आणखी काही विचारून हैराण न करण्याचा शहाणपणा फौजदारांनी दाखवला. शेजारच्या भंडाऱ्याला तशा त्या अपरात्री जागं करून त्यांनी चहा मागवला, आणि तो त्या मुलाला पाजला. मग त्याला पाठीमागच्या बारक्याशा खोलीत पाठवून दिलं. मुलगा तिथल्या तिथं जमिनीवर पसरला आणि तत्काळ झोपी गेला.

काहीतरी विशेष तमाशा बघायला मिळेल, अशा अपेक्षेनं आमच्याबरोबर पोलीसठाण्यापर्यंत आलेले लोक निरुत्साही होऊन पांगले.

'सकाळी येतो' असं फौजदारांना सांगून मीही तिथून निघालो. बरोबरच्या माणसांना त्या मुलाची माहिती विचारली.

मुलाचं नाव होतं वैजनाथ. त्याला म्हणायचे वैजू. वैजूचा खरा बाप पूर्वीच मेला होता. त्याच्या आईनं मग एका वैदूशी पाट लावला होता. हा माणूस कसली तरी पाळंमुळं गोळा करून वैदूगिरी करायचा आणि तीन माणसांचा प्रपंच चालवायचा. लोकांमध्ये कुजबूज होती की वैजूच्या बापाची वैदूगिरी नावापुरतीच होती. खरं म्हणजे जारणमारण करण्यामध्ये त्याचा हातखंडा होता. अर्थात या न बोलायच्या गोष्टी! त्यामुळे कुणी बोट दाखवू शकत नसे, एवढंच. पण लोक असंही म्हणायचे की अलीकडेच कधी तरी त्याची करणी त्याच्यावर उलटली, आणि तो रक्त ओकून मेला.

वैजू मात्र तसा साधासुधा मुलगा. घुम्या स्वभावाचा. कुणाला उलट उत्तर न करणारा. कधी कुणावर हात न उगारणारा. आईचा त्याला खूप लळा. अलीकडे बाप गेल्यापासून तर त्याला आईशिवाय दुसरं कुणीच नव्हतं. तेव्हा रात्रंदिवस

तो आईबरोबरच असायचा. शाळेत जायचा. पण अभ्यासात फारसं लक्ष नव्हतं. अभ्यासात गती नसली तरी अंगात वांडपणाही नव्हता. मुलगा अगदी सरळ होता.

आणि आज एकाएकी त्यानं आपली कोपऱ्यातली लाकडं फोडायची कुऱ्हाड घेतली आणि झोपलेल्या आईवर हाणली. रक्ताच्या चिळकांड्या उडाल्या. झोपेतच तिचा प्राण गेला. मुंडकं गडगडत एका बाजूला पडलं. तिची शेवटची किंकाळी ऐकत शेजारच्या खोपटांमधले लोक धावले. पाहतात तर तुटलेलं मुंडकं. अजून तडफडत असलेलं शरीर, बाजूला फेकलेली कुऱ्हाड, वाहतवाहत पायाशी आलेला रक्ताचा लोट, आणि त्याचंसुद्धा भान नसलेला वैजू. त्याचे रक्तानं भिजलेले कपडे, आणि कुठंतरी हवेत टक लावून पाहणारी नजर.

मला या एकंदर प्रकारातून काहीही बोध होत नव्हता.

कबूल केल्याप्रमाणे दुसऱ्या दिवशी सकाळी मी पोलीसठाण्यावर गेलो. फौजदारांना म्हटलं, ''मला त्याला एकट्यालाच भेटू द्या.''

त्यांनी त्याची खोली उघडून दिली. मी आत गेलो.

खोली अगदीच छोटी होती. तिथं बसायला काहीच नव्हतं. एका हवालदारानं मला एक स्टूल आणून दिलं. वैजू गुडघे पोटाशी घेऊन जमिनीवर बसून राहिला होता. त्याचा चेहेरा निर्विकार होता. पण डाव्या डोळ्याची बाजू मारामुळं सुजून काळी पडली होती. डावा गालही सुजला होता. मुलगा अती अती केविलवाणा वाटत होता. पण याच मुलानं आईचा निर्दयपणे खून केला होता हे विसरता येत नव्हतं. बापडा जगात निराधार झाला होता. पण आपल्या आधारावर त्यानं आपल्याच हातांनी घाव घातला होता, हेही खरंच!

त्याला बोलता करायला मला बराच वेळ लागला. मी लोकांच्या हातून मरता मरता वाचवल्याबद्दल त्याला खूप वाटत होतं. त्यातून मी इकडंतिकडचं बोलून त्याचा परकेपणा दूर केला. हळूहळू त्याला माझ्याविषयी विश्वास वाटायला लागला. तशी तो नीट बोलायला लागला.

''साहेब, सगळे म्हणतात की मी माझ्या आईला ठार मारलं.''

''मग – तुला काय वाटतं?''

''मी कसं मारीन साहेब? माझी आई मला कशी नको होईल? तिचा माझ्यावर लई जीव होता. मला कधीसुद्धा लोणी लावल्याबिगर भाकर दिली नाही तिनं –'' आणि तो एकदम रडायला लागला.

मी त्याला पहिल्यांदाच रडताना पाहत होतो. थोडा वेळ मी त्याला तसंच रडू दिलं.

मग मी शांतपणे विचारलं, ''पण एवढं होतं, तर तू कुऱ्हाड कशी

चालवलीस? तिला मारून कसं टाकलंस?''

''माझ्या हातांनी कुऱ्हाड चालवली साहेब. पण मी तिला मारलं नाही.''

''म्हणजे?''

''मी कसा मारीन साहेब माझ्या आईला?''

''मग कुणी मारलं?''

''त्यानं. कुऱ्हाड माझ्या हातात होती; पण त्या वेळी माझ्या अंगात तो आला होता.''

''तो? तो कोण?''

''खराच आहे साहेब तो. पण काय करायचं? तो असातसा जाणार नाही. मला तुरुंगात घातलं तर जाईल. तोवर मला धरून ठेवील.''

''आहे कोण पण तो?''

''माझ्या बापानं वश करून घेतलं होतं त्याला. बापाला मूठ मारता यायची ती त्याच्यामुळंच. अधिक करून बाईमाणसं हटकून मरायची बघा. पण पुढं काय झालं कोण जाणे – बाप एक दिवशी मला म्हणाला, 'सांभाळ पोरा. तो तुला धरणार. माझा त्याचा वायदा संपला. तू माझा सख्खा लेक नाहीस. पण मला लेकासारखाच. तेव्हा माझ्यानंतर तो तुझ्याकडे येणार.' बाप काय बोलतो ते माझ्या ध्यानातच नाही आलं. पण दोन दिवसांत बाप 'रगात पायजे' – 'रगात पायजे' असं ओरडत मेला. त्यानंतर काय नाही. अन् काल रात्री एकदम हे असं झालं. कोपऱ्यातली कुऱ्हाड बघितली आणि माझे हात लागले शिवशिवायला. मला वाटलं, तो आला. मला म्हणायला लागला, 'हाण – हाण समोरच्या बाईवर.' – समोर कोण आहे ते पण मला समजत नव्हतं. तो 'हाण' म्हणतोय, हाणायला पायजेल, एवढंच कळत होतं. जसे काय हात पण त्यानंच उचलले. कारण माजं भानच जाग्यावर नव्हतं. किंकाळी ऐकली आणि शुद्ध आली. बघतो तर... आई – आई –'' त्यानं तोंड झाकून घेतलं आणि तो रडत सुटला.

तो बोलला त्यात काही अर्थ नव्हता. निदान माझ्यासारखा शहाणा माणूस तरी जन्मात त्यावर विश्वास ठेवणार नव्हता. बाप मेल्याचा यानं केलेल्या खुनाशी संबंध काय? – आणि तसं म्हणावं तर अधेमधे काही न घडता, काल एकाएकी याच्या हातनं खून घडवायला मात्र तो कोण म्हणतो ते आलं? असल्या या अतिमानवी खुळेपणाचा मला फार राग होता. आमच्या वकिली व्यवसायात हे नवीन नव्हतं. गुन्हेगारानं गुन्हा करून तो खुशाल भूतपिशाच्चावर घालावा. गावाकडच्या केसिसमध्ये तर हे हटकून पाहायला मिळायचं!

सत्य एवढंच होतं. कुठल्या का कारणानं होईना, पण त्या कोवळ्या पोराच्या डोक्यात विकृती तयार झाली होती. एका विशिष्ट क्षणी मनाचा तोल

जाऊन तो एरवीचा भाबडा मुलगा खुनासारखं भयंकर काम करायला तयार झाला होता! त्या क्षणी समोर जी बाई दिसली तिच्या डोक्यात त्यानं कुऱ्हाड हाणली होती! दुर्दैवानं ती त्याची आईच निघाली! पण याला इतर कसला अमानवी रंग देणं मूर्खपणाचं होतं. माणसाच्या मनाचा झोला कधी कुठल्या टोकाला जाईल हे सांगता येत नाही, एवढाच याचा अर्थ होता.

हे सगळं त्याला समजण्यासारखं नव्हतं – मी ते सांगतही बसलो नाही. एवढंच म्हटलं की, "ते तसलं काहीतरी तू डोक्यातनं काढून टाक."

त्यावर तो म्हणाला, "तुम्हाला नाही ते समजायचं, साहेब."

आणि नंतर तो काही बोललाच नाही. मुकाट बसून राहिला. जमिनीकडे बघत.

वैजूला रिमांड होममध्ये ठेवण्यात आलं, आणि लवकरच तालुक्याच्या ज्युव्हेनाइल कोर्टात त्याच्यावर खटला चालू झाला.

का कोण जाणे, मला वैजूविषयी फार आपुलकी वाटायला लागली होती. कसल्या तरी भलत्याच गोष्टीपायी त्याचं आयुष्य वाया जाणारसं वाटायला लागलं होतं. ज्युव्हेनाइल कोर्टातल्या त्याच्या वकिलाला प्रत्यक्ष भेटलो आणि सगळं समजावून सांगितलं. म्हटलं, "हा प्रत्यक्ष माझाच मुलगा आहे असं समजा; आणि शक्य तितक्या सहानुभूतीनं याची केस चालवा."

त्यांनीही बचावाची शर्थ केली. वैजूवरचा आरोप अगदी उघडच सिद्ध झालेला होता. पण वकील म्हणाले,–

"ज्या चमत्कारिक परिस्थितीत या मुलानं गुन्हा केला, ती पाहिली तर असं दिसतं, की त्याचं मन ठिकाणावर नाही. अगदी हलक्या वर्गातला हा मुलगा. घरचं वातावरण फारसं चांगलं नाही. आईनं दुसरं लग्न केलेलं. त्यातून या सावत्र बापाचे पैसा मिळवण्याचे मार्ग चमत्कारिक. नुकतंच त्याला आलेलं मरण! या सगळ्या प्रकारांमुळं या मुलानं स्वत:भोवती एक विचित्र भासांची दुनिया तयार केलीय. तो गुन्हेगार नाही – या भासांचा बळी आहे."

कोर्टानं वैजूचं मन अस्थिर आहे असा संशय व्यक्त केला. वैजू गुन्हेगार ठरायचा नसेल तर त्याचं चित्त ताळ्यावर नाही, त्याच्या डोक्यात बिघाड आहे, असं सर्टिफिकेट मिळवायला हवं होतं. कोर्टाचे डॉक्टर माझ्या मैत्रीतले होते. त्यांच्याकडून असं सर्टिफिकेट मिळवणं कठीण नव्हतं.

पण एकदा वैजू इस्पितळात गेला असता, तर कायमचा वेडा ठरला असता. कदाचित तिथल्या वातावरणानं पुरताच वेडा झाला असता. म्हणून मी कोर्टाला पिटिशन दिलं. म्हटलं, "या मुलानं यापूर्वी कसलाही गुन्हा केलेला

नाही. पण त्याच्या घरचं वातावरण फार वाईट होतं. आणि आता तर त्याला कुणीच राहिलेलं नाही. पण त्याला इस्पितळात पाठवू नका. रिफॉर्मेटरीतही पाठवू नका. त्याला एखाद्या चांगल्या घरात पाठवा. तिथं तो शिकेल. मोठा होईल. नाहीतर वयाच्या चौदाव्या वर्षीच तो माणसातून उठेल. मला ठाऊक आहे, अशा खुनी मुलाला कुटुंबात ठेवून घ्यायला कुणीच तयार होणार नाही. पण मी तयार आहे. मला मूल नाही. होण्याची शक्यता नाही. मला या मुलाची कस्टडी द्यावी. हवं तर हा दररोज पोलिसठाण्यावर हजेरी लावील. त्याची जबाबदारी माझ्यावर राहील. पण याला माणसांत राहू द्या.''

आजवर कधी कोर्टानं असा अपवाद केला असेल किंवा नाही, मला ठाऊक नाही. पण या खेपेला त्यांनी दया दाखवली. माझं पिटिशन मंजूर केलं. त्यानं रोज पोलीसठाण्यावर हजेरी लावली पाहिजे, असं बंधन घातलं. पण मला त्याचा पालक व्हायची परवानगी दिली.

आमच्या घरात कधीच लहान मूल खेळलं नव्हतं. ते शक्यही नव्हतं. पण आता एकदम एक चौदा वर्षांचाच मुलगा आम्हाला मिळाला होता. मी त्याचा कायापालट करायचं ठरवलं होतं. मी त्याच्यासाठी नवीन कपडे आणले. नवीन पुस्तकं आणली. त्याला लगेच नवीन शाळेत घालता आलं नसतं. पण त्याला घरीच शिकवायला शिक्षक नेमले. आमच्या मुलासाठी आम्ही जे जे केलं असतं, ते ते सारं त्याच्यासाठी करायला सुरुवात केली.

तोदेखील आम्हाला आईवडीलच मानायला लागला. आमचं लहानसं काम जरी असलं, तरी तो ते धावत पुढं येऊन करायचा. मी त्याला माणसात आणलं, याची जाणीव त्याच्या वागण्यात दिसायची.

माझ्या आशेला अंकुर फुटायला लागले होते.

मध्यरात्रीचा सुमार होता.

मला अचानक जाग आली, ती एका दीर्घ किंकाळीनं.

डोळे उघडले. बाहेर पौर्णिमेचा चंद्र दिसला. मी आवाजाचा अंदाज घेतला. शेजारच्या खोलीत सगुणा झोपली होती.

मग किंकाळी कुणी फोडली?

एकदम माझ्या डोक्यात एक भयंकर विचार आला.

मी धावतच शेजारच्या खोलीत गेलो.

सगुणा गतप्राण होऊन पडली होती. तिच्या छातीत बरोबर उभी खुपसलेली सुरी.

पोटावरून रक्ताचे ओघळ वाहत असलेले.

– आणि जवळच वैजू उभा! त्याचे कपडे रक्तानं भरलेले. जशा काही रक्ताच्या पिचकाऱ्या मारल्यासारखे.

वैजू निर्विकारपणे समोरच्या हवेत टक लावून पाहत होता.

मी ओरडलो, "वैजू –"

वैजू भानावर येईना.

त्याला गदगदा हलवीत मी ओरडत राहिलो, "वैजू – वैजू –"

तो अचानक भानावर आला. पण समोरचा प्रकार त्याच्या लक्षात यायला थोडा वेळ लागला. लक्षात येताक्षणी मात्र त्यानं एकदम हंबरडा फोडला : "त्या मला आईसारख्या होत्या!... आईसारख्या!"

आता वैजूला वाचवायला काहीही मार्ग राहिलेला नव्हता.

त्याला पाठीशी घालणं शक्यच नव्हतं. दोन खून केल्यानंतर योगायोगाच्या गोष्टी सांगणं बरोबर नव्हतं. एखाद्या क्षणीच माथं भडकलं, असं आता म्हणता आलं नसतं. घरच्या वातावरणाचीही सबब आता शिल्लक नव्हती. वैजूची बाजू तरी कशी घेणार? उलट मीच मूर्ख ठरलो होतो. खुनी मुलाला घरात ठेवून घेतल्याबद्दल! माझा प्रयोग माझ्यावरच उलटला होता. वैजूचं वय लहान होतं म्हणूनच; नाहीतर तो तत्काळ फासावर चढला असता, इतके त्याचे गुन्हे भयंकर होते.

खटला थोडक्यात आटोपला. वैजूला रिफॉर्मेटरीत पाठवण्यात आलं.

जाताना वैजू खूप रडला. मला म्हणाला, "तुम्ही माझ्या बापासारखे भेटला होता; पण माझ्या नशिबात नव्हतं."

मी काहीच बोललो नाही. बोलण्यासारखं होतं काय?

"तो – तो – त्यानं माझा घात केला. त्या दिवशी – मी स्वयंपाकघरात काम करत होतो. तेव्हा एकदम आला झणकन. आणि पाहतो तर माझ्या हातात सुरी! मला म्हणाला – 'खुपस. सुरी खुपस. पलीकडच्या खोलीत बाईमाणूस आहे! तिचं रक्त! – रक्त पायजे! रक्त पायजे!' खरं सांगतो साहेब! त्याच्या पायी म्हणून माझ्या हातनं ते घडलं. नायतर मी कसं मारीन आईसायबांना? त्या माझ्या आईसारख्याच होत्या! आईसारखाच जीव लावला होता त्यांनी मला!"

तो ओक्साबोक्सी रडू लागला.

मी गप्पच राहिलो. त्याचं सांत्वन करण्यात अर्थ नव्हता. कारण मुळात त्याचं म्हणणं मला अजूनही पटत नव्हतं! त्याच्या त्या अतिमानवी गोष्टीत काही खरं नव्हतं. खरं एवढंच होतं की वैजू खुनी होता. खुनी प्रवृत्तीचा होता. बायकांचे खून करण्याची विकृती त्याच्यात होती. मग तो वरकरणी कितीही

साधा वाटो! पण तो खुनी होता! गोष्ट भयंकर होती. दुर्दैवाची होती. पण खरी होती. लहान वयातच त्याच्या रक्तात बायकांचे खून करण्याची प्रवृत्ती जन्माला आली होती.

"साहेब – '' हुंदके देत अजूनही वैजू सांगत होता, "मला आता बंद करून ठेवतील! बरं होईल मग! मग तो माझ्याजवळ यायचा नाही. मला तिकडे हत्यार कोण देणार? नाही – आता यायचाच नाही तो! माझा-त्याचा वायदा आता संपला! पण साहेब – त्याआधी – त्याआधी हे असं व्हायला नको होतं!''

"हे असंच व्हायला हवं होतं!'' मी पुष्पाला सांगत होतो, "मला हे असंच व्हायला हवं होतं. त्या पोराची प्रवृत्ती माझ्या पहिल्यांदाच लक्षात आली होती. त्याला घरी आणलं तर आपली सगुणापासून सुटका होईल हे उघड दिसत होतं.''

पुष्पा काहीच बोलली नाही. ती नुसती समाधानानं हसली. तिला काय, कुठून तरी आमच्या लग्नाचा अडलेला रस्ता मोकळा झाल्याशी कर्तव्य होतं.

तिच्या हसण्याकडे मीही वेडावून पाहात राहिलो.

आणि त्याच क्षणी माझं लक्ष गेलं – पलीकडच्या कोपऱ्यातल्या वजनदार हॉकी स्टिककडे!

नकळत माझे हात शिवशिवायला लागले.

कानांत शब्द घुमायला लागले : 'हाण! बाईमाणूस आहे! ...हाण!...'

◆

शिंपल्यातील चांदणी

जगात पाहा, जागोजागी मूर्ख माणसं भेटतात.

फार संताप येतो! नाही, म्हणजे माणसाच्या हातून कधी क्वचित एखादा मूर्खपणा घडला तर सोडा हो! पण ही माणसं मुळी कधीच शहाणपणानं वागत नाहीत. एकसारखी मूर्खपणामागून मूर्खपणाच करीत राहतात. आणि या मूर्खपणापायी स्वत:चं आणि दुसऱ्याचं भयंकर नुकसान करतात. म्हणजे कधीकधी दुसऱ्याचं नुकसानच होतं असं नाही; पण मनस्ताप व्हायचा तो होतोच! दिवसेंदिवस – वर्षानुवर्षं मनस्ताप होत राहतो! म्हणजे बोला, हे काय कमी नुकसान आहे का? उदाहरणं हवीत अशा माणसांची? अहो एक का, ढीगभर देता येतील. आमच्या बँकेतला तो कॅशियर! मुलाबाळांचा विचार न करता एक दिवस दहा लाखांचा फ्रॉड केला! आता बँकेतले फ्रॉड बहुतेक कधीच उघडकीला आल्याशिवाय राहत नाहीत. कारण शंभर ठिकाणी चेक असतो. पण यानं फ्रॉड केला तो अगदीच बावळटपणानं! सरळ नोटांची पॅकेट्स ड्रॉवरात टाकली! दुपारी ड्रॉवर साफ करायला काढला न् इतर कागदपत्रांबरोबर ती पॅकेट्सही टाकली पिशवीत! पिशवी घरी पाठवून दिली पोराबरोबर! आता सांगा – पॅकेट्सच कमी आली होती असं यानं कितीही छाती बडवून सांगितलं, तरी त्यावर विश्वास कोण ठेवणार? अगदी रिझर्व्ह बँकेपासून सरळ चेक करीत आले, ते मुळी कॅशियरवर वॉरंट घेऊनच! बरं, त्यातनं लटपटी-खटपटी करून सुटायचं, आमच्यासारख्या कुणाच्या तरी सल्ल्यानं वागायचं, ते नाही! घबराट झाल्याबरोबर हा पठ्ठ्या विष घेऊन मोकळा! म्हणजे आणखी एक मूर्खपणा! पडली बायको-पोरं उघड्यावर! त्या वेळी मी ब्रँचचा मॅनेजर होतो. त्याच्या एका मुलाला नोकरीला लावून घेतलं. बायकोला पण कुठंतरी काम मिळवून दिलं. फंड गोळा केला! म्हटलं, संसारच उघड्यावर पडलाय, म्हणून खूप मदत केली! याच्यासाठी नंतर इतकं

केलं, तर आधी काय आम्ही चांगला वकील देऊन याला सोडवला नसता? पण नाही – याचं विष पिण्यावाचून अगदी अडलं होतं! भेकड साला! तर अशी ही फूलिश माणसं! आतापर्यंत किती पाहिली म्हणून सांगू? शेवटी कानाला खडा लावला! माणसांपासून लांब राहायचं! कोणात मिसळायचं म्हणून नाही! कुणाशी ओळखसुद्धा करून घ्यायची नाही! म्हणजे त्यांच्यांत ती नसती गुंतवणूक नको – आणि त्यांच्या मूर्खपणाचा आपल्याला उपद्रव नको!

आधीच ठरवून ठेवलं होतं. रिटायर्ड झाल्यावर समुद्रकिनाऱ्याजवळ एक छोटासा टुमदार बंगला बांधायचा. शक्यतो बांधलेलाच घ्यायचा! म्हणजे त्या बांधकामात कुणी फसवणारी, इकडचं तिकडे करणारी, उद्धट, मूर्ख माणसं भेटायला नकोत. एक गडी ठेवायचा – वरकाम, स्वयंपाक, सोबत वगैरेंसाठी, की बस्स! दुसरं कोणी तिकडे फिरकायला नको. आपण बरे की आपलं वाचन बरं. हवंय कशाला कोणी सोबतीला? पुस्तकांसारखी दुसरी सोबत नाही. त्यातनं जन्मभर बँकेच्या नोकरीत असताना 'इकॉनॉमिस्ट' आणि रोजचे 'फायनान्शियल एक्स्प्रेस', 'इकॉनॉमिक टाइम्स' याच्याशिवाय कसलं वाचन केलेलं नाही! ॲगाथा ख्रिस्तीपासून रवींद्रनाथ टागोरांपर्यंत सगळी मंडळी वाट बघताहेत आपली! वाचत बसलं तर दोन जन्म पुरायचे नाहीत.

नाही – म्हणजे तशी मला वाचनाची खास आवड आहे अशातला भाग नाही. पण वाचनाचं एक बरं असतं – लोकांचा संपर्क नसतो. माणसांच्या मूर्खपणापासून लांब राहता येतं. किती मूर्ख माणसं आजवर पाहिली म्हणून सांगू? मघा कॅशियरचं सांगितलं ना, त्याच्यासारखी आणखी एक मूर्ख बाई! ही आमची गुलशन! गुलशन हे नावदेखील तिला मी दिलेलं बरं का! नाहीतर मूळची आपली मराठीच – गोव्याकडची बाई! गुलाब नावाची. मी अधनंमधनं जायचो तिच्याकडे. एक आपली गरज म्हणून! प्रेमबिम काही नाही! या प्रेमाचं मोठं लफडं असतं हो! मन गुंतवून ठेवायचं, आणि जागोजागी त्या माणसाच्या मनाला काय वाटेल, याचा विचार करायचा! निम्मा वेळ आपण आपले नसतोच! आणि एवढी किंमत देऊन मिळतं काय? तर बहुतेक वेळा रुसवेफुगवे, रडणीकढणी आणि कित्येकदा शिव्याशापसुद्धा! मग सोडायचं म्हटलं तरी लगेच आपण दुष्ट, चांडाळ ठरतो! तेव्हा या सगळ्या मनाच्या भानगडीपेक्षा सरळ शरीराचे आणि पैशाचे व्यवहार पुरवतात. पैसे देऊन टाकले की सगळं स्वच्छ. मागे काही राहत नाही. तर असा माझा आणि गुलशनचा संबंध! कैक वर्षांचा! लग्न आपण कधी केलंच नाही. पहिल्यापासूनच पक्कं ठरवलं होतं – लग्न कधीच करायचं नाही! बस्! नाही पाहिजे ती झकझक म्हणजे नाही पाहिजे! कोण हो ते एकसारखं बायकोला खूष ठेवायला धडपडणार? मुलांची जबाबदारी घेणार?

ती चांगली निघतात का वाईट, याच्या काळज्या ओढवून घेणार? त्यांच्यासाठी इस्टेटी ठेवणार, आणि वर ती आपल्याला विचारीत नाहीत म्हणून तक्रारी करणार? आत्ता जसा मजेत मी इथं या समुद्राकाठच्या बंगल्यात एकटा पुस्तक वाचत बसतो, तसं करता आलं असतं मग? यांची लग्नं, त्यांच्या मुंजी, यांचे वाढदिवस, त्यांचे गृहप्रवेश... माणूस नाना प्रकारच्या कटकटीत सापडतो मग! त्याला स्वत:ला थोडी शांतता हवी असते, तीच बिलकूल मिळेनाशी होते, या सगळ्या मूर्ख, स्वार्थी, आपमतलबी लोकांपायी. मग? – जमवायचाच कशाला त्यांचा गोतावळा आपण आपल्याभोवती?

म्हणून लग्नबिग्न काही न करता लग्नाचं सुख वेळोवेळी गुलशनकडनं मिळवत राहिलो. त्याचा भरपूर मोबदला देऊन. आपला सगळीकडे हिशेब क्लिअर बघा! कोणाचं काही देणं ठेवून आपण जाणार नाही! इतरांसारखे आपण खुळचट, कद्रू नाही! तेव्हा गुलशनला रोख पैसे, कपडे, प्रेझेंट्स, मिठाया असं जन्मभर देत राहिलो! अगदी ती 'नको नको – पुरे पुरे' म्हणेस्तंवर! आपलं तत्त्व सोडून कधी तिला लोकांतही नेली. नाटकं-सिनेमा दाखवली. नाटक म्हटलं म्हणजे आपलं डोकं दुखतं. पण तिच्यासाठी मोठीमोठी गाणीबजावणी असलेली नाटकं पाहिली. तिला टॅक्सीतून हिंडवलं. खुळ्यासारखा, सव्वीस जानेवारीच्या दिव्यांच्या आराशी दाखवत हिंडलो. काय काय केलं नाही तिच्यासाठी?

आणि या गुलशननं एके दिवशी अचानक काय करावं? लग्न! आपल्याहून दहा वर्षांनी लहान असलेल्या माणसाशी! म्हणजे काय तिला अवदसा आठवली ते बघा! माणसं खुळी असतात म्हटलं ना – ते एवढ्याचकरता! प्युअर स्टुपिडिटी हो! बरं, त्या माणसाच्या नोकरीधंद्याचा काही पत्ता नाही! म्हणजे तो बसून खाणार हिनं आजवर जे काही कमावलं तेच! म्हणजे आमचाच पैसा! बरं – मी काही मालकी गाजवणार नव्हतो तिच्यावर! एकदा ती आपली लग्नाची बायको नाही म्हटलं, की आपली कसली मालकी? आपल्या दृष्टिआड तिच्याकडे कोण येतं नि कोण नाही, याचा आपण थोडाच हिशेब ठेवायला बसलोय? तेव्हा तो तसा तिच्याकडे येत राहिला असता, तरी आपली हरकत नव्हती! आपलं आता वय झालेलं, आणि तो त्या मानानं तरुण, असा विचार करून मीही गप्प बसलो असतो. पण आता मला सांगा, एवढ्या तरुण पुरुषाची गरज पडावी, अशी ही काय तरुण लागून गेली होती? पण ठीक आहे – आहे गरज! त्यासाठी त्याच्याशी लग्न कशाला? का त्याच्याकडे तुला द्यायला पैसे नाहीत म्हणून त्याच्याशी लग्न करायचं? सालीला अक्कलच नाही. आणि मला सांगितलं कधी? तर मी तिला हा बंगला खरेदी केल्याचं सांगायला गेलो तेव्हा! माझा विचार होता, हिला सांगायचं, अधनंमधनं येऊन राहा बंगल्यावर. दारात

समुद्र फेसाळतो आहे – सूर्यास्त होताना दिसतो आहे – अशा वेळी मी न् गुलशननं बंगल्याच्या अंगणात खुर्च्या टाकून ग्लासमध्ये बर्फ खुळखुळावत व्हिस्कीचे घुटके घेत, अंधार पडेपर्यंत, जुन्या गोष्टी बोलत बसावं, व्हिस्कीचा मंद असर अंगभर पसरत असताना एकमेकांचे हात हातात घेऊन जड झालेल्या जिभेनं न कळणारं काहीतरी एकमेकांना पुन्हापुन्हा सांगत राहावं, आणि काळोख पडला तरी दिवा लावायचं भानच राहू नये, असं काहीतरी माझ्या मनात एकसारखं घोळत होतं. पण हे गुलशनला सांगायचं राहूनच गेलं. ती आपलं घर कायमचं बंद करून, कड्याकुलपं लावून त्या आपल्याहून दहा वर्षांनी लहान असलेल्या दळिद्री कारकुनाचा संसार सजवायला निघून गेली. माझ्या त्या समुद्रकाठच्या बंगल्याच्या खरेदीविषयी किंवा व्हिस्की पीत बसण्याविषयी काहीही न ऐकता. बावळट कुठली! जाताना मला म्हणते – काही चुकल्यामाकल्याची माफी करा! आता माफी कशाकशाची करणार? सगळंच चुकलं होतं. अगदी एकूण एक! पण माफी करणारा मी कोण ग? सगळ्यांचा मूर्खपणा दुरुस्त करायचा मी काय मक्ता घेतलाय? त्या कॅशियरला मी वाचवू शकलो का? नाही ना? मग तुला तरी कुठनं वाचवणार?

हे एक उदाहरण सांगितलं. माणसांच्या मूर्खपणाचं. गुलशन गेली. माझ्या आयुष्यातून कायमचीच गेली. तिला या वयात लग्न कां करावंसं वाटलं, हे मला शेवटपर्यंत कळलं नाही. तिचा वेडेपणा, एवढंच म्हणून मी ते सोडून दिलं. अर्थात त्यामुळं मी काही मोठा दुःखी झालो अशातला भाग नाही. कारण आपण आधीच ठरवलं होतं, की माणसांमध्ये गुंतायचं नाही. ते धोक्याचं असतं. मनस्तापाचं असतं. आता हेच बघा ना! मी गुलशनवर प्रेमब्रिम करत असतो, तर तिनं मला फसवलं वगैरे तक्रारी करत बसलो असतो. ज्याच्या-त्याच्याकडे दाद मागत फिरलो असतो. जीव द्यावा असं मला वाटलं असतं, आणि तेवढं धैर्य नाही म्हणून उदासवाणा तरी होऊन बसलो असतो. पण छे, गुलशन गेली, आणि लगेच मी तिला साफ विसरून गेलो. इथं या बंगल्यात येऊन राहायला जरी तिनं नकार दिला असला, तरी मी तो अपशकुन मानला नाही. एकटाच येऊन इथं राहायला लागलो. मनातलं जे चित्र होतं त्यातली गुलशन पुसून टाकली, आणि बाकी व्हिस्की, समुद्र, काळोख – ही तशीच ठेवली. गुलशनला काढून टाकल्यानं त्या चित्रात पडूनपडून असा कितीसा फरक पडणार? मला नाही वाटत. एकटेपणा-एकटेपणा तो काय? त्याचेही काही फायदे आहेतच. माणसाला बोलावं लागत नाही, शांतपणे विचार करता येता, वगैरे कित्येक. मग राहिलं एकटं तर काय झालं? नाही – मला नाही त्याचं एवढं काही वाटत.

पण माणसांचा मूर्खपणा हा सगळीकडे पसरलेला असतो. तो काही केल्या आपली पाठ सोडीत नाही. कारण इथं या समुद्राकाठच्या एकाकी बंगल्यात राहायला आल्यानंतरही एक मूर्ख माणूस मला भेटलंच.

त्याचं असं झालं : इथं आल्यानंतर दोन दिवसांनी विचार केला – दिवसभर बसून बसून काय राहायचं? संध्याकाळी थोडं फिरून यावं वाळूतून. तेवढंच बरं वाटेल. निघालो. वारंही छान पडलं होतं. समुद्राला ओहोटी होती. पाणी लांबपर्यंत आतमध्ये गेलं होतं, आणि नागमोडी घड्या पडलेली ओलीचिकट पुळण सूर्याच्या शेवटच्या किरणांमध्ये सोन्यासारखी लखलखत होती. सबंध किनारा निर्मनुष्य होता. फक्त एक – आणि एकच आकृती वाळूत बसली होती.

मी पुळणीवरून चाललो होतो. त्यामुळं एका बाजूनं सूर्यप्रकाश पडलेली तिची रूपरेखा मला समोरून स्पष्ट दिसत होती.

ती एक लहानखुरी म्हातारी होती. पंचावन्न – फार फार तर साठ वर्षांची. तिच्या रूपेरी केसांना एका बाजूनं सोनेरी झळाळी आली होती. अंगावरचं पांढरं शुभ्र लुगडंसुद्धा त्या सोनेरी प्रकाशात तांबूस शेंदरी वाटत होतं.

पण ती – अशी एकटीच कशी येऊन बसली? या एकाकी समुद्रकिनाऱ्यावर? तिन्हीसांजेच्या वेळी?

आणि हातानं कसला चाळा चाललाय? वाळूत काहीतरी करतेय. किल्लाबिल्ला बांधतेय की काय लहान पोरासारखा?

आणि ही आहे कोण?

– मी तिच्या जवळ गेलो. थोड्या अंतरावर उभा राहिलो. तिच्याकडे पाहत.

तिचं माझ्याकडे लक्ष गेलं. एवढ्या एकांत समुद्रकिनाऱ्यावर हा एक पुरुष कुठून आला, म्हणून ती दचकली नाही. भ्यालीही नाही. तिनं आपला चाळा चालूच ठेवला.

ती काय करतेय, हे माझ्या आता लक्षात आलं. ती आपल्या आजूबाजूचा एक एक शिंपला उचलून त्याची आतली बाजू पाहत होती. काळजीपूर्वक पाहून नंतर तो शिंपला फेकून देत होती.

मी तिच्या अगदी जवळ जाऊन तिला विचारलं – ''हे काय करताय बाई?''

तिनं वर मान करून माझ्याकडे पाहिलं. हसून म्हणाली – ''तुम्हाला नाही कळायचं ते.''

इतकी म्हातारी बाई – पण तिचं हसणं इतकं मोहक होतं! असलं हसणं शिकायला गुलशनला सात जन्म घ्यावे लागले असते!

''मी बसू इकडे?'' मी विचारलं.

''खुशाल.'' तिनं मान डोलवली.

मी थोडं अंतर सोडून वाळूत बसलो.

तिचा आपला उद्योग चालूच. शिंपला घ्यायचा –उलटा करायचा – निरखून बघायचं – आणि निराश झाल्यासारखं करून तो फेकून द्यायचा.

''इकडे जवळपासच राहता?'' मी विचारलं.

''हो. पलीकडच्या रायकरांच्या आळीत. कितीतरी वर्षं आम्ही तिथं राहतो.'' ती म्हणाली. चला, म्हणजे माझ्या चौकशीचा तिला राग तरी आला नव्हता! माझ्याशी बोलावं, अशी तिची इच्छा दिसत होती!

''मी इथून जवळच राहतो. हे असं सरळ चालत राहिलं की दोन वाड्या सोडून लागतो, तो माझा बंगला!'' – मी माहिती दिली.

मग आम्ही खूप गप्पा मारल्या. काळोख पडेस्तंवर. म्हातारी फार बोलकी नव्हती; पण दुसऱ्याचं बोलणं ऐकायला तिला आवडत असावं. मी तिला रायकरांच्या आळीशी सोडून आलो. आतपर्यंत येतो म्हटलं, तर म्हणाली, नको. मी जाईन. शिवाय तिथं पंचायतीचा कंदील होता. त्याच्या उजेडात वाट सहज दिसण्यासारखी होती.

मी तिला त्या शिंपल्यासंबंधी पुन्हा विचारलं नाही. पण ती काय शोधत होती, याबद्दल मला मोठं कुतूहल वाटून राहिलं होतं.

दुसऱ्या दिवशी मी जरा लवकरच समुद्रावर गेलो. ऊन पुष्कळच कमी झालं होतं. पण सूर्यास्ताला अवकाश होता.

म्हातारी येऊन बसलीच होती. तिचा तोच उद्योग चालू होता. शिंपले उलगडून पाहण्याचा.

मला पाहताच ती प्रसन्न हसून म्हणाली – ''बसा.''

बराच वेळ मी इकडतिकडच्या अवांतर विषयांवर गप्पा मारल्या. मग एकदम विचारलं – ''तुम्ही काय शोधत असता हो त्या शिंपल्यांमध्ये?''

ती हसली. – ''सांगितलं तर तुम्ही मला वेड्यात काढाल.''

''का?''

''आतमध्ये लाल रंगाचं वर्तुळ असलेला शिंपला शोधतेय मी.''

''लाल रंगाचं वर्तुळ?''

''हो.''

''पण कुठल्याच शिंपल्यात लाल रंगाचं वर्तुळ नसतं.''

''माहितेय मला. म्हणूनच आम्ही ती खूण ठरवली होती.''

''तुम्ही आणि – दुसरं कोण?''

''माझा मुलगा. दहा वर्षांपूर्वी समुद्रावर गेला. बोटीवर होता. गेल्यापासून

काही निरोपच नाही. मी इतकी काळजीत पडले! काळजीनं मला रात्री झोपसुद्धा लागेनाशी झाली. रात्रंदिवस त्याचा चेहेरा नजरेसमोर दिसायचा. मला तो न् त्याला मी! दुसरं कुणीच नव्हतं आम्हाला. म्हंजे त्यानं लगेच पत्र पाठवायला हवं होतं की नाही? पण नाही. त्यानं पत्रच पाठवलं नाही. आई काळजी करील हे माहीत असूनही पत्र पाठवलं नाही.

"त्याला वेळ झाला नसेल तिथल्या कामात. नाहीतर सोय नसेल तिथं टपालाची नीटशी.

"– असंच समाधान करून घेऊन मी कसे तरी दिवस काढले. पण आतल्या आत कळायचं की ते समाधान खोटं आहे! काहीतरी झालंय त्याला! नक्कीच! त्याशिवाय तो नाही राहणार खुशाली कळवल्यावाचून. मी त्याच्या काळजीनं रडून रडून डोळे सुजवून घेतले. पण त्याची बोटभर चिठीही आली नाही, की तो स्वत: परत आला नाही."

"मग?"

"मग काय? एक दिवस सगळं वाट पाहणंच संपलं. त्याचा एक मित्र रजेवर आला होता या भागात. इथनं दहा मैलांवर त्याचं गाव. पण तो मुद्दाम मला येऊन भेटून गेला. म्हणाला, 'बातमी सांगायला आलो. दुर्दैवाचा खेळ आहे. पण तुमचा मुलगा गेला. इथनं गेल्यापासून दोन-चार महिन्यांतच गेला. डेकवर काम करत होता. समुद्र गरजत होता. हवा वादळी होती. आम्हाला कुणाला डेकवर काम करायचा धीर नव्हता. पण यानं धिटाईनं काम मागून घेतलं. चिल्लर काम होतं. रिपेअरिंगचं. पण नसतं केलं तर जहाजाला धोका होता. यानं धाडस दाखवलं म्हणून कॅप्टननं शाबासकी दिली. पण धाडस अनाठायी होतं. समुद्राच्या खवळण्याला पारावर नव्हता. एक राक्षसी लाट डेकवर आली, आणि त्याला आपल्याबरोबर पाण्यात ओढून घेऊन गेली... तुमच्या मुलाला शूराचं मरण आलं – पण फार लहान वयात आलं...'

"बातमी ऐकली, न् मी हादरून गेले. दु:ख करीत बसण्याला अर्थ नव्हता, कारण सांत्वन करायलाही जवळ मायेचं माणूस नव्हतं. मी आतल्या आत दु:ख जिरवत दगड व्हायला लागले.

"आणि एक दिवस मला आठवलं – अगदी अचानक आठवलं – माझा मुलगा मला सांगून गेला होता– 'आई, पाण्यावर जरी माझं काहीही बरंवाईट झालं तरी मी तुला विसरणार नाही. परलोकातदेखील आई – मला तुझी आठवण येईल. याची खूण म्हणून मी समुद्रातनं तुला एक शिंपला पाठवीन. तो मीच पाठवलाय हे तुला समजावं, म्हणून मी त्याच्या आतल्या बाजूला एक लाल वर्तुळ काढीन. तुला तो शिंपला मिळाला की वाटेल, मी आहे –

तुझ्याजवळच आहे! तुझ्यापासून मी कधीच दूर गेलेलो नाही...''

ही सगळी हकिगत तिनं खूप वेळ लावून, सविस्तर सांगितली. बोलत असतानासुद्धा ती एका हातानं वाळूतले शिंपले उलगडून बघतच होती...

''ते आठवलं आणि मी किनाऱ्याकडे धाव घेतली. गेली कोण जाणे किती वर्षं – रोज संध्याकाळी मी ओहोटीच्या वेळेस इथं वाळूत येऊन बसते आणि शिंपले उलगडून पाहते. अजून मला लाल वर्तुळाचा शिंपला मिळालेला नाही. पण मला खात्री आहे. एक ना एक दिवस मला तसला शिंपला मिळेलच! माझा बाळ मला विसरलेला असणं शक्यच नाही!''

आता अंधार पडायला लागला होता. क्षितिजावर लाल रंगाचा चंद्र दिसायला लागला होता. दूरवरून समुद्राची गाज ऐकू यायला लागली होती. भरतीला सुरुवात झालेली दिसत होती.

मी तिला आळीच्या तोंडाशी सोडलं आणि घरी गेलो.

व्हिस्कीची बाटली उघडली आणि समोरच्या काळोखाकडे पाहात त्या म्हातारीचाच विचार करीत बसलो...

माणसानं किती मूर्ख असावं याचं ही बाई म्हणजे लिमिट होती! अगदी आमचा फ्रॉड करणारा कॅशियर आणि अवेळी लग्न करणारी गुलशन, ही दोघंही तिच्या मानानं खूपच शहाणी ठरली असती! मेलेला मुलगा – त्याच्याकडून निरोप येण्याची वाट पाहायची – तीसुद्धा रोज भरती-ओहोटीबरोबर इकडून तिकडे फेकले जाणारे शिंपले शोधून! संपूर्ण निर्बुद्धपणाचं असं दुसरं उदाहरण मी तरी पाहिलेलं नाही.

आणि मनाची गुंतवणूक किती? मुलगा गेला, त्याला दहा वर्षं उलटून गेली. आज तो जगातही नाही! तरी हिला आपली त्याची आशा आहेच! यासाठी माणसाला बायको नको – मुलं नकोत! माणसानं माझ्यासारखं सडाफटिंग असावं! आम्हाला आहे कुणाचं सुख-दुःख? आम्हाला आहे कुणाची आशा? गुलशन नसली तरी आमचं काही बिघडत नाही – मुलगा नसला तरी बिघडत नाही. कोण्णी-कोण्णी नका येऊ म्हणावं! मी एकटा पीत बसेन इथं! वाटलंय काय? नाहीतर मी काय एकटेपण घालवायला त्या म्हातारीसारखा शिंपले उलटत बसणारेय? मूर्ख कुठली! असल्या वेड्या लोकांचं तोंडसुद्धा बघू नये!

रात्रभर मी त्या म्हातारीचा विचार करीत बसलो.

त्यानंतर माझा तो एक ठराविक कार्यक्रमच होऊन बसला. रोज संध्याकाळी मी समुद्रकिनाऱ्यावर फिरायला जात असे. रोज तिला तिथं बसलेली बघत असे. ती शिंपले उलटतच राही. मी मनातल्या मनात तिची टिंगल करीत असे. पण

उघडपणे काही बोलून तिला दुखावत मात्र नसे. आपल्याला काय करायचंय? ती करेना कसलाही खुळेपणा!

म्हातारीचं सगळं बोलणं आपल्या मुलाविषयीच चालायचं. तो दिसे कसा, बोले कसा, आडदांडपणा कसा करी, त्यानं आपणहून कशी बोटीवरच्या नोकरीची माहिती काढली, आपण त्याला जाऊ नको म्हणून किती परोपरीनं थांबवलं, त्याचा स्वभाव कसा त्याच्या लहानपणी गेलेल्या वडिलांसारखाच होता – नाना गोष्टी ती अगदी तपशीलवार सांगायची. आणि बोलणं शेवटी शिंपल्यावर यायचं. मला तिचं ते वेड – आणि तिचा तो चाळा अगदी सहन व्हायचा नाही! पण आपण दुसरं काय करणार? ही मूर्ख माणसं बोलतील ते ऐकून घ्यायचं! करतील ते बघायचं!

"– तुम्हाला गंमत माहीत नाही. फार पूर्वीपासून आम्ही शिंपल्याविषयी असंच बोलत असू. तुम्ही आत्ता आलात इथं या गावात म्हणून! पण आम्ही उभा जन्म काढला समुद्राच्या काठाशी, म्हणून असेल कदाचित. पण मला नेहेमी वाटायचं – आपल्या प्रिय माणसाला नेहेमी असा शिंपला पाठवावा. शिंपला म्हणजे एक गूढ गोष्ट असते बघा. कधी कधी असं वाटतं की शिंपल्याला जीव असतो. त्याला सारं समजतं. आपण पाठवू त्या माणसाकडे त्याला अचूक जावंसं वाटतं. आणि जाणार कसा तो? समुद्राच्या लाटांवरूनच. समुद्र म्हणजे तर त्या शिंपल्याचं घर! आणि समुद्र काय कमी गूढ असतो? त्याला सगळं समजतं; कारण तोच सगळ्यांना जोडतो. आभाळाच्या त्या टोकापासून जमिनीच्या या टोकापर्यंत समुद्र असतो. परलोकापासून आपल्या जगापर्यंत – दोन टोकं जोडणारा, निळा निळा समुद्रच असतो. म्हणून मी लहान असताना बाळाला सांगायचे, की आपण समुद्रावरून निरोप पाठवू शकतो जवळच्या माणसाला. शिंपल्यावरून. खुणेच्या शिंपल्यावरून. आपलं प्रेम तितकं बळकट असेल तर खुणेचा शिंपला मिळायला हवा! मी हे असं नेहमीनेहमी सांगायचे बाळाला. म्हणायचे, मी आधी गेले तर शिंपल्यात चांदणी काढून पाठवीन लाल रंगानं! तो म्हणायचा की मी आधी गेलो तर शिंपल्यात चांदोबा काढीन! नक्की लक्षात असेल त्याच्या!... नक्कीच!"

असे आठ-दहा दिवस गेले. मला जशी काही तिच्या बडबडीची सवयच झाली होती. मजेत वेळ जायचा तिच्याशी गप्पा मारताना. सूर्य समुद्रात कधी बुडाला, आणि निळंकाळं आभाळ चांदण्यांनी कधी लखलखायला लागलं, हे समजतच नसे!

आणि एके दिवशी जणू तिला स्वर्ग सापडला.

तिला शिंपला मिळाला होता. पाहिजे तसा. आतमध्ये लाल रंगाचा गोल

चांदोबा असलेला!

तो शिंपला कुठं ठेवू न् कुठं नको, असं तिला होऊन गेलं. घट्ट मुठीत तो शिंपला धरून ती रड रड रडली. 'मला वाटलं नव्हतं कधी हा दिवस दिसेल असं,' असं पुन्हापुन्हा म्हणत राहिली.

त्या रात्री मी समाधानानं झोपलो.

आता उद्यापासून तरी ती शिंपले उलगडत नि शोधीत राहणार नाही! आपल्या मुलाबद्दल बोलणार नाही! मी काय म्हणतोय हे ऐकून घेईल! माझ्याविषयी बोलेल. माझी चौकशी करील. मी तिला माझे सगळे अनुभव सांगेन. बँकेत कसे एकेक मूर्ख लोक भेटत ते सांगेन. कॅशियरनं कसा फ्रॉड केला ते सांगेन. हो – गुलशनबद्दलसुद्धा सांगेन. त्यात काय झालं? या उतारवयात आता ते लपवून ठेवायचं कशासाठी? बऱ्याच वेळा लोक सांगायचं ते सांगू शकत नाहीत; कारण कुणाला सांगायचं, हाच प्रश्न असतो. नीट, लक्ष देऊन, सहानुभूतीनं ऐकून घेणारं असं माणूस कुठं भेटतं? पण आता मला असं कुणीतरी भेटलं आहे – मग मी काय म्हणून गप्प राहू? हां– तसा तिला माझ्याइतका पाचपोच नाही – ती चांगलीच मूर्ख आहे! सगळं कबूल! पण सांगितलेलं ऐकून घेईल. माणसाला दुसरं काय पाहिजे? आता मी म्हणाल तर माणसांचा अजिबात तहानेला नाही. पण सबंध दिवस त्या बंगल्यात एकटं राहून, नुसतं समुद्रावर ऊन कसं पडतं आणि समुद्रावरून ऊन कसं उतरतं हे पाहून पाहून माणसाला कंटाळा येतोच की हो!

हां – आता इतके दिवस मी तिला माझ्याविषयी फारसं काहीच सांगू शकत नव्हतो; कारण ती एकसारखं मुलाबद्दल नि शिंपल्याबद्दलच बोलायची! पण आता तो शिंपला मिळाल्यानंतर तिचं त्या विषयावरचं बोलणंच खुंटून जाईल! ती मोकळी – अगदी मोकळी होईल! मग तिला तरी दुसरा काय उद्योग आहे? माझं बोलणं ऐकून घेण्याशिवाय?

मला एक भीती वाटत होती. दुसऱ्या दिवशी कदाचित ती समुद्रकिनाऱ्यावर यायचीच नाही. घरीच बसून राहील. कारण तिच्या परीनं आता तिचं समुद्रावरचं काम संपलं होतं. अर्थात तिनं असं केलं असतं, तर मी स्वत: रायकर आळीत जाऊन तिला समुद्रावर घेऊन आलो असतो. पण आमच्या समुद्रावरच्या गप्पा काही चुकवल्या नसत्या.

पण ती वेळच आली नाही. ती ठरल्यासारखी समुद्रकिनाऱ्यावर हजर होती.

आजही तिचे हात अधूनमधून शिंपले उलगडत होते. इतक्या वर्षांची सवय! एकदम कशी जाणार? पण बाकी ती बरीच मोकळी वाटत होती.

शेवटी चार दिवसांनी ती मला म्हणाली – "मला चुकल्याचुकल्यासारखं वाटतं हो अगदी! इतकी वर्षं मी शिंपला शोधत होते. आता मी आपली अगदीच रिकामी!"

मी म्हटलं, "असं कसं? तुम्हाला शिंपला तर मिळाला! इतकी वर्षं तुम्ही शोधत होता, ते सापडलं. खरं पाहिलं तर या समुद्रकिनाऱ्यावर – या अगणित शिंपल्यांमध्ये – तुम्हाला तो शिंपला सापडणं अशक्यच होतं! पण तरीदेखील तो चमत्कार घडला... म्हणजे तुम्हाला किती अपूर्वाई वाटली पाहिजे!"

ती बराच वेळ गप्प राहिली. समुद्र गरजत राहिला. वरून समुद्रपक्षी 'ची ची' करीत उडत गेले. ...

मग ती शांतपणे म्हणाली – "मला तुम्ही इतकी खुळी समजत का हो? मला एवढं का कळत नाही, की त्या दिवशी तुम्हीच तो शिंपला – स्वत:च्या हातानं त्यावर तांबडा चांदोबा रंगवून तिथं आणून टाकलात? इतर शिंपल्यांबरोबर मिसळून...?"

मी तिच्याकडे पाहतच राहिलो. बाई वाटलं होतं तेवढी मूर्ख नव्हती तर!

"बरोबर आहे ना मी म्हणते ते?" तिनं पुन्हा विचारलं.

मी हसलो. "–मग काय करू? इतकी वर्षं तुम्ही हा खुळ्यासारखा उद्योग करीत राहिलात! कुणीतरी तो थांबवायलाच हवा होता!"

ती हसली. फार मोहक हसली. मावळत्या सूर्याचं तेज डोळ्यांत घेऊन हसली.

"–म्हणूनच मला रडू आलं, शिंपला मिळाला तेव्हा. दु:खानं नाही – आनंदानं. कुणीतरी माझी काळजी करतंय, असं पहिल्यांदाच घडलं. माझा खुळ्यासारखा उद्योग थांबवावा, असं पहिल्यांदाच कुणाला तरी वाटलं!"

तिनं आपल्या बटव्यातून तो शिंपला काढला. मी स्वत:च्या हातानं वर्तुळ रंगवलेला. आणि ती त्यावरून हलकेच बोटं फिरवू लागली.

मग हलक्या आवाजात म्हणाली, – "खरं सांगू? तुम्हाला वाटतं तेवढी मी खुळी नाही. एवढ्या अगणित शिंपल्यातून आपल्याला हवा असलेला एकच एक शिंपला सापडणं अशक्य आहे, हे काय मला माहीत नव्हतं? पण तसा शिंपला असणारच नव्हता!"

"म्हणजे?"

"मी नेहेमी म्हणायचे, की मी गेले तर शिंपल्यात चांदणी काढून पाठवीन. आणि तोही नेहमी म्हणायचा, की मी चांदोबा काढून पाठवीन. मग त्यानं तो खराखुरा पाठवला नसता तरी काय बिघडणार होतं? तो शोधत राहणं यातच सुख होतं. कारण त्यानं तो आपल्याकडे पाठवलाय, ही भावनाच महत्त्वाची होती. खरं ना? त्यामुळं मला वाटायचं, की तो माझ्याशी

अजून संबंध ठेवून आहे.

"– नाहीतर तुम्हीच बघा. इतकी वर्षं तो जिवंत असता – मला नेमानं पत्र लिहीत असता, तरी तो मला प्रत्यक्ष भेटत नाही तोवर काय? त्याचं जिवंत असणं नुसतं मानायचंच की नाही?"

"असेल. मी नाही असले गुंतागुंतीचे विचार करीत."

"म्हणून तो गेला तेव्हा मी ठरवलं की त्याला आपल्याशी जोडणारं काहीतरी शोधून काढायचं. मला एकदम आठवलं – पूर्वी आम्ही एकमेकांना सांगत असू.... ते शिंपल्यातल्या चांदोबा-चांदणीबद्दल! आणि मी ठरवलं – त्यानं पाठवलेला शिंपल्यातला चांदोबा शोधणं हाच आपल्या उरलेल्या आयुष्याचा हेतू! बस्स् – त्यासाठीच जगायचं आपण! हेतू तरी काय, शेवटी ठरवण्यावरच असतो की नाही?"

"हेतू? हेतू कशाला हवा?"

"हवा हो. नाहीतर फार रिकामं वाटतं आयुष्य! तुम्हाला कळायचं नाही! त्या काल्पनिक शिंपल्याच्या निमित्तानं मी जिवंत ठेवलं होतं माझ्या बाळाचं प्रेम! – त्या प्रेमानंच माझं सगळं आयुष्य भरून टाकलं होतं!"

"आयॅम सॉरी. मी पडल्या आवाजात म्हणालो. "मला काही कळलं नाही."

मी तिच्या हातून तो रंगवलेला शिंपला काढून घेतला.

"मी काहीतरी खुळ्यासारखं वागलो. हा कचराकिमतीचा शिंपला तुम्हाला खरा शिंपला असल्यासारखा शोधून काढायला लावला."

– मी तो शिंपला समुद्राच्या दिशेनं भिरकावला. तो पुळणीवर लांब जाऊन पडला.

"नाही हो. त्या शिंपल्याचं मोल वेगळंच आहे. फेकलात कशाला? मी तो ठेवणारेय. जपून ठेवणारेय."

असं म्हणतच तो आणायला ती पुळणीवरून धावत गेली. आपली म्हातारी कुडी सांभाळण्याचा जराही प्रयत्न न करता.

आणि एकाएकी – अगदी एकाएकी एक प्रचंड लाट आली.

तिची एक किंकाळी ऐकू आली... क्षणभर पाण्यावर तिचा हात दिसला – आणि मग फक्त समुद्राची अक्राळविक्राळ गर्जना ऐकू येत राहिली...

मी धावतच पाण्यात गेलो. तसंच पाण्यात स्वतःला झोकून दिलं. पण घोंगावाणाऱ्या लाटांत कुठं कसलाच थांग लागत नव्हता.

मी बराच वेळ पाण्यात पुन्हापुन्हा बुड्या मारीत होतो. पण नाही – तिचा कुठे पत्ताच नव्हता. आपण जसे त्या गावचेच नाही, अशा रीतीनं समुद्र

नेहमीसारखाच गर्जत होता...

काळोख पडायला लागला. आभाळात तांबडालाल चंद्र उगवू लागला.

मी हताशपणे किनाऱ्यावर परत आलो...

दुसऱ्या दिवशी संध्याकाळी मी रोजच्या सवयीनं समुद्रकिनाऱ्यावर गेलो. वाळूत बसलो. एकटाच.

मी एक शिंपला उचलला. उलटा करून पाहिला. त्यावर चांदणी नव्हती. मी तो फेकून दिला. ...

मी दुसरा शिंपला उचलला...

◆

दुःस्वप्न

बँड जोरजोरात बडवला जातोय.

प्रकाशझोत इकडून तिकडे फिरताहेत. समोर काळोख पसरलाय – चारी बाजूंनी – वर्तुळाकार – एखादं किळसवाणं काळं कुळकुळीत अजस्र जनावर वेटोळं करून बसलेलं असावं तसा. त्या जनावरासारखाच या काळोखाला जीव आहे. आणि जीव आहे म्हणून हालचाल आहे. पण ती जागच्या जागीच केलेली – गिळगिळीत. नुसत्या वळवळण्यावर तो प्राणी थांबत नाही. मोठमोठ्यानं हसतो. हजारो माणसांच्या एकत्र आवाजात. विकट हसतो.

तो आपल्याला हसतोय.

पण आपण त्या हसण्यानं निरुत्साही होत नाही. आपलं थयथय नाचणं थांबवत नाही. उलट अधिकच खुळावल्यागत नाचत राहतो. आपले विदूषकाचे ढगळ कपडे कसेबसे सावरीत उड्या मारीत राहतो. सुटलेला लेंगा पायांत आल्यामुळे पुन:पुन्हा पडत राहतो.

आणि समोर बसलेला तो काळा कुळकुळीत प्रेक्षक प्राणी अधिकच मोठमोठ्यानं हसत राहातो. खो-खो हसत राहतो.

व्हॉट अ शेम! शरम – शरम वाटली पाहिजे आपल्याला लोकांसमोर असे वेडेवाकडे गलिच्छ अंगविक्षेप करण्याची! पण आपण जसे काही चिखलात लोळणाऱ्या डुकरासारखे मजेत आहोत! आणखी आणखी हशे गोळा करतो आहोत. पोट पुढं काढून, पाय हवेत उडवून, तोंडानं वेडेविद्रे आवाज काढून लोकांना हसायला लावतो आहोत. ते हसले, की कृतकृत्य होत आहोत! काय झालंय काय आपल्याला?

आपल्या मानानं आपल्याबरोबरचे दुसरे दोन विदूषक खूप चांगले! ते इतका घाणेरडेपणा करीत नाहीत. जरा सभ्यतेनं वागतात. लोकही त्यांना कमी

हसतात. पण आपण नुसते चेकाळलो आहोत....

"ए पोऱ्या। इधर आव। ये लो फूल। सूंग लो।"

बुटका नोकर फूल हुंगू लागतो. आपण पिचकारीची नळी दाबतो. 'फूऽऽऽ!' पाण्याचा फवारा त्याच्या तोंडावर. तो घुसमटतो, शिंकू लागतो, ठसकू लागतो. आपण हसत सुटतो. मोठ्या वयाच्या अधू माणसानं लहान मुलाच्या आवाजात हसावं तसं ते विकृत, आचरट हसू.

हेऽऽ। कैसा बनाया। ही ही ही ही हीऽ।

पुन्हा हसता हसता डोक्यावरची टोपी उडवून डोक्यावर झेलणं. प्रेक्षकांत हशाचा कल्लोळ. मग बुदकन पडणं. ढुंगण आपटल्याचा आविर्भाव करून मग त्यावरून गोलगोल हात फिरवणं.

शोभत नाही – अगदी शोभत नाही.

निदान आपल्यासारख्या, एका प्रतिष्ठित, कॉलेजात तत्त्वज्ञान शिकवणाऱ्या एका मध्यमवयीन प्राध्यापकाला तरी हे बिलकूल शोभत नाही! हे असं सर्कशीत विदूषक म्हणून नाचणं.

दुसरा काळेलासा जोकर डोक्यावर कपड्यांचा भारा घेऊन आला.

ए, तुम कौन हो?

मैं धोबी हूँ।

तो मैं क्या तुम्हारा गधा हूँ?

जी हां. गधाजी, क्या काम करेगा?

मैं तुमको लाथ मारके उडा देनेका काम करूंगा।

मग दोन पाय हवेत उडवून त्या माणसाला पाडणं, आणि तसंच नुसत्या हातावर नाचत सुटणं, तोंडानं हॉ-हॉ-हॉ आवाज काढणं. कळस! बदनामीचा कळस!

काय झालं हे आपलं? तत्त्वज्ञानाच्या प्राध्यापकाचं? गाढवपणा करून दाखवणारा विदूषक!

बाप रे! आणि या प्रेक्षकांमध्ये आपले विद्यार्थी असले तर?

कुणी दिसतंय का त्या काळोखात? तोंडं वेडीवाकडी करणारं, आपल्याकडे घृणेनं पाहणारं – आपल्या विद्यार्थ्यांपैकी कुणी?

आणि अचानक एका जाणिवेनं अंगावर सरसरून काटा उभा राहतो.

सगळाच्या सगळा प्रेक्षकवर्ग मुळी आपल्या विद्यार्थ्यांचाच आहे! एखादा चुकून सर्कसच्या आवडीनं आलेला विद्यार्थी आपल्याला पाहून विसरून गेला असता. पण नाही. इथं ती शक्यताच राहिलेली नाही. सगळे प्रेक्षक आपले विद्यार्थीच – भयंकर! फार भयंकर!

आणि त्यांच्या पुढ्यात आपण आपले नाचतोय विदूषक म्हणून! उद्या

मारतोय! पाणी उडवतोय! त्या पाण्यानं तयार झालेल्या चिखलात लोळतोय! लाथा झाडतोय!

आपण! ज्यांच्या तत्त्वज्ञानाच्या वर्गात मोठ्यानं हसलेलंसुद्धा चालत नाही, इतकी करडी शिस्त असते!

पण वर्ग वेगळा आणि सर्कस वेगळी! विद्यार्थी झाले तरी सर्कसला येतात, ते गंमत करायलाच! विदूषकांच्या चाळ्यांनी करमणूक करून घ्यायलाच!

पण हे काय? ही सर्कस नाहीये? म्हणजे? म्हणजे हा वर्गच आहे? कुणीतरी आपल्याला सांगायचं तरी की हा वर्ग आहे, आणि इथं तत्त्वज्ञानाच्या प्राध्यापकांनी विदूषकाचे कपडे घालून चाळे करायचे नसतात, असं.

आणि एवढं लक्षात येऊनसुद्धा चाळे थांबतच नाहीत. ए छोकरा, वो बकेट इधर लाव. मैं तुमको मछली पकडके दिखाउंगा.

पण बुटका जोकर आहे कुठं? तोही नाही!–आणि तो दुसरा काळगेला जोकर? तोही कुठंतरी गेला? म्हणजे आपण एकटेच! म्हणजे नक्कीच ही सर्कस नाही तर! बरोबर! बँड तरी कुठं चालू आहे? आणि ते प्रकाशझोत कुठायत? चक्क दुपारचं ऊन आत आलंय उघड्या खिडकीतून! म्हणजे हा वर्गच! आणि भर वर्गात आपण विदूषकाचे कपडे घालून कोलांटउड्या मारून दाखवतोय – टोपी उडवून दाखवतोय! नाकातून पाण्याचं कारंजं काढून दाखवतोय! हाउ टेरिबल! कुणी आपल्याला थांबवत का नाही? निदान कॉलेजचे प्राचार्य तरी?

पण नाही! आपली ती निर्लज्ज बदनामी सगळे जोरजोरात हसून बघताहेत. टाळ्या वाजवून आपल्याला उत्तेजन देताहेत!

टेरिबल! – हे कधीच थांबणार नाही का?

आणि एकदम प्राध्यापकांना जाग आली.

माय गॉड! व्हॉट अ हॉरिबल नाइटमेअर! आपण – आपण विदूषक होऊन वर्गात नाचत होतो? माणसाला किती ॲब्सर्ड, किती विसंगत, किती मूर्ख, किती दुष्ट, किती ओंगळवाणी स्वप्नं पडू शकतात! मी? – विदूषक? कल्पनेनंदेखील प्राध्यापकांच्या अंगावर शहारे आले. त्यांनी कपाळावरचा घाम टिपला. क्षणभर त्यांना वाटलं, की विदूषकाच्या चेहेऱ्यावरचा तो चिकचिकीत ओंगळ रंग आपल्या नॅपकिनला लागणार! घाबरून त्यांनी नॅपकिनकडे पाहिलं. नाही – निदान त्याला रंग लागलेला नव्हता. पण अशी किळसवाणी कल्पना आपल्या मनात तरी कशी आली? आपण काय खरोखरीचे विदूषक थोडेच झालो आहोत? ते नुसतं स्वप्न होतं... एक भीषण दुःस्वप्न!

पण असं स्वप्न तरी कां पडावं आपल्याला? पूर्वी रावबहादूर जोगदंडांनी आपल्याशी वर्तमानपत्रांतून वाद घातला आणि आपल्याला मतं बदलणारा माणूस अशा अर्थानं, 'कोलांटउड्या मारणारा विदूषक' म्हटलं, तेव्हा नुसता तो शब्दच वाचून आपल्याला इतका संताप आला होता! आणि आता हे असलं जीवघेणं स्वप्न इतकं सविस्तर कसं पाहिलं आपल्या मनानं? आतासुद्धा, जागेपणी त्यांना त्यातले एकदोन गलिच्छ तपशील आठवले. अंगावर पाल पडल्यासारखे त्यांनी ते झटकून टाकले!

सकाळी झोपून उठता उठता त्यांना रात्रीचं स्वप्न आठवलं. विदूषकाचा तो रंगीबेरंगी भडक चट्टेरीपट्टेरी पोशाख एकदम त्यांच्या डोळ्यांसमोर आला. त्यांनी अंगावरच्या कपड्यांकडे पाहिलं. शुभ्र पांढरा लेंगा आणि मुद्दाम शिवून घेतलेली सुती शुभ्र बंडी! त्यांना एकदम हायसं वाटलं. ते नक्की स्वप्नच होतं. विसरण्याजोगं, घाणेरडं, अश्लील स्वप्न होतं. ते पुन्हा पडता कामा नये. अजिबात पडता कामा नये.

पण तरीही त्या रात्री पुन्हा ते स्वप्न पडलं. बँड वाजायला लागला. प्रकाशझोत फिरायला लागले. गर्दी टाळ्या वाजवायला लागली – नाचत नाचत, उड्या मारीत प्राध्यापक एरिनात गेले – चाळे करायला लागले. पाणी उडवायला, लाथा झाडायला, नाकावर बुक्के मारायला, कोसळायला लागले आणि हळूहळू सर्कसचं वातावरण बदललं. तिचं रूपांतर कॉलेजच्या वर्गात झालं. समोरची मुलं ओळखता येत होती. प्राध्यापक त्यांची दाद मिळवायला लागले. ती हसू लागली. प्राध्यापक त्यांना हसवू लागले. एखाद्या वेश्येनं चावट खुणा करून गिऱ्हाईक आपलंसं करावं, तसं त्यांच्याकडे पाहून डोळे मिचकावून हसू लागले.

अंग घामानं निथळत असतानाच प्राध्यापक जागे झाले. कां पडतं हे स्वप्न आपल्याला? त्यांनी सगळे मानसशास्त्राचे सिद्धान्त इथं लागू करून पाहिले. सब्कॉन्शस माइन्ड? आपल्या अंतर्मनात हा असंबद्ध आचरटपणा दडून आहे? माय गॉड! म्हणजे काय समजायचं? सप्रेस्ड डिझायर? कसली? विदूषक होण्याची सुप्त इच्छा? पण त्यांना असं काही कधीच वाटलं नव्हतं – अगदी बालपणीसुद्धा! अगदी आठवतं तेव्हापासून ते गंभीर – अतिशय गंभीर होते! पण म्हणूनच त्यांच्या मनानं बंड पुकारलं की काय? पण तसं असतं तर ते स्वप्न पडल्यानंतर त्यांना कसं मोकळं, स्वस्थ वाटायला हवं होतं! त्याऐवजी शरमल्यासारखं वाटायचं काय कारण? की विदूषक म्हणजे कसलं तरी प्रतीक आहे? कसलं?

विचार करकरूनसुद्धा हे कोडं सुटत नव्हतं. ते स्वप्न कां पडतं, हे लक्षात

येत नव्हतं. आणि स्वप्न पडायचंही थांबत नव्हतं. हात धुऊन मागे लागल्यासारखं ते स्वप्न रोज हटकून पडायचं. आता तर त्यांना सर्कसचा एरिना दिसतच नसे. नुसता कॉलेजचा वर्ग दिसायचा आणि वर्गातल्या प्लॅटफॉर्मवर ते स्वत: विदूषकी चाळे करायचे – मुलं दात विचकून हसायची....

त्यातून या दु:स्वप्नाच्या यातना फक्त रात्रीच सहन कराव्या लागत असं नाही. दुपारी कॉलेजात शिकवता शिकवतादेखील त्या स्वप्नातले तपशील आठवत. जीव घाबरा होई. प्राध्यापक मनातल्या मनात धास्तावत. रुमालानं घाम पुशीत. शिकवण्यावरचं त्यांचं लक्ष पार उडून जाई. मुलं कुजबुजू लागत.

अलीकडे मुलांची ही कुजबूज वाढत्या प्रमाणावर होती. एके काळी त्यांचा वर्ग म्हणजे शिस्तीचा आदर्श समजला जायचा. संबंध वर्गात त्यांच्या शब्दाशिवाय दुसरा आवाज फक्त टिपणं घेणाऱ्या पोरांच्या पेनच्या कुरकुरीचा. आजकाल पेनची कुरकुर ऐकूच येत नसे. मुलांच्या कुजबुजण्यात ती बुडून जायची असं नाही; मुळात मुलं काही लिहूनच घेत नसत. पेनं नोटबुकमध्ये बंद करून ठेवलेली असायची. त्यांच्या समाधानाखातर आपण ऐकतो आहोत, अशा आविर्भावात मुलं बसलेली असायची. व्यत्ययाला निमित्त शोधायची. साधं कुणी शिंकलं तरी बांध फुटल्यासारखी हसायची. ती अशी हसली की प्राध्यापकांना कापरं भरायचं. आठवण व्हायची ती विदूषकाच्या चाळ्यांची. वाटायचं, आपलं रहस्य यांना माहीत आहे! आपल्याला पडणाऱ्या स्वप्नाविषयी यांना कुणीतरी जाऊन सांगितलंय!

पण या विचारात काही अर्थ नव्हता. मुलांना कोण जाऊन सांगणार? मग आजकालची मुलंच बदललीयेत की काय? वर्षानुवर्षं प्राध्यापक एक जुन्या पद्धतीची हॅट घालून कॉलेजला जात असत. अंगात एखादा फिकट मळकट रंगाचा बुशकोट आणि सैल पँट हा पोशाख त्यांना अगदी आरामशीर वाटायचा. इतक्या वर्षांत त्यांना तो कुठल्याच कारणासाठी बदलावासा वाटला नव्हता. पण अगदी अलीकडे त्यांना शंका येऊ लागली होती, की विद्यार्थी आपल्या या पोशाखाला हसतात. आपल्या पाठीमागे! मग मी काय आजच्या फॅशनचे रंगीबेरंगी 'मॉड' कपडे घालू की काय विदूषकासारखे? शब्द मनात आला आणि जीभ दाताखाली सापडल्यासारखी कळ उठली.

पण मुलं नुसत्या पोशाखालाच हसत असतील का? की ती आपल्यालाच हसतात? हे कसं शक्य आहे? इतक्या वर्षांत आपल्याला हसण्याची तर सोडाच, पण समोर उभं राहून बोलायचीदेखील कुणाची छाती होत नसे. मग आता? आताही मुलं काही बोलत नसत. पण वाटायचं की त्यांना आपलं काही पटत नाही. ती नुसती आपल्या वयाचा मान राखण्यासाठी ऐकून घेतल्याचं

नाटक करतात, आणि समोरून लवकर पळ काढतात. आपण इतकं जीव तोडून सांगतो, पण ती काही मनावरच घेत नाहीत. कां वागतात ही आजकालची मुलं अशी? की आपणच म्हातारे होत चाललो आहोत? जुनाट होत चाललो आहोत?

जुनाट? छे – जुनाट कसे होऊ आपण? सगळ्या तरुण मुलांबरोबर आपण आपलं वय विसरून गप्पा मारायला लागलोय आजकाल. पूर्वीची आपली करडी शिस्त विसरून. त्यांच्याकडून नव्या कल्पना समजून घेऊ लागलो आहोत. 'मूव्हिंग विथ द टाइम्स' म्हणावं तसं. मग हेच तर त्या मुलांना विचित्र वाटत नसेल? पण छे – असं त्यांच्या वागण्यात कधीच दिसत नाही. मग ती आपल्या पाठीमागे हसत असतील का आपल्याला? आपण बोल बोल बोलतो – कधीकधी नको इतकं बोलतो – म्हणून?

आणि अचानक एके दिवशी त्या स्वप्नाचा उलगडा झाला. अगदी सहजच.

प्राध्यापकांच्या लक्षात आलं, की रोज एका प्रचंड होर्डिंगवर आपली नजर नकळत जाते. त्यावरचा मजकूरदेखील आपण वाचत नाही. पण तरीही आपल्या अंतर्मनात त्या होर्डिंगची प्रतिमा उठते.

ती एका सर्कसची जाहिरात होती आणि तीवर विदूषकाची एक प्रचंड आकृती रंगवलेली होती.

स्वप्नाचं स्पष्टीकरण मिळालं आणि प्राध्यापकांना हायसं वाटलं.

मग ते ते होर्डिंग बारकाईनं पाहत उभे राहिले. जाणतेपणी. आणि एक गोष्ट लक्षात येऊन त्यांना धक्काच बसला. त्या होर्डिंगवरच्या विदूषकाचा चेहेरा हुबेहूब त्यांच्यासारखा होता.

तोच गोलगोल आकार, उजळ रंग, गोबरे गाल, बसकं नाक, अर्ध्या डोक्यापर्यंत टक्कल... आपण आरशात पाहतोय असं प्राध्यापकांना वाटलं. त्यांना आपलं स्वप्न आठवलं.

आपल्या चेहेऱ्याचा हा विदूषक – त्याला एकदा भेटायला हवं. प्रत्यक्ष बघायला हवं. तो हे असले विदूषकी कपडे घालून आपल्या समोरच्या प्रचंड होर्डिंगवर आपल्या नजरेला पडण्यासारखा उभा राहिलाय, म्हणूनच ना आपल्याला हे स्वप्न पडतं? नक्कीच आपल्या स्वप्नाचा धागा त्याच्यापर्यंत जाऊन भिडतोय.

त्या संध्याकाळी प्राध्यापक सर्कशीला गेले. तिकीट काढून आत जाऊन बसले. बालपणानंतर प्रथमच. कुणी आपल्याला ओळखत नाहीये ना, म्हणून आजूबाजूला पाहू लागले. पण एरिनात विदूषक आले, आणि प्राध्यापकांचं सारं लक्ष प्रकाशानं उजळलेल्या वर्तुळाकडे लागलं.

आणि तेच भयंकर दु:स्वप्न जागेपणी सुरू झालं. बँड वाजू लागला –

प्रकाशझोत फिरू लागले – आणि डिट्टो प्राध्यापकांसारखा दिसणारा तो विदूषक रंगीबेरंगी चट्टेरीपट्टेरी पोशाख घालून चाळे करायला लागला. उड्या मारायला, लाथा झाडायला, पाणी उडवायला, धडपडायला लागला. लोक हसायला लागले, त्यामुळे अधिकच चेकाळून जायला लागला.

तो अनुभव मरणप्राय होता. इतके दिवस दिसत होतं तो निदान मनाचा खेळ असायचा. पण आता समोर प्रत्यक्ष स्वत:चं भूतच दिसत होतं. त्यांच्यासमोर नाचून त्यांना वाकुल्या दाखवीत होतं.

प्राध्यापकांना ते असह्य झालं. विदूषकांचा एक प्रवेश संपल्याबरोबर ते मागच्या बाजूला धावत गेले. ताडपत्री लावून उभ्या केलेल्या पालामध्ये मंडळी कपडे बदलत होती. त्यातला आपल्यासारखा दिसणारा विदूषक त्यांना लगेच सापडला. मघाशी हसताना केविलवाणा वाटणारा तो माणूस आता गंभीर झाल्यामुळं भारदस्त दिसत होता.

गयावया करून प्राध्यापक त्याला म्हणाले, ''प्लीज, नका ना तुम्ही हे असले विदूषकी कपडे घालून खुळचट चाळे करू. मला अगदी मेल्यासारखं होतं.''

विदूषकानं एकदा त्यांच्याकडे पाहिलं – क्षणभर विचार केला. मग तो भलत्या गांभीर्यानं म्हणाला, ''नाही करणार. उद्या परत येऊन तुम्ही खात्री करून घ्या पाहिजे तर.''

''खरंच? थँक्यू, थँक्यू व्हेरी मच् ! मी उद्या परत येईन. नक्की.''

दुसऱ्या दिवशी प्राध्यापक न चुकता सर्कसला गेले.

पुन्हा बँड वाजू लागला. विदूषकाचा प्रवेश आला. पण नाही – तो विदूषक आज नक्कीच नाही येणार. त्यानं वचन दिलंय. निदान त्या 'रिडिक्युलस' कपड्यांमध्ये तरी त्याला यावंसं नाही वाटणार. आपण इतकी गयावया केल्यानंतर– आणि एवढ्यात तो विदूषक धावतपळत एरिनात आलाच.

परमेश्वरा! जमिनीत गडप होता येईल तर बरं!

विदूषकाच्या अंगावर त्यांचा स्वत:चाच पोषाख होता! फिकट मळकट ढगळ बुशकोट आणि सैल पँट! डोक्यावर हॅट.

विदूषक त्या पोषाखात आल्याबरोबरच लोकांनी हसायला सुरुवात केली.

''देखा। –हम प्रोफेसर है। इधरके कॉलेजमें फिलॉसॉफी पढाते है।''

लोकांना उकळ्यांवर उकळ्या फुटतात. प्राध्यापकांना प्रेक्षकांत बसणं अशक्य होतं. ते उठून जाऊ लागतात. प्रेक्षकांमधून अडखळत अडखळत बाहेर पडू लागतात. चालू कार्यक्रमात समोरून माणूस जाऊ लागल्यामुळे काही प्रेक्षक

शिव्या देतात. शिव्या देता देताच त्यांच्याकडे पाहतात. पाहिल्यावर मात्र हसत सुटतात. समोरचाच विदूषक त्यांच्यामधून चाललेला असतो. तसाच दिसणारा. तोच पोषाख केलेला. ते आणखीच मोठमोठ्यानं हसू लागतात.

दुसऱ्या दिवशी प्राचार्य त्यांना बोलावून घेतात.

ते दारातून आत येतानाच प्राचार्यांच्या मनात येतं – नुसता पिकून गेलाय हा माणूस! पूर्वीचं काही राहिलेलं नाही याच्यात!

प्राध्यापकांच्या चेहेऱ्यावर उसनं हसू, मुखवट्याच्या ओठांचा रंग वेडावाकडा ओघळावा, तसं विसंगत दिसणारं.

"या – बसा! सहज बोलावलं."

"तरी पण –"

"मला विचारायचं होतं – प्रिमॅच्युअर रिटायरमेंटचा विचार केलाय तुम्ही?"

"रिटायरमेंट? एवढ्यात?"

"तरी मला वाटतं, तीस वर्षांच्या वर सर्व्हिस झाली तुमची. नाही, म्हणजे अजून तुमची तब्येत तशी ठीक आहे – धडधाकट आहे! पण काय असतं, की शिकवण्याचा सुद्धा एक फॉर्म राहावा लागतो. आफ्टर ऑल, टीचिंग इज ॲन आर्ट! एकदा तो फॉर्म गेला की मोठमोठ्या प्राध्यापकांचं हसं होतं."

घणाचे घाव बसताहेत डोक्यावर! हसं होईल! असं कसं म्हणतात हे? यांना कसं कळलं आपलं स्वप्न? की तो विदूषक आपला पोषाख घालून यांना येऊन भेटला?

त्याला धडा शिकवलाच पाहिजे! जन्माचा धडा शिकवला पाहिजे!

"तशी काही घाई नाही. तुम्ही विचार करा. मी सहज सांगितलं."

प्राचार्यांच्या केबिनमधून बाहेर पडताना प्राध्यापकांचे पाय लटपटत होते. वाटत होतं की आपण पोट धरधरून हसणाऱ्या प्रेक्षकांच्या गर्दीमधून वाट काढीत तंबूतून बाहेर पडतो आहोत...

आज ते विदूषकाच्या प्रवेशाची वाटच पाहत होते. आज ते घाबरणार नव्हते. उलट त्याला धीरानं तोंड देणार होते. पण तो विदूषक कालच्या प्रकारानंतर पुन्हा त्यांच्यासमोर यायला धजेल, असं त्यांना वाटत नव्हतं. हो तर! अगदी कालपरवापर्यंत मोठमोठे विचारवंतसुद्धा त्यांच्यासमोर यायचा धीर करीत नसत.

पण तो निलाजरा माणूस उड्या मारीत आलाच. तोंड वासून वेडेवाकडे अचकट-विचकट विनोद करायला लागला. आजचा त्याचा मोठ्ठा विनोद काय

होता, तर नेहमीच्या विदूषकी टोपीऐवजी प्राध्यापकांसारखी हॅट घालायची. ती हॅट पुन्हापुन्हा मिरवीत तो साहेबी भाषा बोलून दाखवत होता. हॅट हवेत उडवून पुन्हा अचूक डोक्यावर झेलून दाखवत होता. मधेच ती उजव्या हातात घेऊन भिक्षापात्रासारखी फिरवीत होता. रडव्या सुरात म्हणत होता, ''साहेब, लाचार हूँ. भीख माँगता हूँ.''

लोक अनावर हसत होते.

ही हॅट घेऊन हा भीक मागतो! माझी हॅट! एके काळी या हॅटवरून केवढं कौतुक व्हायचं! टीकालेखावर आपला फोटो देताना मासिकांचे संपादक आग्रह धरायचे – हॅटमधला फोटो द्या! कार्टून्स काढायचे, त्यांतसुद्धा हॅट ठसठशीत दाखवायचे. ती हॅट भिक्षापात्रासारखी धरून हा भीक मागतो – साहेब, भीख माँगता हूँ।...

''साहेब, आणखी निदान दोन वर्षं तरी! दोन वर्षं तरी राहू दे कॉलेजात. अजून उमेद आहे शिकवायची!''

''पाहा बुवा – विचार करा. काही करण्यासारखं असतं, तोवरच माणसानं थांबावं म्हणतात.''

प्राचार्यांचे शब्द बर्फासारखे थंड होते. त्यांत कुठंतरी क्रूर, कुत्सित तिरस्कार होता का? एक सूक्ष्म हसू....?

कोण समजतात हे प्राचार्य स्वत:ला? यांची मानगूट एका मुठीत सहज मावेल. तेवढं तरी कशाला? नुसता टाय जोरानं ओढला, तरी यांना गळफास बसेल!

स्वत:ला समजायच्या आत प्राध्यापकांनी एरिनामध्ये उडी घेतली, आणि आपल्यासारख्या दिसणाऱ्या त्या विदूषकाची मानगूट पकडली. तो 'अॅअॅ' करायला लागला. इथल्या इथं या हजारो प्रेक्षकांच्या साक्षीनं याचा गळा दाबून जीव घेऊ का? पण तेवढ्यात त्याचे ते दोघे सहकारी धावून येतात. एक बुटका आणि दुसरा काळेला. विदूषकांना न शोभणाऱ्या क्रूरपणानं ते प्राध्यापकांना विदूषकापासून बाजूला ओढून काढतात... लोकांना हा प्रकारदेखील विदूषकांच्या प्रवेशातलाच वाटतो. ते जोरजोरानं टाळ्या देतात.

संतापानं प्राध्यापकांचं भान सुटल्यासारखं झालं. ते मोठमोठ्यानं शिव्या देत असतानाच कुणीतरी त्यांना खेचत तंबूबाहेर नेलं. बाहेर ढकलून फेकून दिलं. ते तोंडावर आपटले. एकदम धूळ उडाली. पडलेलं उठायचा प्रयत्न करताना प्राध्यापकांच्या लक्षात आलं, की आपल्या कमरेत उसण भरलीये – तोंड धुळीबरोबरच रक्तानंही भरून गेलंय. त्यांनी तोंडातली कडवट चव मोठ्या कष्टानं थुंकून टाकली.

आता प्राध्यापकांना सर्कशीचं जसं काही व्यसनच लागलं होतं. काल एवढा प्रकार होऊनदेखील आज ते पुन्हा तिथं गेलेच. फक्त फरक एवढाच होता, की आज त्यांनी बुशकोटावरून ब्लेझरचा कोट चढवला होता, आणि त्या कोटाच्या आतल्या खिशात सुरी ठेवली होती.

तिकीट काढून ते आत जाऊ लागले.

एवढ्यात खांद्यावर एक मजबूत हात पडला.

"किधर जाता है साऽले? पुलिस के पास लेके जाऊँ क्या?" याबरोबरच आणखी चार दणदणीत शिव्या हासडून वॉचमननं त्यांना गचांडी दिली, आणि तो डोअरकीपरला आदल्या दिवशीचा प्रकार सांगण्यात गढला.

तोवर सर्कस सुरू झाली होती. प्राध्यापक कपडे बदलण्याच्या पालाशी गेले. आतल्या हालचालीचा अंदाज घेऊ लागले.

कसा कोण जाणे, तो त्यांच्यासारखा दिसणारा विदूषक विडी पीत पालाच्या दाराशी आला. पडदा बाजूला सारून नुसताच उभा राहिला. त्याच्या अंगावर त्याचा नेहेमीचाच चट्टेरीपट्टेरी रंगीत पोषाख होता.

प्राध्यापकांनी बाजूनं जाऊन चटकन त्याची कॉलर धरली. "माझ्याजवळ हत्यार आहे. गडबड केलीस तर प्राणाला मुकशील! मुकाट्यानं माझ्याबरोबर चल." ते म्हणाले.

विदूषक आवाज न कर करता त्यांच्याबरोबर आला. प्राध्यापक त्याला पलीकडच्या अंधारात घेऊन गेले. जवळ घोडे वैरण खात उभे होते. त्यांच्या हालचालीचा होईल तेवढाच आवाज. बाकी सारं शांत होतं.

प्राध्यापकांनी कोटाच्या आतल्या खिशातून धारदार सुरी काढली, ती विदूषकाच्या पोटावर टेकवली आणि म्हटलं, "कपडे काढ! तुझे ते विदूषकाचे कपडे आधी उतरव! परवा माझा पोशाख घालून लोकांना हसवलंस काय साल्या?"

तेच भयंकर स्वप्न...

विदूषकाचे कपडे घालून आपण वर्गात नाचतो आहोत. घसरणाऱ्या विजारीत पाय अडकून पडलो आहोत. काल्पनिक तारेवरून चालतो आहोत... कोसळतो आहोत. आपल्याच विनोदाला आपणच पोट धरधरून हसतो आहोत...

आणि मुलं भलतीच चेकाळली आहेत. मोठमोठ्यानं टाळ्या वाजवून दाद देताहेत. खो-खो हसताहेत.

सगळ्यांसमोर आपली लाज जाते आहे! विदूषकाचे दोन माणसं मावतील असे अघळपघळ कपडे अंगावर असतानाही अंगात कपडेच नसावेत तशी शरम वाटतेय. आपल्याला थांबायचं आहे; पण थांबता येत नाही. कुणी मदतीला

धावून येत नाही. कुणी थांबवत नाही. कां?

नाचून नाचून आपण पार थकून गेलोय. उड्या मारल्यामुळं दम लागलाय. डोळ्यांसमोर लाल-पिवळे ठिपके चमकताहेत. आपण कधीही खाली कोसळू.

पण कुणी थांबवत नाही. हाउ टेरिबल!

एकच गोष्ट तेवढी थोडासा दिलासा देतेय. सवयीची गोष्ट. हे स्वप्न आहे याची आतल्या आत असलेली जाणीव!

भयंकर! सिम्प्ली हॉरिबल... विकेड विकेड नाइटमेअर!

मोठ्या प्रयासानं प्राध्यापक जागे होतात. डोळे उघडतात. नेहमीप्रमाणेच त्यांचं सारं शरीर घामानं डबडबलेलं असतं. पण मन सुटकेचा नि:श्वास टाकतं. त्या भयानक स्वप्नातून बाहेर पडल्याबद्दल.

ते उठून बसतात. समोरच आरसा असतो. तो तिथं कसा आला, या विचारातच ते आरशासमोर जाऊन उभे राहतात आणि एकदम धक्का बसून मागे सरतात.

हुबेहूब त्यांच्या चेहेऱ्याचा विदूषक. अंगावर विदूषकाचा संपूर्ण पोशाख घालून तो तिथं उभा असतो – समोरच्या आरशात.

हा – हा इथं कसा आला?

ते वळून पाहतात. सगळी खोलीच बदललीय. ही आपल्या घरातली खोली नाही –

"ही स्पेशल रूम आहे. मेन्टल पेशन्टसाठी." पलीकडे उभी असलेली नर्स सांगते.

"मग तो – तो इथं कसा? त्याला तर मी काल सुरी घेऊन –"

"नुसता धाक दाखवला. मारलं नाही."

"मारलं नाही? मग कोण मेलं?"

"कुणीच नाही. कदाचित – ते प्रोफेसर. ते गेले आणि त्यांच्या जागी हा आला – विदूषक."

"नाही – काहीतरी घोटाळा आहे. तो माझ्याच चेहेऱ्याचा होता म्हणून – म्हणून तुम्हाला असं वाटतंय."

"तो तुमच्या चेहऱ्याचा नव्हता. आम्ही सर्कसमध्ये चौकशी केलीय. तिथल्या एका जोकरनं तुमची सगळी हकीगत सांगितली. तुम्ही त्याचे कपडे पळवलेत तिथपर्यंत. पण त्याच्या आणि तुमच्या चेहेऱ्यात काहीच सारखेपणा नाही. तुम्ही तसं समजत होता, एवढंच."

"पण त्याचा माझा संबंध नसेल – मी त्याला मारलंही नसेल – तर मग

– मग मला इथं का आणलंय? केवळ काल मला ते स्वप्न पडलं म्हणून? स्वप्नात मी विदूषकाचे कपडे घालून वर्गात नाचलो म्हणून?''

''नाही साहेब. या वेळेस ते स्वप्न नव्हतं. ते खरंच घडलं. आता तुम्ही जागे झालात ते काल आम्ही नाइलाजानं दिलेल्या औषधांच्या गुंगीतून.''

''ते... स्वप्न नव्हतं? म्हणजे – मी –''

आरशातला विदूषक हसला. ''आता हेच सत्य!'' तो म्हणाला, ''प्राध्यापक रिटायर झाले. आता उरलोय तो मी. सगळा वेळ – मीच! पण घाबरू नकोस. मला कसली स्वप्नं पडत नाहीत. कसलीच!'' – असं म्हणून तो हसत सुटला.

तेच. नेहमीचं. ओळखीचं – अधू माणसाचं विकृत आचरट हसू.

◆

चमकत्या डोळ्यांचा मुलगा

चौ*दा नोव्हेंबर, एकोणीसशे ऐंशी.*

आज माझ्या जितूचा जन्मदिवस.

गेल्या वर्षीपर्यंत आम्ही हा दिवस किती थाटानं साजरा करीत असू! लोक त्याची वर्षभर आठवण काढतील इतक्या जोसात! खर्चाकडे – श्रमाकडे न पाहता. वर्षातून एकदा सगळ्या आप्तस्वकीय मंडळींनी आमच्या घरी एकत्र येण्याचा दिवस म्हणजे जितूचा वाढदिवस. मोठा सणच तो! आणि यंदा –

यंदा जितू आमच्याबरोबर नाही. तो या जगातच नाही. आम्ही त्याचे आठ वाढदिवस धामधुमीनं, वाजतगाजत साजरे केले. पण नववा वाढदिवस साजरा करायची संधी त्यानं आम्हाला दिलीच नाही. त्याआधी – बरोबर एकच महिना आधी – तो मेननजायटिसचा ॲटॅक येऊन तडकाफडकी गेला. आता आम्ही त्याची पुण्यतिथी साजरी करू शकतो... चौदा ऑक्टोबर.

तसं म्हटलं तर जितू जाणार हे आम्हाला अकरा महिने आधी माहीत होतं. त्याची आई ते मान्य करीत नव्हती. पण मला पटलं होतं. मृत्यूची तारीख आधी माहीत झाली म्हणून मृत्यूचा फटका कमी बसतो असं नाही. पण निदान तो सहन करण्यासाठी मनाची तयारी होते – थोडीफार. तरीही एकुलत्या एका, आठ वर्षांच्या हसत्याखेळत्या गोंडस मुलाच्या मरणासाठी कुठल्या आईबापांच्या मनाची तयारी असणार?

त्यावेळी – म्हणजे अकरा महिन्यांपूर्वी तर आम्हाला त्याच्या मरणाची कल्पनादेखील अशक्यातली वाटत होती. तसं काही नुसतं बोलणारादेखील आम्हाला वैरी वाटत होता....

चौदा नोव्हेंबर, एकोणीसशे एकोणऐंशी.

आज जितूचा आठवा वाढदिवस.

चौदा नोव्हेंबर म्हणजे बालदिन. म्हणून आम्ही नेहमी जितूचा वाढदिवस बालदिवस शोभेल अशा पद्धतीनं साजरा करतो. म्हणजे आजूबाजूची, नात्यागोत्यातली जितूची मित्रमंडळी तर बोलावतोच; पण त्याबरोबर कुठलीकुठली गरीब मुलंदेखील बोलावतो. ज्यांना फारसं कधी समारंभांना जाता येत नाही, ज्यांचे वाढदिवस कधीच साजरे होत नाहीत, अशी मुलं. वाटतं, या निमित्तानं त्यांची एक संध्याकाळ मजेत जावी. आज आम्ही जवळच्याच एका अनाथाश्रमातली पन्नास मुलं बोलावली होती. जितूबरोबर खेळायला, गाणी म्हणून, नाचून, संध्याकाळभर गंमतजंमत करायला.

मुलं बरोबर सहाच्या ठोक्याला हजर झाली. त्यांच्या एका वयस्कर शिक्षकांबरोबर. दोघंतिघं सोडली, तर सगळी मुलं धुतलेली बिनइस्त्रीची खाकी पँट किंवा स्कर्ट आणि पांढरा शर्ट अशा कपड्यांत होती. विशेष म्हणजे त्यांनी बरोबर बँड आणला होता. मी चाटच पडलो.

''त्यांना असं कुणी बोलावलं तर ती नुसतीच जात नाहीत. त्याच्या बदल्यात कार्यक्रम करून दाखवतात.'' त्यांच्या बरोबरच्या शिक्षकांनी गंभीरपणे स्पष्टीकरण दिलं, ''कुणाचंही काही फुकट घेतलं की मिंधेपणा येतो, असं आम्ही त्यांना शिकवतो.''

मला खूपच कौतुक वाटलं. ती मुलं किती गुणी आहेत, किती स्वाभिमानी आहेत, या गोष्टींचा मी पाहुण्यांसमोर मुद्दाम उल्लेख केला. त्या मुलांनाही बरं वाटलं. हसून, टाळ्या पिटून, एकमेकांना कोपरांनी ढोसून, एकमेकांच्या कानाला लागून त्यांनी आपण खूष झाल्याचं दाखवून दिलं. पाहुण्यांची करमणूक करायला उत्साहानं सुरुवात केली.

संध्याकाळ दाटत गेली आणि पाहुण्यांची संख्या वाढत गेली, तसा त्यांच्या गाण्या-बजावण्याला रंग चढत गेला. हॉलमध्ये दिवे लागले होते. मुलांसाठी आणलेले रंगीत फुगे लोकांच्या डोक्यावर तरंगत होते. फुलांचा नि अत्तराचा वास सगळीकडे भरून राहिला होता. खाण्याच्या बशा फिरत होत्या, गप्पा होत होत्या. जितू झगझगणाऱ्या सोनेरी कापडाचा चिमुकला जोधपुरी सूट घालून, टोपी सावरीत 'थँक्यू-थँक्यू' म्हणत प्रेझेंट्स घेत होता, मोठ्या माणसांच्या पाया पडत होता, त्यांचे आशीर्वाद घेत होता....

हळूहळू ती अनाथाश्रमातली मुलंही इकडेतिकडे पांगली. इतरांच्यात मिसळू लागली. मूल मुलांत मिसळतं. दर्जाचे कृत्रिम फरक मुलांच्या मनातही येत नाहीत. आपण ते त्यांना सांगतो. नाहीतर त्यांना काय, सगळी मुलं सारखीच! कुलाब्याच्या महागड्या टेलर्सनं शिवलेले मनिले नि इंपोर्टेड टी-शर्ट्स बिनइस्त्रीच्या

पांढऱ्या सुती सदऱ्यांमध्ये कधी मिसळून गेले, ते कळलंही नाही.

एका कोपऱ्यात एक मुलगा बसला होता. अनाथाश्रमाच्या मुलांपैकीच तो होता. मात्र त्याच्या अंगात खाकी पँट नव्हती. त्यानं सदरा-लेंगा घातला होता. रूपानंही तो इतर बऱ्याच मुलापेक्षा अधिक तरतरीत होता. त्याच्या सावळ्या रंगातही एक प्रकारचं तेज होतं. डोळे चकचकत होते. खरं तर त्या डोळ्यांमुळंच माझं त्याच्याकडे लक्ष वेधलं, म्हटलं, तरी चालेल. मी इकडे तिकडे फिरत असताना ते डोळे जसे काही माझा पाठपुरावा करीत होते. ती नजर एकदम जाणवून मी थांबलो. त्या मुलाच्या जवळ गेलो.

''कां रे? तू कां असा एकटाच बसलास? खेळ ना इतरांबरोबर.''

''हं!'' एवढंच म्हणून तो हसला. त्याच हसणं इतकं खास होतं, की क्षणभर मला दिव्यांचा लखलखाट झाल्यासारखं वाटलं.

''खाल्लंस?''

''होऽ!'' तो मान डोलवून पुन्हा दिव्यांच्या लखलखाटासारखं हसला.

''मग ये ना. असा कोपऱ्यात नको बसूस. सगळी आपलीच माणसं आहेत.''

असं म्हणून मी त्याला खांद्याला धरून थोडं पुढं आणलं. जितूच्या जवळ. म्हटलं, ''हा जितू. माझा मुलगा. तुझ्याएवढाच आहे. बोल याच्याशी.''

इतक्यात आमच्या ओळखीतल्या, सोन्याचं ब्रूच लावलेल्या एक खानदानी पार्शी बाई एक छोटीशी वेताची करंडी झुलवीत-झुलवीत पुढं आल्या. जितूची पापी घेऊन म्हणाल्या, ''मेनी हॅपी रिटर्न्स ऑफ द डे. जुग जुग जिओ बेटा.''

जितूनं वाकून त्यांच्या पायाला हात लावला.

''यू आर गोइंग टु लव्ह धिस प्रेझेंट थ्रु आउट युअर लाइफ, माय बॉय!'' हातातली गुलाबी रिबनचा बो लावलेली करंडी जितूच्या हातात देत त्या म्हणाल्या, ''सी, ही इज मॅन्स बेस्ट फ्रेंड.''

जितूनं करंडी उघडून पाहिलं, आणि तो उडालाच! ''वाव्! अ पपी डॉग! मला कधीपासून कुत्र्याचं पिलू हवं होतं आन्टी! तुला कसं कळलं?''

''परसू आमच्या मरियमला चार पपीज झाली. तीनला क्लेम्स होते! एक मी स्वत:साठी ठेवणार होते. तेवढ्यात तुझा इन्व्हिटेशन मिळाला. म्हटलं, जितू डार्लिंग विल अडोअर धिस प्रेझेंट.''

जितू करंडी उघडून पुन्हापुन्हा बघत होता. कापसाच्या गादीवर, त्या कापसाहूनही अधिक पांढराशुभ्र असा एक कापसाचा गोळा मजेत निजला होता.

''केवढास्सा आहे, नाही?'' जितू कौतुकानं म्हणाला.

''ओन्ली टू डेज ओल्ड! बॉर्न ऑन ट्वेल्थ नोव्हेंबर, नाइन्टीन

सेव्हन्टी नाइन.''

''बारा नोव्हेंबर!'' मी सहज म्हणालो.

माझ्या शेजारी उभ्या असलेल्या मुलाचे ओठ हलले. त्यानं काहीतरी पुटपुटल्यासारखं केलं, आणि नाणं टाकल्याबरोबर वजनाचं कार्ड बाहेर यावं तसे त्याच्या तोंडून पटकन शब्द आले, ''सोळा नोव्हेंबरला मरणार!''

''काय?'' मी पुन्हा विचारलं.

''हे कुत्र्याचं पिल्लू सोळा नोव्हेंबरला मरणार!... परवा!'' तो ठामपणे म्हणाला.

''व्हॉट डझ ही से?'' आन्टीनं संशयानं विचारलं. तो काय म्हणाला हे तिला कळतं, तर प्रचंड भडका उडाला असता. तिनं त्याला मार मार मारलं असतं, किंवा मोठमोठ्यानं हुंदके देऊन रडायला सुरुवात केली असती. आणि यातलं काहीही झालं असतं तरी तिला आवरणं फार कठीण गेलं असतं. म्हणून मी पर्वेझची ॲड कंपनी कशी चालली आहे, आणि होमी डिक्रा गिटार क्लासेस रेग्युलरली अटेन्ड करतो की नाही, असे काहीतरी वेगळे विषय काढून बोलत बोलत तिला बाजूला नेलं. अर्थातच ती पर्वेझबद्दल आणि होमीविषयी न थांबता अखंड बोलत राहिली. शेवटी आइस्क्रीमची डिश देऊन मी तिचं तोंड बंद केलं, आणि जितूकडे परत आलो.

मी गेलो तोवर जितू आणि तो मुलगा यांच्याभोवती दोघेचौघे गोळा झाले होते. जितू खोदूनखोदून विचारीत होता, ''पण कसं कळलं, पपी परवा मरणार, ते?''

मुलगा म्हणत होता, ''बारा तारखेला जन्मला ना? म्हणजे सोळा तारखेलाच मरणार!''

जवळ उभे असलेल्यांपैकी एक फाटका चष्मिष्ट कॉलेज-विद्यार्थी म्हणाला, ''म्हंजे बारा तारखेला जन्मलेले सगळेच चार दिवसांत मरणार?''

आणि बाकीचे खो खो हसले.

तो मुलगा गंभीरपणे म्हणाला, ''ते माहीत नाही. पण हे पिल्लू मरणार, एवढं खरं!''

त्याच्या सुरात जो ठामपणा होता, त्यामुळं सगळेजण एकदम गप्प बसले.

जितू बहुधा त्या मुलाच्या बोलण्यानं इतका थक्क होऊन गेला होता, की पिल्लू मरेल याविषयी त्याला दु:खही वाटायचं राहून गेलं असावं.

दुसरा एक जर्सी घातलेला कॉलेज-विद्यार्थी त्या मुलाला म्हणाला, ''तुला कुणाबद्दलही सांगता येतं? कोण कधी मरेल ते?''

''जन्मतारीख कळली तर येतं.''

''मग माझी जन्मतारीख वीस डिसेंबर, सत्तावन.''

मुलगा क्षणभर गप्प. त्याचा चेहेरा एकदम ध्यान लागल्यासारखा. दुसऱ्याच क्षणी त्याच्या तोंडून शब्द आले– जसं काही दुसरंच कुणी त्याच्या तोंडून बोललं, ''तीन जानेवारी, वीसशे अठ्ठावीस.''

''चला! आपल्याला आयुष्य भरपूर आहे!'' त्या कॉलेज-विद्यार्थ्याचा चेहेरा उजळला.

हे पाहत असलेले एक मिशाळ गृहस्थ पुढे झाले. आमचे अकौंटंट गोरे. ''हा मुलगा काय भविष्य सांगतो?''

''भविष्य नाही. फक्त तुम्ही कधी मरणार, ते सांगतो. तुमची जन्मतारीख सांगा.''

''लुच्चा असणार! अशी कधी मरणाची तारीख सांगता येते? बरं, माझी जन्मतारीख सतरा फेब्रुवारी, एकोणीसशे एकोणतीस–''

मुलाचा चेहेरा पुन्हा ध्यानस्थ. चमकणारे डोळे बंद. पुढच्याच क्षणी उत्तर तयार – ''पाच मार्च, चौऱ्याण्णव!''

''अरे बाप रे! तब्बेतीची काळजी घ्यायला हवी!'' म्हणत अकौंटंट गोरे पसार झाले.

''आपला काही विश्वास नाही! पण सांगतोसच तर सांग.'' चष्मिष्ट मुलगा बऱ्याच विचाराअंती म्हणाला, ''दहा जून, चौपन्न!'',

''– बारा ऑगस्ट, वीसशे चौदा!'' स्विच् ऑन केल्यावर दिवा लागावा तितक्या झटकन उत्तर आलं.

एव्हाना बरीच मंडळी तिथं जमली होती. सगळ्यांना ती एक गंमतच वाटत होती. भविष्य खरं ठरो, खोटं ठरो, पण आपलं मरण आपल्यापासून अजून बरंच लांब आहे, आपण चांगले बुढ्ढे होऊन मरणार आहोत, ही जाणीव प्रत्येकाला सुखाची होत होती. कॉलेजातले तरुण, नोकरी करणाऱ्या तरुणी, रिटायर्ड म्हातारे, मध्यमवयीन गृहिणी – कितीतरी लोक त्या मुलाच्या खेळात सामील झाले. जन्मतारीख सांगताना उत्सुकता आणि मरणतारीख ऐकल्यावर सुटकेचा आनंद याच बहुतेकांच्या प्रतिक्रिया होत्या. तेव्हा ते पाहण्यात फारशी गंमत नव्हती. पण मला स्वत:ला गंमत वाटत होती, ती त्या मुलाच्या चेहेऱ्यावरचे भाव पाहताना. जन्मतारीख ऐकल्या क्षणापासून जसा काही तो स्वत:चा राहतच नसे. समोरच्या माणसाशीही त्याचा संबंध उरत नसे. त्याचं बोलणं जणू समोरच्या माणसांसाठी नसेच. कॅलक्युलेटरवर जसे आकडे तयार व्हावेत, तशीच त्याच्या तोंडून मरणतारीख निघे. नाहीतर आकड्यांची जुळवाजुळव करून सांगायलादेखील यापेक्षा थोडा अधिक वेळ लागला असता. ...

मग काय असावं हे? खरं म्हणावं, तर निव्वळ जन्मतारखेवरून मरण कसं सांगता येईल? त्या तारखेला जन्मलेले सगळे लोक एकाच तारखेला थोडेच मरतील? कदाचित असं असेल की, जन्मतारीख सांगितल्यानं त्या विशिष्ट माणसाच्या – फक्त त्याच माणसाच्या – आयुर्मानाचं एक टोक त्या मुलाच्या हाती लागत असेल – आणि दुसरं टोक पाहण्याचं सामर्थ्य त्याच्यामध्ये उपजत असेल! एक विलक्षण सामर्थ्य! कुठलीही तारीख सांगताच तिचा वार क्षणार्धात सांगण्याचं, चार चार आकडी संख्यांचे गुणाकार निमिषार्धात करण्याचं गणिती सामर्थ्य काहीजणांत असतं, तसं; पण त्याच्याही आणखी पलीकडचं!

किंवा हे सगळंच खोटं असेल! तो मुलगा पहिल्यांदा कुत्र्याच्या पिलाविषयी गमतीनं काहीतरी म्हणाला असेल, आणि आता तोंडाला येईल ते बोलून सगळ्यांच्या फिरक्या ताणत असेल! काही का असेना. सगळ्यांचा वेळ तर मजेत चालला होता!

आणि एकदम मला एक मोठा हुंदका ऐकू आला. मी इतका दचकलो, की माझ्या हातातल्या चिवड्याच्या बश्या खालीच पडायच्या! मी घाईघाईनं बश्या कुणाच्या तरी हातात दिल्या, आणि पुढं होऊन काय झालं ते पाहू लागलो. माझा चुलतभाऊ अनंता – जवळजवळ चाळिशीचा – हुंदक्यांमागून हुंदके देत होता. आजूबाजूचे लोक त्याची समजूत घालीत होते. हे खोटं आहे, गंमत आहे, खेळ आहे, असं त्याला परोपरीनं सांगत होते. पण तो न थांबता रडत सुटला होता! ''माझी बायको तरुण आहे हो! मुलं लहान आहेत…. मी इतक्या लवकर मेलो तर कसं चालेल हो?'' म्हणत ओक्साबोक्शी रडत होता.

कुणीतरी मला सांगितलं, ''त्याला मुलानं वीस नोव्हेंबर, एकोणऐंशी ही तारीख दिलीय. म्हणजे आणखी फक्त सहा दिवसांनंतरची!''

अनावर हुंदके देणाऱ्या अनंताला कुणीतरी बाहेर नेलं. मनातून मी अनंतावर फार चिडलो होतो. मनाला इतकं लावून घ्यायचं असेल, तर माणसानं असं भविष्य-बिविष्य विचारण्याच्या फंदातच पडू नये! त्यातून वाटलं वाईट, तरी त्याचं चार लोकांत असं प्रदर्शन कशाला? कुणी खरोखरीच मेल्यासारखं मोठ्यानं हुंदके देऊन रडणं, हे चाळिशीच्या पुरुषाला शोभतं का?

अनंता बाहेर गेला आणि ती बैठकच पांगली. तो मुलगादेखील गर्दीत कुठंतरी मिसळून गेला….

तो मला परत दिसला तेव्हा संध्याकाळ उलटून गेली होती. पाहुणे घरी परतायला लागले होते. अनाथाश्रमातली मुलंही जायला निघाली होती. मी त्यांच्यापैकी प्रत्येकाला 'भेटीच्या वस्तू मिळाल्या का' हे विचारलं. 'एवढा जड ड्रम कसा काय धरतोस रे' म्हणून ड्रमवाल्या मुलाचं कौतुक केलं. पण हे सारं

करताना माझे डोळे त्या सदरा-लेंगावाल्या मुलाला शोधीत होते. तो त्यांच्यात दिसत नव्हता, म्हणून मी शिक्षकांकडे चौकशी केली. 'तो येईल नंतर' असं म्हणून ते इतर मुलांना घेऊन निघाले. त्यांच्या त्या बेपर्वाईचं मला आश्चर्य वाटलं. तो मुलगा काही या शिक्षकांचा फार आवडता नसावा. कदाचित तो वागायला चांगला नसेल. मघाशी त्यानं सगळ्यांना बनवलं असेल! नक्कीच!

तसं असेल तर फार बरं होईल. जितूचं कुत्र्याचं पिल्लू वाचेल. आणि मुख्य म्हणजे अनंता जगेल!...

माडीवर जाईपर्यंत, ते खोटं असणार याची मला खात्रीच वाटायला लागली.

पण माडीवर काही वेगळाच प्रकार चालला होता. जितूची आई त्या मुलाची बखोटी धरून त्याच्या फाड-फाड मुस्कटात देत होती. तो सोशिकपणे तिचा मार खात होता – तोंडातून ब्र न काढता.

''अगं काय झालं? कशाला मारतेस गरिबाला?'' मी त्याला सोडवण्याचा प्रयत्न करीत म्हटलं.

''गरीब? काय बोलतो हा गरीब मुलगा, ते विचारा!'' तिनं तेवढ्यात त्याचे केस मुठीत धरून ओढले.

मी त्याला तिच्यापासून बाजूला काढलं. ''मारायचं नाही त्याला. नुसतं काय बोलायचं ते बोल.''

तिच्या मागं लपून रडून रडून दमलेल्या जितूला तिनं पुढं केलं आणि म्हणाली, ''सांग – सांग तो काय म्हणाला ते!''

''तो म्हणाला...'' अडखळत, हुंदके देत जितू सांगू लागला, ''तो म्हणाला, माझा आज आठवा वाढदिवस... म्हणजे मी... बरोब्बर अकरा महिन्यांनी मरणार!''

माझ्या पायाखालची जमीन सरकू लागली. कुत्र्याचं पिल्लू आणि अनंता यांची गंमत मी तटस्थपणे पाहू शकत होतो. पण जितू? जितू जाणार? ...मला ती कल्पनाही सहन होण्यासारखी नव्हती.

''असं म्हणालास तू? अकरा महिन्यांनी?'' तो गंमत करीत असेल अशा आशेनं मी त्या मुलाला विचारलं.

त्यानं मान डोलवली. ''चौदा ऑक्टोबर, एकोणीसशे ऐंशी!'' तो गंभीरपणे म्हणाला.

त्याचं ते गांभीर्य आणि मौन यामुळं माझी बायको खरोखरच घाबरली होती. तो जर रडलाओरडला असता, त्यानं दुरुत्तरं केली असती, तर ती त्याला सहजपणे खोटारडा ठरवू शकली असती. पण त्याचं वागणं अस्सल वाटत होतं. गंमत केल्याचं एकही चिन्ह त्यात नव्हतं.

एका परीनं ती भीती दडपून टाकण्यासाठी तिनं हा हलकल्लोळ माजवला

होता. अकरा महिन्यांनंतरच्या संकटाची धास्ती झाकून टाकण्यासाठी, जितू आणि ती दोघंही रडून ओरडून गोंधळ माजवत होती. पण मी मात्र विजेचा धक्का बसल्यासारखा निश्चल झालो होतो. त्यांच्यासारखीच मलाही, ते भविष्य खोटं ठरावं, अशी आशा होती. पण त्यासाठी मी त्यांच्यासारखं थैमान मात्र घालू शकत नव्हतो.

तिनं खेचत खेचत त्या मुलाला माडीवरून खाली नेलं आणि दाराबाहेर ढकलून दिलं. 'खोटार्डा, भामटा, दुष्ट, मवाली' अशी शिव्यांची लाखोली वाहत दरवाजा लावून घेतला. ''अभद्र मेला! पुन्हा दिसला इथं, तर पोलिसात द्या हो!'' – असं मला खालून ओरडून सांगितलं.

पण त्याच वेळी मला आतून कुणीतरी सांगत होतं की हे चुकतंय! त्या बिचाऱ्या अनाथ मुलाला अशा रीतीनं घरातून बाहेर काढणं हे न्यायाचं नाही.

पण त्यानं दिलेल्या त्या धक्क्यानं मी इतका हादरून गेलो होतो, की मी जरासुद्धा हालचाल करू शकलो नाही.

सोळा नोव्हेंबर, एकोणीसशे एकोणऐंशी.
जितूला प्रेझेंट मिळालेलं कुत्र्याचं पिल्लू मेलं.
जितूनं रडरडून हैदोस घातला आहे.

गेल्या दोन दिवसांत त्याला त्याचा इतका लळा लागला होता! त्याच्यासाठी त्यानं एक वेताची बाबागाडी आणवली होती. तिच्यात मऊमऊ उश्या रचल्या होत्या. त्या उश्यांवर 'माणेक'ला – हे त्या पिलाचं जितूनं ठेवलेलं नाव – ऐटीत बसवून तो बागेतून फिरवायचा. दुधाची बाटली काय आणि रंगीत चेंडू काय – माणेकचा थाट काही विचारू नका!

ते पिल्लूही भलतंच चपळ होतं. आपले इवले डोळे टुकुटुकु रोखून एकसारखं इकडेतिकडे बघायचं. एवढ्याशा लालचुटुक जिभेनं जितूचा हात चाटायचं.

पण सोळाची सकाळ उजाडली, आणि ते जे मलूलपणं पडून राहिलं ते उठेचना! पहिल्यांदा वाटलं, झोपलंय – झोपू दे. पण दूधदेखील पिईना.

जितूची आई घाबरली. ती त्याला प्राण्यांच्या डॉक्टरकडे घेऊन गेली. डॉक्टरांच्या प्रथम काही लक्षात येईना. मग म्हणाले, ''कदाचित दुधातून काहीतरी गेलं असेल.'' म्हणून पोट धुऊन काढलं. एक इंजेक्शनही दिलं हुशारी यावी म्हणून. पण कसचं काय आणि कसचं काय! संध्याकाळी माणेकनं एकदा पाय ताठ केले आणि मान टाकली ती कायमचीच!

रात्री आम्ही बागेत खड्डा खणला आणि माणेकला पुरून टाकलं.

जितूची समजूत घालणं महाकठीण होतं.

शेवटी 'उद्या दुसरं पिल्लू आणू' अशी काहीतरी समजूत घालून त्याला झोपवलं.

पण आमची समजूत कोण घालणार? कारण कुत्र्याचं पिल्लू मेलं एवढ्यानं आमची काळजी संपत नव्हती. उलट ती आमच्या काळजीची सुरुवात होती.

जितूच्या आईला मी सांगितलं नव्हतं; पण कदाचित जितूनंच सांगितलं असावं. कारण तो झोपल्यावर तिनं मला धास्तावल्या स्वरात विचारलं, ''पिल्लू आज मरणार असं त्या मेल्या परवाच्या पोरानं सांगितलं होतं?''

''असेल! मला काय माहीत?'' – माझा खोटा नकळतेपणा.

''सांगितलं होतं! तुम्हालाही ते माहीत होतं! ते खरं ठरलं. म्हणजे माझा जितू...''

ती जितूला मिठी मारून हमसाहमशी रडू लागली.

एकोणीस नोव्हेंबर, एकोणीसशे एकोणऐंशी.

पिल्लू गेल्याचं मी अनंताला कळू दिलं नाही; पण त्या दिवसापासून रोज मी त्याच्या घरी फोन करून त्याच्या तब्येतीची चौकशी करू लागलो. अर्थात त्याला तसं कळू न देता. काहीतरी निमित्त काढून मी फोन करीत असे, आणि घरात सगळं ठाकठीक असल्याची खात्री करून घेत असे.

रोज फोनवर अनंताच यायचा. कुठल्याही वेळी फोन केला तरी. मग माझ्या लक्षात आलं : भविष्याच्या भीतीनं अनंतानं बाहेरच जायचं सोडलंय. निदान वीस तारखेपर्यंत तरी त्यानं ऑफिसातून रजाच घेऊन टाकलीय. म्हणजे रस्त्यातसुद्धा अपघात व्हायला नको. शिवाय त्याची तब्येत तशी छानच आहे!

पिलाच्या बाबतीत त्या पोराचं भविष्य योगायोगानं खरं ठरलं असेल; पण अनंताला काही धोका दिसत नाही त्यापासून. तो उगाचच नर्व्हस झालाय. खरं तर त्यानं ते सगळं विसरून खुशाल ऑफिसला जात राहावं. काहीसुद्धा होणार नाही!

एकवीस नोव्हेंबर, एकोणीसशे एकोणऐंशी.

काल अनंता वारला.

कुणाला कल्पनासुद्धा नव्हती, असं काही घडेल याची. दिवस नोव्हेंबरचे म्हणजे पाऊस नाही की वादळ नाही. आणि एकाएकी आपली, तो बसला होता त्या खिडकीची भिंत कोसळली. खिडकीवर हात टेकून बाहेर बघत बसलेला अनंता क्षणात खाली आला, आणि दगडाविटांच्या ढिगाऱ्याखाली गाडला

गेला!

माझी आता खात्री झाली आहे : जितू आम्हाला लाभायचा नाही.

तो चकाकत्या डोळ्यांचा मुलगा सांगत होता ते अक्षरश: खरं ठरलं होतं. आणि आता जितूच्या बाबतीतही ते शंभर टक्के खरं ठरणार होतं.

– आणि हिनं त्या मुलाला हाताला धरून घराबाहेर काढलं होतं! दाराबाहेर ढकलून दिलं होतं! कां? तर तो खरं बोलला म्हणून? त्यानं सांगितलेलं सत्य अप्रिय होतं म्हणून?

मला अपराधी वाटायला लागलं. काहीही करून त्या मुलाच्या अपमानाची भरपाई करायलाच हवी. जिथनं त्याला हाकललं, त्या घरी मानानं घेऊन यायला हवं – जितूशी खेळायला.

आणखी फक्त अकरा महिने...

आणि मला एक विलक्षण कल्पना सुचली. त्या मुलाला कायमचं घरी कां आणू नये? जितूच्याच वयाचा आहे तो. त्याचे डोळे इतके चमकदार आहेत, हसणं इतकं गोड आहे! चांगले स्वच्छ कपडे घातले तर तो जितूसारखाच राजबिंडा दिसेल!

बिचारा अनाथाश्रमात वाढतोय! अंगात इतकी विलक्षण शक्ती असतानाही लोकांकडून हिडीसफिडीस करून घेतोय! ते अनाथाश्रमातील शिक्षक – त्याच्यासाठी थांबलेसुद्धा नाहीत त्या दिवशी! मार खाऊन, अपमान सहन करून एकटाच निघून गेला!...

माझं ऊर भरून आलं. त्याला घरी आणलंच पाहिजे. जितूसारखंच वाढवलं पाहिजे. नाहीतरी जितू आता फक्त अकरा महिन्यांपुरताच–

मनात येऊ नये हा विचार! पण टाळताही येत नाही. जे सत्य आहे त्याला तोंड दिलंच पाहिजे.

आत्ताच तो मुलगा आमच्या घरात रुळला, तर अकरा महिन्यांनंतर तोच जितूची जागा घेईल! मी त्याला जितूच समजून वाढवीन. असंच वाटेल की, जितू गेलाच नाही! याच्या रूपानं तो आहेच!...

तिला हे पटेल! नक्की पटेल! जितूच्या अटळ मरणावर याहून अधिक चांगला उपाय दुसरा कुठला असणार?...

बावीस नोव्हेंबर, एकोणीसशे एकोणऐंशी.

आज मी अनाथाश्रमात गेलो. तेच वयस्कर गृहस्थ ऑफिसात होते. बहुधा त्यांचे वरिष्ठ आले नसावेत.

मला पाहून त्यांना खूपच आनंद झाला. त्यांनी माझं चांगलं स्वागत केलं.

चहापाणी झालं. मग म्हणाले, ''आज इथं कसे आलात? कुठल्या निमित्तानं?''

''एक छोटंसं काम होतं. तुम्ही नाही म्हणणार नाही असं–''

''बोला ना! मोकळेपणानं बोला.''

''मला तुमच्याकडचा एक मुलगा हवाय. चार दिवस मी त्याला घरी नेऊन पाहतो. रुळण्यासारखा असला, तर कायमचा...''

माझ्या अपेक्षेप्रमाणं त्यांना आनंद झालेला दिसला. मुलांना चांगल्या घरात वाढवणारे विश्वासाचे पालक मिळाले, तर आश्रमाच्या चालकांना कां नाही आनंद होणार?

''खुशाल – खुशाल न्या! एका मुलाच्या जन्माचं तरी कल्याण होईल! कुठला अमुकएक असा मुलगा पाहून ठेवलाय का तुम्ही?''

''हो... त्या दिवशी तो... लेंगा-सदरा घालून आला होता तो... तुम्ही निघालात, तेव्हा मागं राहिला तो...''

गृहस्थांच्या कपाळाला आठ्या पडल्या. ''तो...'' ते काय बोलावं अशा गोंधळात पडलेले दिसले.

''कां? तो चांगला नाहीये का?'' मी अधीरपणे विचारलं.

''नाही– तसं नाही. पण...''

''मग? त्याला पाठवू शकणार नाही का तुम्ही?''

''नाही... म्हणजे त्याचं काय आहे... तो अनाथाश्रमाच्या मुलांपैकी नाही.''

''अनाथाश्रमातला नाही? मग कुठला आहे?''

''इथलाच. पण आमच्याकडचा नाही. तो आपला येतो, आमच्या मुलांत खेळतो, एवढंच. त्यापलीकडे त्याचा संबंध नाही संस्थेशी.''

''बरं.'' मी निराश होऊन निघालो. ''आता कधी आला तर पाठवा त्याला माझ्याकडे. – पाठवाल ना?''

''हो. पण त्याऐवजी दुसरा एखादा मुलगा–''

पुढचं ऐकून घ्यायला मी थांबलोच नाही.

तेवीस नोव्हेंबर, एकोणीसशे एकोणऐंशी.

काल रात्रीची गोष्ट. मी जेवून बागेत शतपावली करीत होतो. चांदणं झकास पडलं होतं.

वळलो, तर चांदण्यात तो उभा.

मला म्हणाला, ''तुमचा निरोप मिळाला.''

''निरोप?''

''मला बोलावलं होतंत ना?''

"हो... तुझं भविष्य खरं झालं. पिल्लू मेलं. अनंताही गेला. आता जितूसुद्धा जाणार. – होय ना?"

त्याचा चेहेरा निर्विकार राहिला. जसं काही, ते भविष्य खरं आहे, याविषयी त्याला शंकाच नव्हती. त्यामुळं ते खरं ठरलं, याचा आनंद नव्हता. जितू जाणार याचं दुःखही नव्हतं.

"कां? बोलत का नाहीस? जितू जाणार हे पक्कंच ना?"

"हो. पण त्यात विशेष काय आहे? अनंतरावांनी त्या दिवशी रडूनरडून गोंधळ घातला. इतकं काय घाबरायचं मरणाला? जगणं तसंच मरणं. तळ्यातनं मळ्यात. एका पावलाचा फरक. खरं किनई? जितू घाबरायचा नाही अनंतरावांइतका. कारण तो लहान आहे. ते पिल्लू तर बघा – मुळीच घाबरलं नसेल!"

"बेटा, वयानं मोठं होतं, तसतसं माणूस मरणाला अधिक घाबरतं. कारण या जगावर अधिकाधिक लोभ जडत जातो. मग ते सोडावंसंच वाटत नाही. तुम्हा लहान मुलांना जगाचा तेवढा लोभ नसतो. म्हणून मरणं सोपं वाटतं."

तो हसला. दिव्यांच्या लखलखाटासारखं.

"तू माझ्याकडे राहशील? इथंच? मी तुला सारं काही देईन. खाऊ, खेळणी, कपडे – झालंच तर परवा जितूचा केला ना, तसाच आपण तुझाही वाढदिवस साजरा करू. खूप थाटानं! कधी असतो तुझा वाढदिवस?"

"बारा मार्च."

एकदम माझ्या डोक्यात एक विचित्र कल्पना आली. खरं तर त्या लहान मुलाला असं विचारायला नको होतं. पण पटकन तोंडून शब्द गेले, "काय रे, तू सगळ्यांना त्यांच्या मरणाची तारीख सांगतोस. तुला स्वतःच्या मरणाची तारीख माहीतच असेल?"

"माहीत्येय. पण मला भीती नाही वाटत मरणाची."

"तरी पण...काय आहे तुझी तारीख?"

त्यानं जी तारीख सांगितली, ती ऐकून मला भोवळ आली–

पाच जून, एकोणीसशे पासष्ट!...

◆

रूळ

तुम्हाला हे सगळं कसं सांगावं तेच मला कळत नाहीये.

कारण अनुभव घेणं वेगळं. आणि तो शब्दांत मांडणं वेगळं.

शब्दांत मांडताना प्रत्येक अनुभव कसा शिळा-शिळा होतो! आणि गुळगुळीत! शोकेसमध्ये मांडून ठेवलेला! त्याच्याकडे लांबून बघायचं! तुम्हाला तो अनुभव जेमतेम दिसणार! तोही बाहेरून! आतून त्या अनुभवाची धडपड, त्याचा श्वासोच्छ्वास हे तुम्हाला कधी कळणार? त्यासाठी तो जगायला हवा. विशेषत: तो, मी सांगणार असलेल्या अनुभवाइतका विचित्र असेल तर हे अधिकच! कारण त्याची तुम्हाला कल्पनाही करता येण्यासारखी नाही, आणि शब्दांत मांडून तो बराचसा निर्जीव झालेला असणार! निबिड अरण्यातल्या गूढ झाडांचं जसं शोरूममध्ये मांडलेलं शोभिवंत फर्निचर व्हावं, तसं!

डोन्ट वरी. असल्या कल्पना मला सुचत असल्या, तरी मी कवी नाही. पण माझ्या बोलण्यात फर्निचर नेहमीच येतं; कारण चांगल्या बड्या म्हणाव्या अशा एका फर्निचर कंपनीचा मी मालक आहे! फोर्टसारख्या जंगी धंद्याच्या ठिकाणी आमची ऐसपैस फॅशनेबल शोरूम आहे! इथलं राजस्थानी स्टाइलचं फर्निचर आम्ही भारतीय संस्कृतीचा वारसा म्हणून परदेशी एक्सपोर्टसुद्धा करतो. आता बोला!

– नाही. हे सगळं काही मी माझ्या या अवघ्या चाळिशीच्या वयात मिळवलेलं नाही. आता चाळिशीची उमर कर्तृत्वाला अपुरी नाही. पण आपण ऑनेस्टली सांगतो की हे कर्तृत्व माझं एकट्याचं नाही. सासऱ्यांचंच हे दुकान. त्याही वेळी तसं वाजतगाजतच होतं. बड्याबड्या ऑफिसेसचं गिऱ्हाईक बांधलेलं होतं. माझं लग्न झाल्या झाल्या, म्हणजे तिशीतच त्यांनी ते माझ्या गळ्यात टाकलं. अर्थात जुन्या लोकप्रियतेसह आणि फायदेशीर कॉन्ट्रॅक्टसकट! कारण

त्यांनाही वयोमानामुळं वाढता व्याप झेपत नव्हता; आणि आमचं अर्धांग हे त्यांचं एकुलतं एक कन्यारत्न; तिच्याशिवाय त्यांनाही दुसरा आधार नव्हता.

हां – आता श्रीमंत बिझनेसमनची एकुलती एक मुलगी गटवण्याचं कर्तृत्व मात्र माझं, आणि निव्वळ माझंच! माझं हायर सेकंड क्लासनं एमएस्सी. पास होणं, जाड मिश्या आणि कुरळे केस अशा मॅनली रूपाला शोभणारे नीटनेटके कपडे सतत वापरणं, चेहेऱ्यावर एक तऱ्हेची बेपर्वाई ठेवूनही अदबीनं हसत हसत बोलणं, इत्यादी गुणांचा माझ्या कर्तृत्वात वाटा आहेच! पण ते गुण म्हणजेच मी! आणि त्या गुणांनी माझ्याकडे ओढलं जाऊन तिलोत्तमानं जरी आपणहून माझ्याशी लग्नाची तयारी दाखवली असली, तरी या शेवटाची सुरुवात मी पार्टीच्या वेळी तिच्याकडे जाऊन, तिच्या नजरेत नजर मिसळून, तिला आर्त स्वरात, 'वोन्च्यू लाइक टु डान्स?' असं विचारणं हीच होती! नंतर शर्यतीच्या घोड्याच्या वेगानं धावत सुटलेलं आमचं प्रणययान, महिनाभरातच झालेलं आमचं लग्न, त्यानंतर आठच दिवसांत मला मलबार हिलवरच्या बंगल्यावरून गुरुजींचं महत्त्वाच्या खाजगी कामासाठी आलेलं खास बोलावणं, नंतरच्या पहिल्या सोमवारी बरोबर सव्वा दहा वाजता मी राखी रेमंड सुटात 'शहान्‌बाग'च्या (श्वशुरांचं आडनाव शानभाग) ऑफिस-कम-शोरूमसमोर मोतिया रंगाच्या 'शेव्हरले' मधून उतरणं इत्यादी गोष्टी क्रमप्राप्त होत्या!

एक आहे – मी जो 'शेव्हरले'मधून उतरून माझ्या चकचकीत पॉलिश केलेल्या बुटाचा पहिला पाय 'शहान्‌बाग' मध्ये ठेवला, त्या क्षणापासून आमचा बिझनेस सतत वाढत राहिला! ओल्ड फेलो शानभागला कधीच कशाची काळजी करावी लागली नाही! त्यानं समाधानानं धंद्यातून हलके हलके काढता पाय घेतला. बाराच्या सुमाराला ऑफिसात एक चक्कर मारून तो मलबार हिल गाठू लागला आणि बिअर पीत आणि अली अकबरखाँ ऐकत दुपारची संध्याकाळ होताना पाहत बसू लागला! पुढेपुढे तर त्याची ती एक चक्करही बंद झाली, आणि महिन्याच्या चौथ्या शनिवारी ऑडिटरला व्हिस्की पाजीत त्यानं दिलेला कंपनीच्या चौफेर प्रगतीचा अहवाल ऐकणं, एवढंच काम त्याला उरलं. मी जुन्या ऑर्डर्स तर टिकवल्याच; पण धंद्यात टिकून राहण्यासाठी आवश्यक त्या सगळ्या नव्या मेथड्स वापरून धंदा वाढवला! कुठलंही नवीन ऑफिस उघडलं की त्याच्या परचेस-मॅनेजरला फाइव्ह स्टार हॉटेलमधील एक रात्र मिळायची, ती इतर कुणाच्याही आधी 'शहान्‌बाग' कडून, आणि प्रत्येक इंडस्ट्रिअल फेअरमध्ये पहिला स्टॉल उघडायचा तो 'शहान्‌बाग'चाच – सर्वांत सुंदर रिसेप्शनिस्ट पोरींसकट!

सो! दॅट् वॉज् दॅट. पण मी पहिल्यांदा, जो अनुभव सांगायचा आहे असं

म्हटलं, तो हा नाही. या झाल्या कॉमन – मीठमिरचीच्या गोष्टी! माझा अनुभव फार अन्कॉमन आहे! फारच विचित्र! असे अनुभव माणसाला कधीच येत नाहीत. येऊ नयेत.

माझा तो संबंध दिवसच अतिशय चमत्कारिक गेला म्हणा ना! द स्ट्रेन्जेस्ट डे ऑफ माय लाइफ! मी असं म्हणण्याचं एक अगदी ठळक कारण तुमच्या लक्षात येईलच. यथावकाश म्हणतात तसं! पण आणखीही एक कारण म्हणजे त्या दिवशी एकामागून एक घडलेली विचित्र प्रसंगांची माळच्या माळ!

सकाळ झाली तीच मुळी तिलोत्तमेच्या हुंदक्यांनी.

माझ्या छातीवर डोकं ठेवून ती हमसाहमशी रडत होती. केस मोकळे सोडलेले. मी तिच्या हुंदक्यांनी जागा झालो, की छातीवर आलेल्या वजनानं, की नाकात गेलेल्या तिच्या केसांनी, कोण जाणे. पण दचकून डोळे उघडून पाहिलं तर हिचे रेशमासारखे केसच केस समोर! बरं, तिनं छातीवर डोकं ठेवलेलं. उठताही येईना.

"व्हॉट्स राँग टिली डार्लिंग? रडायला काय झालं?"

"आय डोन्ट नो." पुन्हा एक वादळी उमाळा. माझी उघडी छाती ओली झाल्याचं मला जाणवायला लागलेलं.

"यू डोन्ट नो म्हणजे?"

"मला नाही रे जाववत तुला सोडून –"

"कुठं जाणारेयस?"

शेवटी बऱ्याच हुंदक्यांनंतर, अश्रुसिंचनानंतर, आणि माझं शरीर घुसळलं जाऊन त्याचे हालहाल झाल्यावर माझ्या लक्षात आलं की आज मलबार हिलवरून बाईसाहेबांना अर्जंट बोलवणं आलं आहे; आणि गेल्या दहा वर्षांत कणभरही कमी न होता, उलट प्रतिपच्चंद्ररेखेव किंवा 'शहानूबाग'च्या बिझनेसप्रमाणं दिवसेंदिवस वाढत गेलेल्या तिच्या मजवरील प्रेमामुळं, तिला मला सोडून जाणं भयंकर मुश्कील झालं आहे.

"जाववत नाही तर जाऊ नकोस. हूज् फोर्सिंग यू?"

"न जाऊन चालणार नाही. इंदू आज परत यायचीये. तिची सगळी फॅमिली येणार. त्यांना रिसीव्ह करून घरी न्यायला मलाच एअरपोर्टवर जायला हवं."

इंदू तिची आतेबहीण. शानभागांची इंदूवर फार माया. ती सध्या स्टेट्समध्ये सेट्ल झालेली. पाच वर्षांनी नवऱ्याला आणि पिलांना घेऊन परत येत होती.

"ऑल राइट्, ऑल राइट्! आय शाल बी हिअर व्हेन यू कम बॅक. द होल ऑफ मी. वन पीस! प्रॉमिस! झालंच तर तू येईपर्यंत मी रिसेप्शनिस्ट गोयेंकाला घरी बोलावणार नाही. आर्मीतल्या मित्रांबरोबर कुलाब्याच्या एकाही लव्हनेस्टमध्ये

जाणार नाही. रस्त्यावर मारामारी करून पकडला जाण्याइतकी दारू पिणार नाही. हाय स्टेक्स् लावून कार्ड्स खेळणार नाही.

"नाही डार्लिंग – आय ॲम नॉट बॉदर्ड अबाउट दॅट! पण मला तुला सोडून जायचंच जिवावर आलंय! आय डोन्ट वॉन्ट टु लीव्ह यू. इव्हन फॉर अ सेकंड. अ टिनी विनी सेकंड!"

"कम ऑन. तू आपल्या डॉलीसारखीच करायला लागलीस आता. तुझ्या त्या विमेन्स लिबवाल्यांनी तुला आपल्या नवऱ्यात इतकं इन्व्हॉल्व झालेलं पाहिलं, तर त्या मला कोर्टात खेचतील! तुझी इमोशनल इम्प्रिझनमेंट केली म्हणून!"

मी सगळं हसण्यावारी नेऊन तिची एकदाची पाठवणी केली खरी! पण नाही म्हटलं तरी विचित्र वाटलं. तिलोत्तमा काही कधीच माहेरी जात नाही, असं नाही. मग आजच तिला इतकं रडू का यावं? नुकताच आम्ही आमच्या डॉलीचा आठवा बर्थडे साजरा केला! म्हणजे आमच्या लग्नाला किमान नऊ तरी वर्षं पूर्ण होऊन गेली; मग आजच तिला मला सोडून जाताना इतकं वाईट कां वाटावं?

मनाला एक प्रकारची चुटपुट लागून राहिली. अंघोळ करताना आज मी बेसूर गाणंसुद्धा म्हटलं नाही, की ब्रेकफास्टच्या वेळी नॅन्सी माझ्या पायाला डोकं घासत असतानाही मी तिला मांडीवर घेतली नाही!

छे बुवा! या बायका नको तेव्हा भयंकर सेंटिमेंटल वागून, दुसऱ्याला अगदी आपण भलताच गुन्हा केला, असं वाटायला लावतात.

आणि हा विचार मनात आल्याबरोबर आणखी एक आठवण झाली.

मी घाईघाईनं ती आठवण झटकून टाकली. छे! मी नाही कुणाचा गुन्हाबिन्हा केलेला!

तरीदेखील मनात एक चेहेरा हळूहळू आकार घ्यायला लागलाच! पुसून टाकायचा जितका प्रयत्न करावा, तितका तो अधिकाधिक स्पष्ट व्हायला लागला. भानूचा चेहेरा!

भानू.

भानूला मी गेल्या कित्येक वर्षांत पाहिलेलं नव्हतं.

पण लहानपणी मात्र एकमेकांशिवाय अर्धा तास राहणंदेखील आम्हाला कठीण व्हायचं. आमच्या शाळा वेगवेगळ्या होत्या, म्हणून नाइलाजानं आम्ही संध्याकाळपर्यंतचा वेळ कसाबसा काढत असू. पण शाळा सुटली आणि गडबड-गोंधळ करीत आम्ही बाहेर पडलो, की दप्तर टाकतो केव्हा आणि धावत जाऊन एकमेकांना भेटतो केव्हा, असं आम्हाला होऊन जायचं.

ऑपेरा हाउसच्या पाठीमागच्या दुमजली टिनपाट चाळीत तेव्हा आम्हा

दोघांची बिऱ्हाडं होती. ती पहिल्या मजल्यावर; मी दुसऱ्या. ती माझ्यापेक्षा तीन-चार वर्षांनी लहान. म्हणजे मी चौदा वर्षांचा नि ती दहा-अकराची. पण माझ्या बरोबरीची असल्यासारखी ती वागायची. कधीकधी मला दमदाटी करायची. माझ्याशी मारामारीसुद्धा करायची. मला वाटतं, तिचं हे एखाद्या मुलासारखं धटिंगण वागणंच मला फार आवडे. तिच्या वयाच्या मुलींसारखी ती कधी लाजली-भ्यायली नाही. त्यांच्यासारखे नखरेही तिनं कधी केले नाहीत. अपरं नाक, मध्यम – किंचित सावळ्याकडेच झुकणारा तांबूस रंग, सदा कपाळावर येणाऱ्या झिपऱ्या, धुण्याचा पिळा केल्यासारखी पाठीवर सोडलेली भरदार केसांची एक वेणी – अशी, साधा पांढरा फ्रॉक किंवा सणासुदीला चिटाचा परकर-पोलका घालणारी भानूच मला आठवतेय. भानूला वडील नव्हते. घरची गरिबीच म्हटलं तरी चालेल. त्यामुळे म्हणा किंवा चाळीतल्या इतर बायका आपापसात तिच्या आईविषयी काहीतरी बोलत – काय ते त्या वयात कळत नव्हतं; पण चांगलं नसावं असं वाटे – त्यामुळे, भानू आणि तिची आई – दोघीही चाळीत एका बाजूला पडल्यासारख्याच झाल्या होत्या. म्हणून भानू इतर मुलींत खेळायला जायची नाही. कदाचित त्यांचा लाजाळूपणा-नखरेलपणाही तिला सोसत नसावा. काहीही असो. ती आम्हा मुलांच्यांतच खेळायची एवढं खरं. मुलं तिला माझ्यावरून चिडवायची. मलाही 'तिचा नवरा' म्हणायची. पण आम्ही दोघांनी तिकडे लक्ष दिलं नाही – उलट त्यामुळं आम्ही अधिकच जवळ आलो, आणि वेळ मिळेल तेव्हा इतर मुलांपासून दूर राहून एकमेकांतच अधिक रमून जायला लागलो.

इतरांपेक्षा वेगळा असा आमचा एक प्रायव्हेट खेळ होता. इतरांशी खेळताना पाहतापाहता त्यांचा डोळा चुकवून आम्ही रस्त्यावर यायचो. शेजारीच रेल्वेलाइन होती. आम्ही लोखंडी कंपाउंड चढून क्षणार्धात रेल्वेलाइनमध्ये शिरायचो – दूरवर बघायचो. ग्रँटरोडहून येणारी किंवा चर्नीरोडवर येणारी, कुठल्याच दिशेची गाडी नाही ना हे बघायचो आणि कुठल्या तरी एका बाजूच्या रुळांतून धावायला लागायचो. एकानं धावायचं, आणि दुसऱ्यानं त्याला पकडायचं. याशिवाय या पकडापकडीचा एक खास रुल असा होता की पाऊल मधे खडीवर न टेकता फक्त लाकडी फळ्यांवरूनच धावलं पाहिजे. पळणाऱ्याचं पाऊल फळ्यांच्या मधे पडलं तर तो आउट. पकडणाऱ्याचं पडलं, तर त्याच्यावर परत राज्य.

आमचा खेळ तसा धोक्याचा होता. कारण ग्रँटरोड-चर्नीरोडमधे गाड्यांची ये-जा पुष्कळ. त्यामुळं पळतापळता गाडी कुठनं येतेय यावरही लक्ष ठेवावं लागायचं; पण या धोक्यामुळंच त्यात एक प्रकारचं थ्रिल आलं होतं. आपण शूर

असल्याचा रुबाब वाटत होता. मोठ्या माणसांपैकी कुणाला आमची ही नको ती धिटाई कळली, तर त्यांनी आम्हाला फोडूनच काढलं असतं. पण सुदैवानं म्हणा की दुर्दैवानं, आमचा खेळ कधी कुणाला ठाऊक झाला नाही.

एक मात्र खरं की, तो खेळ खेळताना भलतीच मजा यायची. रूळांतून धावताना वाटायचं की, आपल्या मागं एक आगगाडी लागली आहे. पण आपण तिच्याहीपेक्षा वेगानं पळतोय. शिवाय समोरूनही दुड्सरी एक आगगाडी आपला घास घ्यायला धावत येत्येय! आता एकाच ट्रॅकमधून दोन आगगाड्या कशा येणार? त्यांची टक्कर नाही का होणार? मग वाटायचं, होईलच टक्कर! फक्त त्या क्षणी आपण मात्र अलगद फुलपाखरासारखे बाजूला होऊ, आणि गाड्यांची फजिती पाहात राहू! पण गाड्यांची कसली फजिती होत्येय! उलट गाडीचा आवाज ऐकला की आमचीच पळापळ होई! मग ज्या ट्रॅकमधून गाडी येत असेल त्याच्या पलीकडे जायची धांदल! तिकडूनही गाडी येत असली की परत यायची गडबड! मग दोन ट्रॅक्सच्या मधे भीतीनं थरथरत उभं राहायचं. दोन्ही बाजूंनी गाड्या धडधड करीत जाताहेत, आणि आपण एकमेकांना अगदी बिलगून मस्तपैकी घाबरत उभे आहोत, अशा अनुभवानं काय धमाल यायची! त्या तसल्या उभ्या जागी हादरवून सोडणाऱ्या धडधडाटात जी काय स्वर्गीय भीती होती, तिच्यातला आनंद नुसता सांगून समजण्यासारखाच नाही.

पण एके दिवशी अचानक आम्ही हा खेळ सोडला.

तो आम्ही कधीकाळी सोडून देऊ, याची कल्पना त्या दिवशी खेळ सुरू करताना आम्हाला अजिबात नव्हती. नेहमीसारखीच आम्ही आमच्या दोस्तमंडळींना चुकवून रस्त्यावर आलो. चपला आधी आत टाकून त्यांच्या पाठोपाठ रुळांत उडी घेतली. नेहमीसारखीच काहीतरी शेरेबाजी करीत दोन-तीन मिनिटं ग्रँटरोडच्या दिशेनं चालत राहिलो. मग विलक्षण उत्साहानं, जसा काही मोठा नवीनच खेळ शोधून काढलाय अशा सुरात भानू म्हणाली, 'चल, पकडापकडी खेळायची?' मी मान डोलवली मात्र, ती लांबपर्यंत पळत गेली. एका हातानं केस सर्रदिशी मागे सारले, परकराचा कासोटा मारला, आणि दोन्ही हात कमरेवर ठेवून, पाय फाकवून ती उभी राहिली. चेहेराभर हसत ओरडली – "मला पऽकड!"

आणि ती पळत सुटली.

लाकडी फळ्यांच्या मधल्या खडीवर पाऊल पडू न देता. सराईतपणे. मी तिला थोडी दूर जाऊ दिलं. आणि मीदेखील तिच्या मागून पळायला लागलो.

अशी आम्ही किती लांब पळालो, कुणास ठाऊक! मला वाटतं, फ्रेंच ब्रिज आणि रॉबर्ट मनी हायस्कूल यांच्या मधे कुठंतरी आम्ही होतो. आणि एवढ्यात

समोरून गाडी आली. अचानक यावी तशी झपाझप.

आज भानूचं लक्ष कुठं होतं कुणास ठाऊक! गाडी येत असतानाही ती तशीच पळत राहिली.

मी ओरडलो : भानू ऽऽ! गाडी आलीऽ!

तिला माझी हाक ऐकू आली नाही. ती पळतच राहिली.

मी पुन्हापुन्हा ओरडलो : भानू... भानू... गाडीऽ...

ही हाक तिला नक्की ऐकू आली असावी – कारण तिनं पटकन शेजारच्या रूळांत उडी घेतली.

आणि त्याच क्षणी कसं माझ्या ध्यानात आलं कोण जाणे! पण मला धावता धावता एकदम जाणवलं की चर्नीरोडकडून निघालेली गाडी पलीकडच्या रूळांवर तिच्यापासून अवघ्या चार फुटांवर येऊन पोचलीय!

क्षणार्धात माझ्या डोक्याच्या जशा काही चिंधड्या-चिंधड्या झाल्या. माझे पाय लटपटायला लागले. तोंडात एक कडवट चव जमा झाली.

पण त्याही परिस्थितीत डोक्याच्या आतून – अगदी आतून कोणीतरी तातडीनं संदेश पाठवायला लागलं. भानूला वाचवायला हवं – भानूला वाचवायलाच हवं!

माझ्यात एवढं धैर्य कुठून आलं कोण जाणे! मी शेजारच्या रूळांत एकदम उडी घेतली – जवळजवळ गाडीसमोरच! आणि काहीच न सुचल्यामुळे खुळ्यासारखं पळत चाललेल्या भानूवर झडप घातली!

आता हे सांगायला कितीतरी वेळ लागला. पण प्रत्यक्षात या सगळ्या गोष्टी त्या वेळी केवळ एका क्षणभरातच झाल्या– किंवा त्याहूनही कमी वेळात! कारण क्षणभरापेक्षा थोडासुद्धा वेळ अधिक मिळाला असता तर काम एवढं कठीण नव्हतं. भानू नेहमीसारखी दोन ट्रॅक्सच्या मधे येऊ शकली असती. म्हणजे आपल्यामागून गाडी येतेय हे तिच्या लक्षात आलं असतं तर! पण तेवढा वेळ नव्हता. काही सुचायला, विचारालाही वेळ नव्हता. मग दोन ट्रॅक्सच्या मधे येणं तर दूरच राहिलं.

त्या क्षणी मी तिच्यावर झडप घेतली आणि तिला खाली पाडलं. तिच्या अंगावर मी पालथा पडलो आणि तिला पूर्णपणे झाकून घेतलं.

तिनं किंकाळी फोडली – पण धडधडाटात ती ऐकू येणं शक्य नव्हतं.

कारण आम्ही रूळांत पालथे पडलो होतो – आमच्यावरून धाड् धाड् धाड् करीत आगगाडी जात होती! तिचं काळं पोट आमच्यापासून जेमतेम दहा इंचांवर उचललेलं होतं.

आयुष्यातले ते सर्वांत मोठे दोन सेकंद! असं वाटलं की या गाडीचे डबे

कधीच संपणार नाहीत. आपण इथं खाली पडल्यापडल्याच हा धडधडाट ऐकत मरून जाणार!

पण असं वाटत असतानाच कुठंतरी सुटकेची जाणीव होत होती. गाडीखाली पडूनही आपण सुरक्षित राहिलोत, याची!

जमीन भयंकर हादरत होती. आवाजाच्या प्रचंड आघातानं, कान फुटून जाणार, असं वाटत होतं. माझ्या घोट्याजवळ खडी टोचत होती. भानूनं घाबरून मला इतकं गच्च धरून ठेवलं होतं, की तिची नखं माझ्या पाठीत रुतत होती. दोघं एकमेकांना चिकटून गाडीपासून लांब जाण्यासाठी, जसं काही जमिनीत नाहीसं व्हायला पाहात होतो. त्यासाठी मी डोकं शक्य तेवढं खाली – तिच्या खांद्यात रुतवत होतो. आपले देह एखाद्या मांजराच्या पिलाएवढे – नाही, त्याहूनही लहान–सोंगटीएवढे – त्याहूनही लहान – एखाद्या धुळीच्या कणाएवढे व्हावेत, असं आम्हाला वाटत होतं!

केव्हातरी एकदा आमच्या डोक्यावरचा तो अजस्त्र लोंढा निघून गेला. राक्षसी आवाज नाहीसा झाला. आणि आम्हाला बाहेरचा उजेड दिसला. खरं तर संध्याकाळ व्हायला लागली होती, आणि उजेड मंदच झाला होता. तरी पण अंगावरून सरपटत गेलेल्या त्या अघोरी काळोखानंतर तो मिणमिणता प्रकाशही केवढा लखलखीत वाटला!

मी उठून बसलो. भानूही उठली. तिच्या हाताला आणि चेहेऱ्याच्या डाव्या बाजूला खडीनं खरचटलं होतं. तिथून रक्त फुटायला लागलं होतं. काही ठिकाणी अंग आणि कपडे धुळीनं काळवंडले होते. त्या दोन सेकंदांत तिच्या डोळ्यांतून पाण्याचा लोट वाहिला असला पाहिजे; कारण चेहेरा त्या धारांनी मळकट ओला झाला होता – नाक सूं सूं करत होतं. त्या तसल्या रडव्या चेहऱ्यातूनही प्रसन्न हसत भानू म्हणाली, ''तू वाचवलंस मला. नाहीतर मरणार होते मी आज!''

मी काहीच बोललो नाही. ते दोन सेकंद मी ओठ दाताखाली असे गच्च दाबून धरले होते, की त्यांतून रक्त फुटायला लागलं होतं. काय बोलायचं ते कळत नव्हतं. पण वाटत होतं की आपण आत्ता जसं तिला गच्च धरून ठेवलं, तसं कायम धरून ठेवावं. कधीच वेगळं होऊ देऊ नये! किंबहुना ती वेगळी होऊच शकणार नाही. आपल्याला दोघांना कायमचं जोडून टाकणारी एक अदृश्य शक्तीच त्या दोन सेकंदात इथं आली होती...

तिनं परकराचा कासोटा सोडला. त्यावरची धूळ झटकण्याचा प्रयत्न केला. बोटानं नाक पुशीत आणि दुसऱ्या हातानं केस मागं सारीत ती चालू लागली. मी माझ्या चपला बाजूला पडल्या होत्या त्या सुलट करून पायांत घातल्या.

आणि आम्ही दोघं आता विलक्षण सावधपणे दोन्ही बाजूंना पाहत पाहत रूळांतून परत निघालो. कंपाउंडशी पोचल्यावर आम्ही मुळीच न रेंगाळत बाहेर पडलो. जसा काही त्या रूळांचा संबंध शक्य तितक्या लवकर आम्हाला तोडायचा होता. आता ते रूळ जसे काही बदलले होते. आमचे मित्र बनून आमच्या खेळात भाग घेणारे ते रूळ हे नव्हते. हे आम्हाला मारण्याचा प्रयत्न करणारे दुष्ट राक्षस होते. कधी एकदा त्या प्राणघातक पिंजऱ्यातून बाहेर पडून रस्त्यावर येतो, असं आम्हाला झालं होतं. पण पावलं इतकी जड झाली होती, बाहेर पडणं इतकं कठीण झालं होतं, की आजपर्यंत आम्ही या रूळांमधून मन मानेल तसे धावलो, हे खरंच वाटू नये.

आम्ही रस्त्यावर आल्यानंतर भानू पुन्हा म्हणाली – "तू मला वाचवलंस."

"पण मागून गाडी येत्येय, हे कसं कळलं नाही तुला?"

"कोण जाणे! तू मला खाली ओढलंस आणि अंगावर पडलास तेव्हासुद्धा, काय होतंय हे पहिल्यांदा माझ्या लक्षातच आलं नाही. मग गाडीच धडधडायला लागली."

"भीती नाही वाटली तुला?"

"नाही – मला वाटलं, तू आहेस म्हंजे मी नाहीच मरणार. गाडी अंगावरून गेली तरीसुद्धा नाही. तू वाचवशीलच मला. मला खात्री होती."

माझ्या गळ्यात आवंढा दाटून आला. "तू कधीच मला सोडून जायचं नाहीस भानू." मी म्हटलं – "आपण दोघांनी नेहमी एकत्र राहायचं... कायम!"

त्या दिवशी आमचा रूळांत पळण्याचा खेळ कायमचा संपला. आणि त्याबरोबर आमचं बालपणही.

नंतर माझ्या वडिलांनी वरळीला मोठी जागा घेतली. पुढं मी कॉलेजात गेलो आणि होस्टेलमध्ये राहू लागलो.

त्यानंतर तिची-माझी गाठच पडली नाही. काळाच्या ओघात तिचं काय झालं हेही मला समजलं नाही. मी माझे प्रॉस्पेक्ट्स वाढवण्याच्या नादात राहिलो. कधी या, तर कधी त्या मुलीमध्ये गुरफटत राहिलो. कुठं अडकून पडलो नाही, पण जीव रमवला. आणि एक दिवस तिलोत्तमेच्या रूपानं प्रत्यक्ष वैभवाशीच जन्माची सांगड घालून घेतली.

माझ्या या साहसांच्या नित्यनव्या विश्वात बालपणीच्या भानूला अर्थातच जागा नव्हती. तिची मला क्वचित आठवण येई. नाही असं नाही. पण ती बालपणीच्या इतर आठवणींसारखीच. दुरून बघण्यापुरती. जुन्या अल्बममधला पिवळा पडलेला फोटो पाहावा, तशी. आत्ताच्या आयुष्याशी संबंध नसल्यासारखी. आता माझा पाली हिलला एक नवा कोरा बंगला होता. चर्नीरोडच्या चाळीतले

दिवस आठवण्याची मला गरजच काय होती?

आणि तरी आज एकसारखी भानूची आठवण येत होती, हे विचित्रच नव्हतं का? कानांत एकसारखे तिचे शब्द घुमत होते –

"मला खात्री होती. तू वाचवशीलच मला."

पण याहूनही अधिक विचित्र प्रकार दुपारी घडला.

मी माझी डाक उघडत होतो. त्यात एक पाकीट होतं. पाकिटावर माझे बदललेले दोन-तीन पत्ते लिहिलेले-खोडलेले होते. म्हणजे हे पत्र कित्येक दिवसांपूर्वी लिहिलेलं असावं. माझा पाठलाग करीत बऱ्याच दिवसांनी ते येऊन पोहोचलेलं दिसत होतं.

आत चार ओळींचं पत्र होतं –

'तुझी वाट पाहून मी आता थकले. तुझं वचन तू पुरं कधी करणार? त्यापेक्षा वाटतं, तू मला लहानपणी गाडीसमोरून वाचवलं नसतंस, तरी बरं झालं असतं. मी तेव्हाच मरून गेले असते. आशेवर जगत राहिले नसते, की काहीही झालं तरी तू मला वाचवशील. – भानू.'

पत्र वाचलं, आणि रस्त्यातून चालताना वरून अचानक एखाद्या बिल्डिंगची गच्ची कोसळून डोक्यात पडावी तसं झालं. मला काही सुचेचना. मी भानूला वचन दिलं होतं? कसलं? तिला अंतर न देण्याचं? बरोबर. त्या वेळी अपघातातून वाचल्यावर मी तिला वचन दिलंच होतं. पण ते कसलं वचन? लहानपणी मुलं भारावून जाऊन काहीही बोलतात. त्यावर अवलंबून राहायचं?

'त्यापेक्षा मला वाचवलं नसतंस तर बरं झालं असतं.'

सुचेनासं झालं. किती नाही म्हटलं तरी मन खायला लागलं.

'काहीही झालं तरी तू मला वाचवशील.'

कशापासून वाचवायचं तिला? आहे कुठं ती?

वर पत्ता दिला होता. करपेकरांची चाळ, भाजी मार्केटजवळ, कांदिवली.

एकूण भानूचं काही फारसं बरं चाललेलं दिसत नव्हतं.

आणि त्यातून मी तिला वाचवावं अशी तिची अपेक्षा होती!

हे भयंकर होतं! ती जर खरोखरीच माझ्यावर अवलंबून असली तर –?

आणि मी आजवर तिची वास्तपुस्तही घेतली नव्हती!

'काहीही झालं तरी तू मला वाचवशील.'

विचार करावा तसतसा मी अधिकच घायाळ होत होतो. नवेनवे विचार सुचतच होते. माझ्यावर बोट रोखणारे, मला अपराधी ठरवणारे. तिचं ते लहानसं पत्र वाचताना डोक्यावर जी गच्ची कोसळली होती, तिचे राहिलेले

तुकडे एकएक करीत अजूनही कोसळतच होते. मला अधिकाधिक जखमी करीत होते.

ते काही नाही. आज तिचा पत्ता शोधीत जायचं, आणि तिची समजूत घालायची. तिला पैशांची मदत करायची. आणखी काही करू शकलो नाही, तरी तेवढं तर करता येईल?

घरी येऊन पाहतो, तो माझ्या नावानं आणखी एक पत्र येऊन पडलं होतं. पाकीट फोडलं तर काय? कोणीतरी माझी मस्करी केलेली दिसत होती. पाकिटात पत्र नव्हतंच. नुसता एक वर्तमानपत्राचा फाटलेला तुकडा होता. त्याला कात्रण म्हणणं कठीण, इतका तो वेडावाकडा फाडलेला होता. माझ्या संबंधातली एखादी बातमी त्यावर असावी. नाहीतर कुणी तो मला कशाला पाठवील? म्हणून त्याच्या दोन्ही बाजू पाहिल्या. पण तशी काहीच बातमी नव्हती. एका बाजूला अन्नधान्य-मंत्र्यांनी शेतकी परिषदेत दिलेल्या भाषणाचा वृत्तान्त, आणि दुसऱ्या बाजूला गुन्हे, अपघात, घड्याळांची लूट पकडली इत्यादीसारख्या दोन-तीन बातम्या. हा कागद मला कोणी कां पाठवला असावा?

नंतर पुन्हा केव्हातरी सवडीनं वाचून विचार करू, म्हणून मी तो कागद माझ्या पॉकेट-डायरीच्या प्लॅस्टिक कव्हरच्या आत ठेवून दिला.

पण या सगळ्यावर कडी करणारी विचित्र गोष्ट रात्री घडली.

साधारण नऊचा सुमार होता. 'जेवायला वाढायचं का', असं विचारून गेलेल्या बेअररला मी 'भूक नाही' असं सांगून वाटेला लावलं होतं. डॉली आणि तिलोत्तमा दोघीही घरात नसल्यामुळे कंटाळलेल्या नॅन्सीनं भुंकून-भुंकून घर डोक्यावर घेतलं होतं; म्हणून जॉन तिला घेऊन परत एकदा बाहेर गेला होता. संध्याकाळी कुणी ना कुणी येऊन बसल्यामुळं घराबाहेर पडायला झालं नव्हतं. तरीही, आळस न करता मी आजच्या आज भानूकडे जाऊन यायचंच, असा पक्का निश्चय केला होता. दिवसभर इतक्या लोकांशी सतराशे पन्नास वेगवेगळ्या विषयांवर बोलूनदेखील भानूच्या पत्रातली वाक्यं डोक्यातून जात नव्हती. उलट प्रत्येक विषयानंतर पराण्या टोचल्यासारखी ती मला त्याच-त्याच विचारांशी आणत होती. अस्वस्थता वाढवत होती.

थोडी हुशारी यावी म्हणून मी व्हिस्कीचा एक पेग मारला, आणि बाहेर जायचे कपडे चढवले. घर कधी नव्हे इतकं शांत होतं. मी बेअररला सांगितलं, आणि भानूकडे जाण्यासाठी दार उघडलं–

आणि असा दचकलो!

समोर भानूच उभी होती.

तिचं ते प्रसन्न चेहेराभर हास्य करीत.

ती दाराची बेल वाजवणार, एवढ्यात मी दार उघडलं होतं.

"बाहेर निघालास?"

"तुझ्याकडेच चाललो होतो. तुझं पत्र मिळालं. आजच."

"इतक्या उशीरानं?"

"अग पत्ता जुना घातला होतास."

"हं – आत्ता कुठं मला तुझा खरा पत्ता सापडला!"

"आत ये ना."

"नको – आपण दोघं बाहेरच जाऊ भटकायला."

मी गाडी काढली.

भानूमध्ये काही फरक नव्हता. पूर्वीसारखाच बेफिकीर चेहेरा. त्यावर लहानपणीचं अवखळ हसू. कपाळावर पुन्हापुन्हा येणारे सुटे केस. कशीतरी विंचरलेली धुण्याच्या पिळ्यासारखी जाड वेणी. कपडे पूर्वीसारखेच सारे. फक्त परकर-पोलक्याऐवजी साडी. साधी सुती, पांढऱ्या रंगाची. लांब बाह्यांचं साधं पोलकं.

तिच्या बोलण्यात कसलाही दुरावा आलेला नव्हता. जशी काही मधली वर्षं आम्ही वेगवेगळी वाढलोच नव्हतो. कालवरूनच आज पुन्हा बोलणं सुरू झालं होतं.

खरं तर तिची हकिगत उत्साहानं सांगण्यासारखी मुळीच नव्हती. पण मी भेटलो एवढ्यानंच विलक्षण हर्षभरित होऊन ती बोलत होती. आईला आणि धाकट्या भावाला सांभाळण्यासाठी तिनं जिवाचं रान केलं होतं. त्यातून आईला सततचा आजार होता. आणि धाकटा भाऊ मवाली होता. त्याच्याकडून घरात एक पैसा येण्याची आशा नव्हतीच; पण त्यानं ज्यांच्याकडून पैसे घेतलेत असे लोक वेळीअवेळी घरात घुसायची धास्ती मात्र वाटायची. त्यातून भानूचं शिक्षण अर्धवट. चांगली नोकरी कधी मिळालीच नाही. मिळाल्या छोट्या प्रायव्हेट फर्म्समधल्या नोकऱ्या. कधी मालकाची नजर वाईट म्हणून त्या सोडल्या; तर कधी गिऱ्हाईकाला उत्तेजन न दिल्यामुळे त्यानं तक्रार केली म्हणून काढून टाकलं. कुठं फर्मच बंद पडलेली, तर कुठं नोकर कमी करायचं धोरण आलं. जगण्यासाठी केलेल्या अविश्रांत धडपडीत भानूचं लग्नाचं वय उलटून गेलं होतं आणि शेवटी तिच्यासारखी रगेल मुलगीदेखील आयुष्याला शरण गेली होती. पोटासाठी काय वाटेल ते करायला लागली होती.

"–तुला खोटं वाटेल. पण मी काय वाटेल ते करायला लागले मग! काय

करणार? तुझी वाट बघ बघ बघितली! पण तू काही आला नाहीस! तरी पण माझी खात्री होती, तू मला अंतर देणार नाहीस! कधी तरी भेटशीलच तू! मग सगळं ठीक होईल.''

भानू हेदेखील हसतहसतच सांगत होती. मी ओशाळलो होतो. तिनं ठेवलेला भरवसा साफ खोटा पडला होता. ती आयुष्याशी झगडत होती, तेव्हा मी ऐश्वर्याच्या सोनेरी ढगावर आरामानं पहुडलो होतो. हा सगळा वेळ मी तिला पार विसरून गेलो होतो. ती मात्र खुळ्यासारखी माझी वाट पाहत राहिली होती. आमच्या परिस्थितीतलं अंतर कधीच कमी होणारं नव्हतं. आमच्या आयुष्याचे रूळ कधीच जुळणार नव्हते हे लक्षात न घेता...

खारच्या थोडी जवळपास रेल्वेलाइनजवळ गाडी आली तेव्हा भानू म्हणाली, ''थांब ना. आपण असेच चालत जाऊ या पूर्वीसारखे. रेल्वेलाइनमधून.''

माझ्या डोळ्यांत पाणी आल्यासारखं झालं. या खुळ्या पोरीनं आपल्या मनात कसल्याकसल्या गोष्टी जपून ठेवल्यायत?

मी गाडी थांबवली. गाडीत ठेवलेली क्वार्टर व्हिस्कीची बाटली तशीच तोंडाला लावून दोन कडकडीत घोट घेतले आणि बाटली परत जागेवर ठेवली. किल्ली काढून मी उतरलो. ती आधीच चालायला लागली होती.

कंपाउंडमधला एक लोखंडी बार निघाला होता. आम्ही तिथून आत शिरलो आणि रेल्वेलाइनमधून चालू लागलो.

''–आय ॲम सॉरी भानू. मी म्हणालो – मी यापूर्वीच तुझा तपास करायला हवा होता.''

तिच्या काय डोक्यात आलं कुणास ठाऊक! ती हसतहसत म्हणाली, ''मला पकड!'' आणि साडी किंचित उचलून धरत ती रूळांतून पळत सुटली! खडीवर पाय पडू न देता! अगदी अल्लड मुलीसारखी. जशी काही इतक्या वर्षांत ती एका दिवसानंही वाढली नव्हती!

अचानक रूळ थरथरू लाले. थरथराट जवळ येऊ लागला!

भानूच्या समोरून गाडी येत होती! पण ती जशी काही तिला दिसतच नव्हती.

मी तिच्या पाठोपाठ धावू लागलो. तिला बाजूला खेचण्यासाठी.

''–भानूऽऽ! गाडी येत्येय! ट्रॅक बदल! भाऽनूऽऽ!''

पण भानूला माझ्या हाका ऐकूच येत नव्हत्या. मी जीव खाऊन पळत होतो. पण ती माझ्या हाताला लागत नव्हती.

मला दिसलं ते एवढंच! समोरून गाडीचं प्रचंड धूड येतंय! भानू त्याला जवळजवळ भिडली आहे.

पण ती गाडीच्या धक्क्यानं खाली मात्र कोसळली नाही. ती जशी काही

त्या अवाढव्य काळ्याकुट्ट आकारात मिसळून गेली.

प्रचंड प्रकाश, डोळे दिपवून टाकणारा.

सबंध मस्तकाचे कान झाले आणि ते फुटून गेले, असा आवाज...

डोक्यात बहुधा कडा तुटून पडला. भिंती कोसळल्या. प्रकाश डोळ्यांतून आरपार गेला. एक प्रचंड स्फोट झाला. आणि वेदनेचा लोळच्या लोळ. ते प्रखर प्रकाशाचे गोल एकदम मालवले गेले आणि लालभडक रंगाचा गडद काळोख सगळीकडे पसरला.

मी डोळे उघडले तेव्हा पहिल्यांदा माझ्या नजरेला पडला तो भानूचा हसरा चेहेरा...

भानू.

मी आजूबाजूला पाहिलं. ही जागा कुठली आहे, काही लक्षात येत नव्हतं. दिवस आहे की रात्र, तेही कळत नव्हतं. सगळीकडे राखाडी रंगाचा मळकट संधिप्रकाश पसरला होता.

"मी कुठं आहे भानू?"

"तू माझ्या जवळ आहेस..."

"म्हणजे कुठं पण?"

भानू हसली. माझा पत्ता कळवला होता मी तुला.

"हो. कुठली चाळ ती? भाजी मार्केट... कांदिवली... हो ना?"

"तो नाही." केस मागे सारीत ती म्हणाली – "बदललेला पत्ता."

"तो नाही मिळाला. मला तुझं एकच पत्र –"

तिनं माझ्या खिशात हात घालून पॉकेट-डायरी बाहेर काढली. तिच्या प्लॅस्टिक कागदामधून वर्तमानपत्राचा तुकडा काढून माझ्या पुढं धरला.

"हे तू पाठवलंस भानू? कशासाठी?"

मंत्र्यांच्या भाषणापाठीमागे चिल्लर बातम्या होत्या. दोन दोन ओळींच्या. त्यांतली एक बातमी तिनं मला दाखवली.

खाजगी वेश्याव्यवसाय करणाऱ्या एका तरुणीची तीन दिवसांपूर्वी धावत्या गाडीसमोर आत्महत्या...

"मग काय करणार? मी तुझी किती वाट पाहणार? तुला पत्र पाठवूनही तू आला नाहीस. मग माझी खात्री झाली, की मी उगाच तुझ्या आशेवर राहिले. तू मला वाचवणारच नाहीस. पण गंमत बघ. तीन दिवसांपूर्वी गाडीसमोर धावत गेले तेव्हासुद्धा अखेरच्या क्षणापर्यंत मनाला वाटतच होतं, की तू कुठून तरी धावत येऊन मला मागं ओढशील. मला वाचवशील,

लहानपणीसारखं. पण तू नाही आलास. म्हणून आज मीच तुझ्या घरी आले नि तुला इथं घेऊन आले.''

''–सॉरी भानू. मी तुझ्यासाठी काहीच करू शकलो नाही.''

''–नाही कसं? आता तरी तू मला येऊन मिळालासच की! आणखी काय हवं? तुझं वचन तू खरं केलंस. यापुढं कधीच अंतर देणार नाहीस तू मला.''

तिच्या बोलण्याचा अर्थ माझ्या नीटसा लक्षात आला नाही. पण माझ्या मनात आलं की, आजच्या दिवसातली हीच सगळ्यात विचित्र गोष्ट आहे! यापुढं मी तिच्याबरोबरच राहणार, असं तिनं म्हणावं ही!

◆

निरोप

देवपूजा आटपत आली होती.

माईंनी ताम्हनातले तीर्थ चांदीच्या भांड्यात ओतून घेतले.

हात जोडले आणि पुटपुटल्या–

"परमेश्वरा, तुझीच रे बाबा कृपा! इतकी वर्षं सुखाचा संसार करू दिलास. आता ह्यांच्या आधी मला घेऊन जा!"

वय झाल्यापासून माईंचे हे नेहमीचे मागणे होते. नाना जातील आणि मग आपण एकटे पडू, याची त्यांना विलक्षण भीती वाटायची.

साठी उलटली तरी माईंची तब्येत अजून ठणठणीत होती. घरातले सारे काम त्यांच्याने उरकत असे. मळ्यात बघायला, गुरांकडे बघायला, वरकामाला माणसे होती. जवळ नसले तरी दोन मुलगे होते, एक मुलगी होती, मुलीसारखीच आणखी एक सून होती. अधूनमधून येऊन ही सारी विचारपूस करून जात. तसाच प्रसंग येता तर म्हातारीला काही त्यांनी एकटे पडू दिले नसते.

पण तरीही नाना होते म्हणून त्या घराला शोभा होती! होते ते सारे वैभव नानांनी स्वत:च्या कर्तृत्वाने उभे केले होते. त्यांच्यावाचून त्यातल्या कशाला अर्थ नव्हता. त्यांच्या सोबतीनेच संसाराची पंचेचाळीस वर्षे माईंनी काढली होती. त्यांच्याशिवाय क्षणभरही जगण्याची कल्पना माईंना सहन होत नसे.

माई उठल्या. पुन्हा एकदा वाकून त्यांनी कांकणे खळखळावीत नमस्कार केला, आणि तीर्थाचे भांडे घेऊन त्या उभ्या राहिल्या.

तोच मागे चाहूल लागली.

दचकून त्या वळल्या. वळल्या आणि आश्चर्याने पाहतच राहिल्या.

देवघराच्या दारात नाना उभे होते.

म्हणजे मोठेच अघटित म्हणायचे! पंचवीस वर्षांत आज नाना पहिल्यांदाच

देवघरात आले होते.

त्यांचा देवावर विश्वास नव्हता. 'देव कुठे असतो का? आपण माणसंच देव आणि माणसंच राक्षस!' असे ते नेहमी म्हणायचे. 'देव लागतो रडत बसणाऱ्यांना. अंगात धमक असेल त्याला देव कशाला नि काय कशाला?'– असे त्यांचे तत्त्व.

नानांचे एक मात्र चांगले होते. स्वत:चे काहीही तत्त्व असले, तरी दुसऱ्याला मात्र ते त्याच्या मनासारखे वागू देत. त्याची टर उडवत नसत. म्हणूनच स्वत: जरी कधी त्यांनी देवाला हात जोडला नाही, तरी हे घर बांधताना मात्र त्यांनी माईंसाठी त्यात देवघर बांधून दिले. माईंच्या मते या एवढ्या शहाणपणानेच त्यांच्या सगळ्या पाखंडीपणाचे क्षालन झाले. शिवाय माई नेमाने देवधर्म करायच्या, आणि आपल्याबरोबरच आपल्या नवऱ्याचे, मुलांचेही सुख मागायच्या. नानांनी मग देवावर कितीही अविश्वास दाखवला, तरी देव माईंचे ऐकून त्यांची भरभराट करायचाच.

"बघत काय राहिलात अशा? मी काय आज वेगळा दिसतोय?" नाना म्हणाले.

माई काही बोलल्या नाहीत. त्यांनी नानांना बसायला मुकाट्याने पाट दिला.

नाना बसले. देवघरातच. पण बराच वेळ झाला, ते काही बोलेचनात.

त्यांना तीर्थ द्यावे, असे एकदा माईंच्या मनात आले. पण त्यांनी नाही म्हटले तर पंचाईत. तीर्थाचा अपमान होतो. म्हणून त्या गप्पच बसल्या.

"तीर्थ द्यायचंय का तुमच्या मनातून? मग द्या की. आमचं काय, आम्ही पिऊन टाकू." नाना म्हणाले.

त्यांच्या या मनकवडेपणाचे माईंना आश्चर्य वाटले. पण त्यांनी तीर्थ आपणहून मागितले, एवढ्यानेही त्या सुखावल्या. त्यांनी तीर्थ दिले आणि म्हणाल्या, "काही सांगायचं का होतं?"

"मी सतीशला बोलावणं पाठवलंय."

"आज? असं मधेच?"

"हो – आपला तो गावकर चालला होता मुंबईला सकाळच्या लाँचनं. पहाटेसच चालला होता घरावरून. त्याच्याकडे निरोप दिला."

"पोचवला म्हणजे मिळवलं!"

"नाही. पोचवील." एक प्रकारच्या निर्धाराने नाना बोलले.

पण आज रजाबिजा काही नसताना एवढ्या घाईगर्दीने ह्यांनी सतीशला बोलावले तरी कशाला, आणि तो तरी ऑफिस सोडून येणार कसा, याचे माईंना कोडे पडले.

"येईल तो. आल्याशिवाय नाही राहायचा." अगदी त्यांच्या मनातल्या प्रश्नाला उत्तर दिल्यासारखे नाना म्हणाले.

एका प्रश्नाचे उत्तर मात्र त्यांनी दिलेच नाही. सतीशला कशासाठी बोलावले आहे? हा प्रश्न माईंच्या तोंडावर पुन्हापुन्हा येत होता. पण का कुणास ठाऊक, तो विचारायचा धीर नानांकडे पाहिल्यावर त्यांना झाला नाही. असे वाटले की, त्या प्रश्नाचे उत्तर नानांना ठाऊक आहे, पण त्यांना ते सांगायचे नाही. आणि जे त्यांना सांगायचे नसेल, ते माई कधीच विचारीत नसत. नाना करतील ते बरोबरच असेल, याची त्यांना खात्री होती. त्यांना कुणीही मसलत देण्याची गरज नसे. असे असतानाही ते आपल्याला येऊन काहीकाही गोष्टी सांगितल्याशिवाय राहात नाहीत, याचा माईंना मोठा अभिमान वाटे.

माईंना वाटले, संभाषण आता संपले. नाहीतरी नाना बोलत मोजकेच. आणि रिकामे गप्प बसून राहणे त्यांच्या स्वभावातच नव्हते. पान वाढेस्तंवर वेळ असला, तरी तेवढ्यातल्या तेवढ्यात सुपारी कातरून ठेवतील, इतके ते वेळेच्या बाबतीत काटेकोर. पण आज मात्र ते अगदी निरुद्योगी असल्याप्रमाणे आरामात बसून होते.

काय झालेय तरी काय ह्यांना आज?

"आणि सुभाषदेखील येईल बहुधा." नाना सहज बोलल्यासारखे म्हणाले, "चिठीच दिलीय तशी सतीशकडे."

यात काही नवीन नव्हते. एकदा एखादे काम करायचे ठरवले की ते करून घ्यायला नानांना हजार मार्ग सापडत. मग कुठे चिठ्या पाठवायच्या, कुठे तारा करायच्या, कुठे निरोप ठेवायचे, सारे सारे त्यांच्या बरोबर ध्यानात येई, आणि चुटकीसरशी काम होऊन जाई.

पण आता सुभाषलादेखील बोलावले, म्हणजे आहे काय? सुभाषच्या कामाचा पसारा केवढा – त्याला घटकाभराची फुरसत मिळत नाही. उगाचच्या उगाच त्याला बोलावून घ्यायचे म्हणजे काय?

पण दुसऱ्याच क्षणी माईंच्या मनात एक नवीनच विचार आला. नाही तरी बरेच दिवस कुणी आलेले नाही. कुठल्याही निमित्ताने का होईना, पोरे भेटून गेली तर चांगलेच आहे. पण मग सगळीच तरी यावीत. म्हणजे ती दोन दिवस एकत्र राहतील, खातील, पितील, मजा करतील. एरवी त्यांना तरी कुठला आराम? सांगायचेच तर बेबीलाही सांगायला हवे होते. अजून सांगता येईल. दीड तासावर तर तिचे घर. अजूनही एस्टीवर निरोप देता येईल.

"बेबीलाही निरोप पाठवला एस्टीवर." नाना म्हणाले, "आणि सुनीतीलाही."

हो! मुले आली म्हणजे सुनीती यायलाच हवी. सुनीती खरे म्हणजे सून. सगळ्यांत थोरल्या श्यामकांताची बायको. पण लग्नानंतर दोनच वर्षांत चारच

दिवसांच्या टायफॉइडचे निमित्त होऊन श्यामकांत गेला. सगळ्यांना वाटले, बिचारी सुनीती आता आयुष्यातून उठली. खुद्द तिच्या आईवडिलांनाही असेच वाटले. जेमतेम मॅट्रिकपर्यंत शिकलेली. ती आता नोकरी तरी कसली करणार, आणि एक वर्षाच्या पोराला मोठा कशी करणार? पण नानासाहेबांनी कमर कसली. म्हणाले, 'माझा मुलगा गेला, तर ही माझी मुलगीच त्याच्या जागी आहे असे समजतो. तिला म्हणाले, धीराने दिवस काढ. मी आहे तोवर तुला कमी पडणार नाही. पण माणसाला स्वत:च्या पायावर उभे राहता यायलाच हवे.' तिला त्यांनी मुंबईला नर्सिंग शिकायला पाठवले. एक वर्षाच्या पोराला आईबाप दोन्ही अंतरले, म्हणून सगळ्यांनी नानांना बोल लावला. पण नानांनी तिकडे लक्ष दिले नाही. कोर्स पुरा होताच सुनीती शेजारच्या गावात प्रॅक्टिस करू लागली. त्यातून तिचा हात इतका चांगला, की बाळंतपणासाठी बायका हटकून तिच्याकडे येत. होताहोता तिचा जम बसला. आता तिचा व्याप वाढला होता, आणि मुलगाही मेडिकल कॉलेजात जाऊ लागला होता. नानांना वेड्यात काढणारे लोक खुळे ठरले होते, आणि एका आयुष्याला आकार आला होता. सुनीती तेव्हापासून नानांना आपल्या वडिलांच्या ठिकाणीच समजायची.

"म्हणजे काय सगळीच येताहेत म्हणायची." माई म्हणाल्या.

"नाही. सगळीच नाही. सगळ्यांना नाही आलं कळवता." नाना आपल्याच तंद्रीत म्हणाले.

"अहो, म्हणजे काय? आणखी कोण –"

पण माईंनी काही विचारायच्या आत नाना देवघराबाहेर पडून निघूनसुद्धा गेले होते.

बेबी दुपारची आली.

"इथं जवळ राहतेस, आणि किती गं उशीर केलास?" काहीतरी बोलायचे म्हणून माई बोलल्या. खरे तर बेबीला काही त्या आज ओळखत नव्हत्या. बेबीला यायला फावले म्हणजे पुष्कळच झाले, असा त्यांचा आजवरचा अनुभव होता.

"तुला माहीत्येय ना आई, घरात किती काम असतं! सकाळचं सगळं आटपून, झाकपाक करून निघायचं म्हणजे सोपं का आहे बाईमाणसाला? त्यातून एस्टी काय आपण बाहेर पडलं की दारात उभी असते वाटतं?" बेबी म्हणाली.

आणि यापाठोपाठ ज्याला माई भीत होत्या तो प्रश्न आलाच– "कशाला बोलावलंय गं नानांनी?"

"मला नाही माहीत बाई." माई म्हणाल्या.

पण असे उत्तर द्यायचे त्यांच्या स्वतःच्याच जिवावर आले होते. काहीतरी महत्त्वाचे आहे आणि ते आपल्यालाच माहीत नाही, म्हणजे याला म्हणायचे काय?

सतीश यायला चार वाजले.

दबकत-दबकत, कानोसा घेत तो बाहेर आला. बाहेर बेबी बसली होती, तिला म्हणाला, "तू पण आलीस? सगळं ठीक आहे ना घरात?"

"हो रे. नानांना विचारलं तर सहज बोलावलं म्हणतात." बेबी काहीशी तक्रारीच्या सुरात म्हणाली.

सतीशने सुटकेचा निःश्वास टाकला आणि मग पायांतले बूट काढले.

"अर्धी रजा काढून आलो." तो हसत हसत नानांना म्हणाला. नानांना सुखरूप पाहून तो फारच सुखावला.

"एकटाच आलास?" माईंनी विचारले. "बायकोला तरी आणायचंस."

"अगं काय सांगू तुला? नानांचा निरोप आल्यावर मी इतका घाबरून गेलो. मला काही सुचेनाच. म्हटलं, नाना काही उगाचच्या उगाच बोलावणार नाहीत. तसाच निघून आलो – घरीदेखील न जाता. सुभाष येतोय मागून. त्याला सांगितलंय घरी निरोप द्यायला. पण काय ग, कशाला बोलावलं असेल नानांनी?"

माईंना अवघडल्यासारखे झाले. तसे म्हटले तर त्यांच्याकडे उत्तर होतेही आणि नव्हतेही. ठाऊक तर त्यांना काहीच नव्हते. पण हा प्रश्न पुन्हापुन्हा स्वतःलाच विचारल्यामुळे असेल, पण त्याचे एक उत्तर त्यांच्या मनात आकारू लागले होते. मात्र त्या उत्तराचा उच्चार दुसऱ्याकडे राहोच, पण स्वतःकडेही करण्याचा धीर त्यांना झाला नसता.

तसा नानांमध्ये वरवर पाहणाऱ्याला काहीच फरक आढळला नसता. पण माईंना मात्र तो जाणवत होता. जेवताना नाना आज नेहमीसारखे व्यवस्थित जेवले नव्हते. माईंनी पान समोर ठेवल्यानंतर त्यांनी एकदा त्यांच्याकडे पाहिले, आणि म्हटले, "वा! तुझ्या हातची अळूवडी म्हणजे पक्वान्न असतं बुवा! पण आजच करायची कशी सुचली तुला?" मात्र एवढे बोलले तरी त्यांनी अवघी एकच अळूवडी उचलली आणि पान बाजूला केले. आश्चर्य म्हणजे त्यांनी बाजूला करताना पानाला नमस्कार केला. माईंनी कोथिंबीर लावून ताक दिले, ते मात्र पुन्हापुन्हा मागून घेऊन प्यायले.

त्यांचे सारे कार्यक्रम रोजच्यासारखेच चालले होते. त्यांनी आल्यागेल्यांशी नेहमीसारख्याच गप्पा मारल्या. उलट काहीकाहीजणांना अगत्याने सोडायला ते फाटकापर्यंत गेले. ऑडिटर आले होते. त्यांच्याबरोबर त्यांनी बराच वेळ किचकट आकडेमोड केली. पण हे सारे करताना त्यांचे चित्त थाऱ्यावर नाही, असे माईंना

वाटले. काहीतरी झाले आहे. कुणाची तरी ते वाट पाहताहेत. वाट मुलांची पाहात होते हे तर खरेच. पण एरवी कधी ते निरोप पाठवल्यानंतर कुणाची वाट पाहात नसत. त्यांचे म्हणणे, आपण पाहिली की वाट लांबते. वाट पाहू नये, म्हणजे माणूस लगेच येते. तेव्हा एरवी मुलांची वाट त्यांनी पाहिली नसती; पण आज ते काहीतरी आठवण्याचा प्रयत्न करताहेत, कुठेतरी चाचपडताहेत, असे वाटत होते.

दुपार टळून गेली, तेव्हा ते बाहेर येऊन झोपाळ्यावर बसले. झोपाळा ही त्यांची खास हक्काची जागा होती. त्याच्यावर इतर कोणी बसत नसे. सावकाश झोके देत, अगदी बारीकसा किर्रर्र-खळ् आवाज काढीत ते झोपाळ्यावर तासचे तास बसू शकत.

बसल्याबसल्याच त्यांना सुनीतीची गाडी येताना दिसली. जागेवरूनच ओरडून ते आत काम करणाऱ्या माईंना म्हणाले, ''सुनीती आली बरं का!''

सुनीती आली आणि घरात एकदम गडबड सुरू झाली. सुनीतीचा आवाज आधी मोठा होता. त्यातून ती हसायला लागली, की सारे घर दणाणून सोडी. गावात नर्सच्या पेशात लोकप्रिय व्हायला तिचा हा स्वभावही खूप उपयोगी पडला होता. नानादेखील झोपाळ्यावरची जागा सोडून तिच्याशी गप्पा मारायला बसले. प्रत्यक्ष नानांना किंवा माईंना तिने काहीच विचारले नाही. आपल्याला कशाला बोलावले आहे, हे तिने बेबी आणि सतीशकडून काढून घेण्याचा प्रयत्न केला; पण त्यांना तरी कुठे काय ठाऊक होते?

सुभाष आला तेव्हा संध्याकाळ झाली होती. नाना माडीवर जाऊन पडले होते. त्याने घाबरत घाबरत 'नाना ठीक आहेत ना' असे सगळ्यांना विचारले. हलक्या आवाजात सगळ्यांनीच आपली शंका एकमेकांना विचारली. पण कुणाकडेच काही उत्तर नव्हते. वाटण्या नानांनी जवळजवळ केल्यासारख्याच होत्या. कोर्टकज्जेदेखील कसले चालू नव्हते. जवळपास कुणाचे कार्य नव्हते. मग मंडळींना जमवले होते तरी कशाला? नाना आजारी असतील, एवढे एकच कारण संभवत होते, आणि तेवढ्यासाठीच प्रत्येकजण धावतपळत आला होता. पण नाना तर चांगले ठणठणीत बरे होते.

थोड्याच वेळात गप्पा मारतामारता शंकेचा हा ढग विरून गेला, आणि सगळे बऱ्याच दिवसांनी भेटल्याच्या आनंदात हसूखेळू लागले. आपापल्या मुलांच्या तक्रारी सांगणे सुरू झाले. दुसऱ्याला काम कमी असल्याचे हेवेदावे सुरू झाले. कुणीतरी शेंगा उकडून आणल्या, आणि शेंगा खाताखाता गप्पा रंगू लागल्या.

माई मात्र गप्पांमध्ये भाग घेत नव्हत्या. त्या स्वयंपाकात आपले मन

गुंतवण्याचा प्रयत्न करीत होत्या. मदत करायला आलेल्या मुलीला, सुनेला त्यांनी 'बसा गं आज आल्यासारखं, काम आहेच स्वत:च्या घरी' असे सांगून हट्टाने पिटाळून लावले होते. खरे कारण हे होते की त्यांना आज मुलीबरोबर, सुनेबरोबर बोलावेसेच वाटत नव्हते. त्यांचे मनच काहीबाही बडबडत होते. आणि ते ऐकून घेताघेताच त्यांची पुरेवाट झाली होती. सकाळचे नानांचे संभाषण त्यांना राहूनराहून आठवत होते. कुणाला सांगायचे राहिले, म्हणाले ते? – कुणाला?

संध्याकाळ झाली. बाहेर काळोख पडला. दारावरून जाणाऱ्या एस. टी. बसेसची वर्दळही कमी झाली. एखादी बैलगाडी खडखड खडखड करीत जात होती, तेवढेच.

माईंनी देवापुढे दिवा लावला. हात जोडले. तोंडातल्या तोंडात नेहमीचे मागणे मागितले. रोज देवाला दिवा लावला की त्या नानांसाठी कॉफी करीत, तशी आजही केली. सकाळी नाना नीट जेवले नाहीत, म्हणून कॉफीत त्यांनी दूध थोडे जास्त घातले.

कॉफी घेऊन त्या माडीवर गेल्या.

माडीवर अर्थातच काळोख होता.

त्यांनी दिवा लावला.

नाना शांत झोपले होते.

त्यांच्या त्या गाढ झोपेतून त्यांना उठवायचे माईंच्या जिवावर आले.

पण कॉफी प्यायला उशीर झाला तर मग जेवायचे नाहीत. माईंनी शेवटी त्यांना हलकेच हलवले, "उठता ना? अहो – कॉफी आणलीय!"

नानांनी डोळे उघडले. "इंदू – तू इथं कशी?" ते म्हणाले.

हे आणखी एक अघटित! माईंना ते कधीच एकेरी हाक मारीत नसत. मग त्यांचे नाव घेणे तर दूरच! आणि मी इथे कशी म्हणजे? आपण कुठे आहोत असे ते समजताहेत?

पण एव्हाना नानांना नीट जाग आली होती. "मला वाटतं, मला स्वप्न पडत होतं." नेहमीच्या शांतपणाने ते म्हणाले.

"कसलं स्वप्न पडलं? सांगायचं ना?"

"तुला सांगू?" क्षणभर नानांच्या मुद्रेवर स्मित झळकून गेले. "म्हणा आता तरी तुला सांगायलाच हवं."

"सांगा ना." माई हलकेच म्हणाल्या.

"स्वप्नात मी एका बोळातून चाललो होतो. पुण्याबिण्यात असतात ना,

तसल्या. बोळाच्या टोकाशी एक जुनं घर होतं. वर जायला अरुंद जिना होता. मी तिथं कधीच गेलेलो नव्हतो. पण कसं कोण जाणे, मी भराभर जिना चढून गेलो, पत्ता ठाऊक असल्यासारखा. एवढ्यात एक मुलगा समोर आला. साधारण आपल्या सतीशच्या वयाचा. त्याला मी म्हटलं, 'चल, मी तुम्हाला बोलवायला आलो आहे.' असं मी कां म्हटलं, कुणास ठाऊक! कारण त्या मुलाला मी पहिल्यांदाच पाहत होतो. तोही माझ्याकडे गोंधळून पाहत उभा होता. मी त्याला म्हटलं, 'असं काय पाहतोस? तू मला ओळखत नाहीस?' आणि मी माझं नाव-पत्ता असलेलं कार्ड त्याच्या हातावर ठेवलं. एवढ्यात आतून पार्वती आली. इतक्या वर्षांनी मी तिला पाहत होतो, तरी मी तिला बरोबर ओळखलं. तिनंही मला पाहिल्याबरोबर ओळखलं, आणि म्हणाली, 'अगं बाई, तुम्ही? बसा हं. मी आलेच.' एवढ्यात मला तुझ्या हाका ऐकू आल्या. मी झरझर झरझर जिना उतरून आलो. पाहतो तर समोर तू.'' असे म्हणून नाना गंमत वाटल्यासारखे हसले.

माईंना जिवावरचा भार उतरल्यासारखे झाले. वाटले होते, काहीतरी भयंकर स्वप्न असेल – पण ही पार्वती कोण?

''इंदू – '' नानांनी पुन्हा त्यांना नावाने हाक मारली. त्यांच्या अंगावर शहारा आला. ''इंदू –'' अगदी हलक्या, खासगी आवाजात नाना म्हणाले, ''आजवर एक गोष्ट तुझ्यापासून लपवून ठेवली. त्यामुळं तुझं काही बिघडलं नाही, पण मला सांगून टाकून स्वत:चं मन साफ करू दे. आयुष्यात काही गुप्त नको.''

कसल्या तरी विलक्षण गोष्टीची माईंना चाहूल लागली. आपल्याला ती तोलवेल असे त्यांना वाटेना. म्हणून ती शक्य तितकी टाळण्यासाठी त्या म्हणाल्या, ''आधी कॉफी प्या ना. थंड होईल.''

नानांनी घटाघटा कॉफी संपवली, आणि क्षणभरातच ते म्हणाले, ''मागे – सतीशच्या वेळेला तुम्ही इथंच होता, तेव्हा मी महिनाभर गोव्याला गेलो होतो. तिथे एकदा मन आवरलं नाही, म्हणून एका भावणीकडे गेलो. पार्वती तिचं नाव. भावीण होती, गिऱ्हाईक म्हणूनच गेलो. पण कुणाचे लागेबांधे कुठे जुळायचे असतात!– त्या महिन्याभरात आम्ही एकमेकांवर इतकं प्रेम केलं, की असं प्रेम लग्नाची नवराबायको जन्मभर करणार नाहीत. आयुष्यातला तो एक महिना मला कधीच विसरता आला नाही.''

माई स्तब्ध होत्या. ऐकत होत्या.

''पुढल्या वर्षी मुद्दाम काम काढून गोव्याला गेलो. पार्वती भेटली. पण अनपेक्षित बोलली. म्हणाली, 'साहेब, तुम्हाला घरदार आहे. मुलं आहेत. तुम्ही नका इथं नेहमी येत जाऊ. तुमच्या बायकोचा तळतळाट नाही घ्यायचा मला. इतर

गिऱ्हाइकांसारखं मानत नाही मी तुम्हाला. तुम्ही मोठे आहात. स्वतःचा मोठेपणा सांभाळा. मी तुम्हाला कधी विसरणार नाही. तुम्ही मला दिलंय ते जन्मभर सांभाळीन.' तिनं मांडीवरचा मुलगा दाखवला. आता तो कुठं असेल कुणास ठाऊक! मोठा झाला असेल. आपल्या सतीशएवढा. त्याला बघावंसं वाटतं. पण नाव माहीत नाही. पत्ता नाही. कुठं निरोप पाठवणार? ही सगळी मुलं आली... पण तो?''

माई अवाक् झाल्या होत्या. ऐकले त्याने त्यांची वाचाच खिळली होती.

त्या भानावर आल्या, तेव्हा नाना सांगत होते – ''मुलांना वर बोलाव इंदू.''

थरथर कापत त्या जिना उतरून आल्या. त्यांना काही बोलावेच लागले नाही. मुले त्यांच्याकडे पाहतच होती. आईच्या पाठोपाठ ती आपणहून वर आली.

नानांनी सगळ्यांना बिछान्याशी बोलावून घेतले. म्हणाले, ''तुम्ही साऱ्यांनी, इंदूनं मला अति सुख दिलं. तुम्ही सुखी व्हाल. एकमेकांना सांभाळून घ्या. प्रेमानं वागा. मी जातो. एक लक्षात ठेवा. तुमचे वाटे काढलेच आहेत. पण तुमचा आणखी एक भाऊ आहे. शक्य तर त्याचा हिस्सा त्याला द्या. त्याला निरोप दिला आहे. कधी येईल कुणास ठाऊक!''

एवढे बोलून नानांनी माईंच्या आणि सतीशच्या खांद्यावर थोपटल्यासारखे केले, आणि डोळे मिटून घेतले.

नाना गेले आणि माई कोसळून पडल्या.

ज्या कर्माला त्या भीत होत्या ते अखेरीस पुढे आलेच होते. नानांच्या आधी सवाष्ण मरण यावे, ही त्यांची इच्छा देवाने अपुरीच ठेवली होती.

शिवाय दुर्दैव एवढेच नव्हते. जाण्याआधी नानांनी पार्वतीविषयी सांगितले. तो एक महिना सोडला तर तिचा फारसा संबंध आला नव्हता, असे जरी म्हटले, तरीही तिला त्यांच्यापासून मुलगा झाला होता. सतीशच्या बरोबरीचा. माईंवर नानांनी खूप प्रेम केले होते, त्यांना काही कमी पडू दिले नव्हते, असे म्हटले तरी पार्वतीचे कळल्यापासून चित्ताचा एक टवका उडाला, हे मात्र खरे. त्यांना अधिकच एकटेएकटे वाटू लागले. घर खायला येईल, असे वाटू लागले.

आपले काम सोडून राहणे सुनीतीला शक्यच नव्हते. बेबी अधेमधे येऊन जाऊन राहू लागली. सुभाष आणि सतीश मात्र आठवडाभर राहणार होते.

नाना गेले त्याला आता तीन दिवस झाले.

संध्याकाळची वेळ.

हळूहळू अंधारू लागले होते. माई पडवीत पडून होत्या. सगळे हळूहळू शांत होत होते. माईंचा किंचित डोळा लागू पाहत होता.

आणि एवढ्यात तो ओळखीचा आवाज आला. किर्रर-खळ्... किर्रर-

खळ्... झोपाळ्याचा आवाज.

म्हणजे – हे इथेच आहेत! येऊन बसलेत झोपाळ्यावर!

माई खडबडून उठून बसल्या.

त्यांच्या कानावर बोलण्याचा आवाज आला.

बाहेर सतीश होता, त्याच्याशी कुणीतरी बोलत होते.

"माझं नाव सागर. मी पुण्याहून आलो. मोठा विलक्षण प्रकार घडलाय." तरुण उत्साही आवाज. सोबत झोपाळ्याचा किर्रर्र-खळ् आवाज.

"तीन दिवसांपूर्वी संध्याकाळी – म्हणजे याच सुमाराला म्हणा ना, एक गृहस्थ आमच्या घरी आले आणि त्यांनी मला हा पत्ता दिला. काही समजायच्या आत ते निघून गेले. पण आई म्हणाली की ते माझे वडील. त्यांना मला भेटायचंय. म्हणून मी इतक्या लांब आलो."

"बरोबर – बरोबर आहे तुझं." राहावेनासे होऊन माई दरवाजात येऊन म्हणाल्या, "पण यायला इतका उशीर का लावलास? आणि तुझी आई कुठाय?"

"घरचं सगळं पुरं करून निघतानिघताच इतका उशीर झाला." झोपाळ्यावर बसलेला तो तरुण म्हणाला.

"म्हणजे?" माईंनी न उमजून विचारले.

"सांगतो ना. ते गृहस्थ आले होते, त्यांना आई म्हणाली, 'थांबा हं, मी आलेच.' आणि घरात जाऊन ती बाहेर जायची तयारी करू लागली. एवढ्यात ते निघून गेले. पाचदहा मिनिटांनी आई बाहेर आली ती शालू नेसून, चांगली लग्नाला जायची तयारी करून, कपाळाला मोठं कुंकू लावून. मला म्हणाली, 'ते आले होते ते तुझे वडील. मुद्दाम आले होते. तुझा निरोप घ्यायला. मला बोलवायला. इतकी वर्षं मी त्यांची वाट पाहिली. वाट पाहतच जगले. आता जाते मी. जाते त्यांच्याबरोबर.'

"एवढं बोलून ती खाली कोसळली. तत्क्षणी तिचे प्राण गेले. काय प्रकार असेल हा?"

काय प्रकार असेल ते माईंच्या ध्यानात येऊन चुकले होते. पण त्या काहीच बोलल्या नाहीत.

फार प्रेम असले पाहिजे तिचे त्यांच्यावर! म्हणूनच तिला जाता आले त्यांच्याबरोबर...

माईंच्या भोवतीचा एकटेपणाचा काळोख अधिकच दाट होऊ लागला.

◆

धुके... धुके

गाडी चालवताना अचानक काचेसमोर धुके आले. क्षणभरच का होईना, पण त्यामुळे बिचकल्यासारखे झाले. कारण कल्पनाच नव्हती, की या वेळी धुके येईल!

आपल्या शहरात कुठले धुके? अगदीच थंडीचे दिवस असले, तर पहाटे पहाटे थोडेफार धुरकटल्यासारखे होते, तेवढेच! तेदेखील सूर्य थोडा वर येताच पाहता पाहता नाहीसे होते. धुक्याची गंमत म्हणावी तर काहीच नाही!

म्हणजे मी धुके – चांगले घनदाट धुके पाहिलेले नाही, असे मुळीच नाही. पावसाळ्यात घाटातून जाताना धुक्याचा जाड पडदा येतो, आणि वळण दिसता-दिसता मारामार होते. समोरून येणारी गाडी तर निव्वळ दिव्यांवरूनच समजायची, भर दिवसा!

झालेच तर दरीमधून वर येणारे धुक्याचे लोटच्या लोट मला भलतेच आवडतात! इतक्या खोलवर तरंगणारे धुक्याचे ढग पाहताना आकाश उलटे झाल्यासारखे वाटते. पुन्हा खोलातून वर येणाऱ्या या ढगांना वेध आकाशाचाच! स्वर्ग आणि पृथ्वी यांच्यातले अंतरच जणू नाहीसे होते! आपण इहलोकात आहोत की परलोकात हेच समजत नाही.

अशा वेळी ब्राउनिंगच्या ओळी आठवतात.

फिअर डेथ? टु फील द फॉग इन् माय थ्रोट, द मिस्ट इन माय फेस!

मृत्यूला भ्यायचं? मृत्यू म्हणजे काय? धुके – चेहऱ्यावर झेपावणारे धुके – घशात आवंढ्यासारखे जमून येणारे धुके...

तसे परदेशात असताना खूप धुके पाहिले. त्याचे तिकडे मोठेसे कौतुकही नाही. पायाखाली बर्फाचा जाड थर, आणि नजरेसमोर धुक्याचा जाड पडदा – हे मुळी तिथले नेहमीचेच दृश्य.

पण इथे? आपल्याकडे? सकाळ उलटून गेली असताना धुके?

आणि आले तेही अचानक. रस्त्याच्या कडेला दबा धरून बसलेल्या एखाद्या जंगली जनावराने जशी सावज टिपून झेप घ्यावी, तसे गाडीसमोर अचानक धुके आले, आणि पाहता पाहता समोर पसरले.

मी गाडी मुळातच सावधानपणे चालवतो. पण आता ती अधिकच सांभाळून चालवू लागलो. गर्दीचा रस्ता, आणि ऑफिसची वेळ! रस्त्यावर माणसे चुरमुऱ्यांसारखी सांडली होती. या गर्दीत आपल्याला मिसळावे लागत नाही, याचे रोज समाधान वाटते. मग आज गर्दीमधून गाडी चालवायची कशी? पण नशीब! पाहता पाहता धुके निवळले, आणि रस्ता स्पष्ट दिसू लागला.

मी ऑफिसात आलो. चपराश्याचा सलाम घेऊन केबिनमध्ये गेलो.

पण कसे कोण जाणे, आज कामात लक्षच लागेना. पाइप ओढीत मी तसाच बसून राहिलो. आज टेबलावर काम नव्हतेही फारसे. होते तेही करावेसे वाटेना. कुणी येऊन लगेच काहीतरी किचकट गोष्टी सांगून डोक्याशी कटकट करीत बसेल, अशी भीती वाटली.

काय करावे? चपराश्याला सांगून ठेवावे का, की आत कुणालाही सोडू नकोस– आज कुणाशी फारसे बोलावेसे वाटत नाही – कुणालाच पाठवू नकोस.

पण नाही! सकाळी सकाळीच असे सांगणे विचित्र दिसेल. त्यातून खरोखरच काही महत्त्वाचे काम असेल, तर तेही अडून राहील. थोडा वेळ मी पाइप ओढीत बसूनच राहिलो. मग उठलो, खिडकीशी गेलो. खिडकीचे जाड निळे पडदे बाजूला केले.

बाहेर पुन्हा धुके जमून आले होते. रस्त्यातली गर्दी अधूनमधून पुसट होत होती. समोरच्या बिल्डिंगवरचे सिनेमाचे मोठे होर्डिंगदेखील अंधुक झाले होते.

पण आता गाडी चालवायची नव्हती, म्हणून धुक्याची कदर नव्हती. उलट गंमत वाटत होती. मी आत सुरक्षित होतो. बाहेर कितीही धुके जमून येवो. असे खिडकीत उभे राहून पाइपची मजा चाखत धुके पाहायला काय मजा वाटते! वाटते की असे धुके पाहत कायमचे उभे राहावे! पण तसे व्हायचे नव्हते.

''टिरिंग टिरिंग... टिरिंग टिरिंग!'' टेबलावरचा फोन वाजला. काही क्षण अनिच्छेने मी तो तसाच वाजू दिला.

मग नाइलाजाने खिडकीतून वळलो आणि टेबलाशी आलो. फोन उचलला. म्हटले, ''हॅलो–''

पण पलीकडून काहीच उत्तर आले नाही. फोन खाली ठेवलेला होता. कुणाचा असेल हा फोन? आणि घाई काय एवढी फोन खाली ठेवायची? किंचित अस्वस्थ होऊन मी फिरत्या खुर्चीत येऊन बसलो.

एकदम लक्षात आले की उघड्या खिडकीतून धुके आत येऊ पाहते आहे!

मी उठलो आणि खिडकी बंद करून घेतली. मग मात्र ठरवले, आता आळस बस झाला! थोडे तरी काम करायलाच हवे! काही वेळ मी सतत काम करीत बसलो. किती वेळ कोण जाणे!

मधेच माझ्या मनात काय आले कोण जाणे? मी खिडकीचे पडदे बाजूला करून बाहेर पाहिले. ऑफिसे चालू झाल्यामुळे असेल, पण रस्ता बराच शांत झाला होता. शिवाय धुके होतेच. त्यामुळे फारसे काहीच दिसत नव्हते.

माझे टेबलाकडे लक्ष गेले. बरेच काम झाले होते. मी चपराश्यासाठी बेल वाजवली. पण तो आला नाही.

मी पुन्हा, अधिक जोराने बेल वाजवली. पण तो आलाच नाही.

म्हणजे? झाले काय याला? मी वैतागलो. कुठेतरी गप्पा मारीत बसतात लेकाचे. नाहीतर झोपा काढतात. ऑफिसच्या बाहेरच गेला नसला म्हणजे मिळवले!

मी चडफडत पुन्हा एकदा बेल वाजवली. पण काहीच हालचाल नाही.

मी चिडून केबिनचे दार उघडले. चपराशी नव्हता.

गेला कुठे हा?

मी परत आत येऊन बसलो. थोडा वेळ वाट पाहिली. पुन्हा बेल वाजवली.

कुणीही आले नाही.

मग मात्र मला चैन पडेना. मी ट्रेमधले कागद उचलले आणि बाहेर आलो. हे ज्यांच्याज्यांच्याकडे द्यायचे होते तिथे ते स्वत:च पोहोचवायचे ठरवले. त्याशिवाय ही मंडळी शरमणार नाहीत. परत आला की या चपराश्याची चांगली खरडपट्टी काढली पाहिजे!

मी छोट्या पॅसेजमधून वळून, इतर मंडळी बसत तिथे आलो.

आणि मला धक्काच बसला!

एकाही खुर्चीत, एकाही टेबलाशी – एकही जण नव्हता.

गेले कुठे हे सारेजण? आणि एकाच वेळी? हे शक्य नव्हते. हे शक्यच नव्हते.

आणि प्रत्येकाच्या टेबलावरचे काम?

मी टेबलाच्या रांगांमधून फिरू लागलो. एकाही टेबलावर कागदपत्र नव्हते. सगळे झाडूनपुसून लख्ख! ड्रॉवरमध्ये ठेवलेले! मी ड्रॉवर ओढून पाहिले. त्यांनाही कुलपे होती.

म्हणजे? ऑफिस बंद झाले की काय? एवढ्यात? सुरू होऊन तर तास-दोन ताससुद्धा झाले नाहीत.

मग सगळे लोक घरी गेले कसे? मला केबिनमध्येच ठेवून?

एवढ्यात आणखी एक गोष्ट माझ्या लक्षात आली.

भिंतीच्या कडेकडेने, दारांच्या फटीफटीतून हळूहळू धुके आत उतरत होते.

अगदी सावकाश...एक अगदी विरळ पांढुरका पापुद्रा सगळ्या ऑफिसवर जमू लागला होता, हवेत पसरू लागला होता. अगदी हलकेच... सबंध ऑफिसवर त्याचे तलम आच्छादन पसरत चालले होते.

पहिल्या प्रथमच मला भीती वाटली. असे वाटले की हा काहीतरी कट आहे. सगळेजण मुद्दामच मला एकट्याला ठेवून गेले आहेत. माझ्या मागोमाग हे धुके येणारच, हे साऱ्यांना माहीत आहे, म्हणून. मला आणखी एक कल्पना सुचली. हे सगळे लोक धुक्याला भिऊन तर आपापल्या घरी गेले नाहीत? की धुक्याच्या भीतीने ते आज ऑफिसातच आले नाहीत? पण नाही कसे म्हणावे? मघा तर ऑफिस गजबजलेले वाटत होते. त्या चपराश्याने नाही का सलाम केला? पण मग आता कुठे गेला तो? कुठे गेले ते सगळे?

यापूर्वी मी ऑफिसात एकटा राहिलो आहे. संध्याकाळी उशीरापर्यंत काम करीत – चपराश्यालाही घरी पाठवून देऊन. पण तेव्हा कधी भीती वाटली नव्हती. एकटेपण जाणवले नव्हते. आजची गोष्ट मात्र वेगळी होती. मला सुगावाही लागू न देता सगळे निघून गेले होते. भर दुपारी सारे ऑफिस मोकळे झाले होते.

मला ते भकास मोकळेपण खायला उठले. मी ओरडलो, "इज एनीवन् देअर? आन्सर मी, इज देअर एनीवन्?"

ऑफिसभर माझ्या आवाज़ाचा प्रतिध्वनी उमटला. तो शांत झाला, तरी मी कान देऊन ऐकतच होतो. पण उत्तर आले नाही.

काय असेल हा प्रकार? कुणीतरी ठरवून 'प्रॅक्टिकल जोक' केलेला नाही ना? पण माझ्यावर?... माझ्याशी असे वागायची शामत होईल कुणाची? पण झालेली तर दिसत होती. मी पुन्हा ओरडलो – "इज एनीवन् देअर? – कोणी असेल तर या."

पुष्कळ झाला प्रॅक्टिकल जोक! आता मुकाट्याने आपापल्या जागेवर येऊन बसा कसे! नाही – मी कुणाही विरुद्ध डिसिप्लिनरी ॲक्शन घेणार नाही. त्या चपराश्याविरुद्धसुद्धा. पण तुम्ही आधी परत या... मला एकटे सोडू नका.

मघाशी या लोकांशी बोलण्याचा कंटाळा आला होता. त्याचा सूड म्हणून तर हे असे वागत नाहीत? उगाच कंटाळा केला... कुणाला तरी बोलावून घ्यायला हवे होते. केबिनमध्येच कामाच्या निमित्ताने अडकवून ठेवायला हवे होते. – निदान एकाला तरी सोबत म्हणून...

आणि एकदम फोन वाजला. एकाएकी हायसे वाटले. आहे – कुणाची तरी

सोबत आहे. बोलू या गृहस्थाशी. सगळे सांगू त्याला, सविस्तर समजावून देऊ, सोबतीसाठी त्याला हवे तर इकडे बोलावून घेऊ...

मी मधल्या एका टेबलापर्यंत जाऊन फोन उचलला.

''हॅलो–'' मी म्हटले.

आणि एवढ्यात लाइन बंद झाली.

मी चरफडलो. नेमक्या ज्या वेळेस मला कुणाशी तरी बोलण्याची गरज होती त्या वेळेस फोन बंद व्हावा?

ते काही नाही. त्याने बंद केला फोन, तरी मी दुसऱ्या कुणाला फोन करून त्याच्याशी बोलू शकतो. नाही तरी आमच्या हेड ऑफिसला फोन करून हाताखालच्या लोकांचे हे गैरवर्तन कळवायलाच हवे. आहे काय हे? भर दुपारी ऑफिस सोडून चालायला लागायचे म्हणजे काय? गैरशिस्तीची कमाल झाली.

मी फोन उचलला. हेड ऑफिसचा नंबर फिरवला. सुदैवाने फोन लगेच लागला.

ट्रिंग ट्रिंग – ट्रिंग ट्रिंग – तिकडून बेल वाजत राहिली –आणि वाजतच राहिली...

कोणीही फोन उचलेना.

असे कसे होईल? ऑपरेटर गेली कुठे? ती नसली तर तिची रिलीव्हर? एवढ्या मोठ्या ऑफिसात भर कामाच्या वेळेस कुणी फोन उचलत नाही, म्हणजे काय?

माझ्या छातीत धस्स झाले.

हेड ऑफिसमधले लोक गेले कुठे? की या ऑफिसप्रमाणे तिथलेही लोक लवकर घरी निघून गेले?

मग माझीच तर काही चूक होत नाही ना? आज सुटीबुटी आहे की काय? पण तसे काही असल्याचे आठवत तर नव्हते. आणि सुटी असती, तर आपण आलो तेव्हा ऑफिस उघडे कसे होते?

आणि रस्त्यावरही त्या वेळी वर्दळ चांगलीच होती. मी दारापाशी गेलो.

आणि याच वेळी केबिनमध्ये फोन वाजला.

मी धडधडत, पळतपळत केबिनशी गेलो. तोवर फोन अखंड वाजत होता.

मी केबिनमध्ये पाऊल टाकले तरी तो वाजतच होता.

पण मी त्याला हात लावला मात्र – तो वाजायचा थांबला. कुणाचा असेल हा फोन?

माझी भीती वाढत चालली. हा फोनदेखील माझ्याविरुद्ध कटात सामील आहे! सारे ऑफिसमधले लोक! ऑफिसमधले फर्निचरसुद्धा! या फर्निचरने

पाहिले आहे लोकांना उठून जाताना! म्हणूनच ते मनातल्या मनात हसत माझ्याकडे कसे टक लावून पाहत बसले आहे!

या कारस्थानातून बाहेर पडलेच पाहिजे! आत्ता! या क्षणी!

पण आपण बाहेर पडलो आणि पुन्हा तो फोन आला तर–?

येऊ दे. कदाचित तो फोन न घेतलेलाच बरा असेल! मी धावतच बाहेर पडलो.

आणि धुक्याचा एक लोटच्या लोट माझ्या रोखाने चाल करून आला. अगदी एखादा गॅस पाइप उघडावा, तसा एक प्रचंड पांढराशुभ्र ढग!

मी त्या ढगातून कशीबशी वाट काढीत गाडी उभी केली होती तिथवर जाऊ लागलो.

आणि याच वेळी एक गोष्ट माझ्या लक्षात आली. रस्त्यावरची वर्दळ अजिबात थांबली होती.

दुकाने बंद झाली होती.

रस्त्यात चिटपाखरू नव्हते.

धुके... आणि फक्त धुकेच सर्व रस्ताभर पसरले होते...

कशीबशी माझी काळ्या रंगाची गाडी मला सापडली.

मी गाडीत बसलो आणि गाडी चालू केली. रस्ता पूर्ण मोकळाच होता. गाडी मजेत चालू लागली.

आणि तेवढ्यात मला काहीतरी आठवले.

मी ऑफिस बंद न करता निघालो होतो. माझ्यासारख्या जबाबदार माणसाला ऑफिस बंद केल्याशिवाय बाहेर पडता आले नसते. कुठल्याही परिस्थितीत.

वेळीच आठवण झाली, म्हणून बरे झाले.

मी गाडी परत वळवली; आणि दोन मिनिटांतच ऑफिसजवळ थांबवली. गाडी बंद करून खाली उतरलो.

जे दिसले त्याने माझ्या काळजाचा एक ठोका चुकला.

कारण मला काही दिसलेच नाही. मघा ऑफिस होते, त्या जागी आता काहीच नव्हते. फक्त धुके होते. पण त्या धुक्यातूनही ज्या ठिकाणी मघा ऑफिस होते, ती जागा आता रिकामी पडलेली स्पष्ट दिसत होती.

धुके... पांढरे... शुभ्र... भकास...हळूहळू दाट होऊ लागलेले... सतत हलत राहणारे... वाढत राहणारे... आतल्या आतून... कुठून तरी चेतना येऊन आपणहून वेडेवाकडे आकार घेत घेत वाढणारे... पण या वाऱ्यासारख्या धुक्यामध्ये, फर्निचरने गच्च भरलेले ऑफिसच्या ऑफिस नाहीसे व्हावे, म्हणजे काय? बरे, पाच मिनिटांपूर्वी तर ते होते... जागा चुकण्याचा अजिबात संभव नव्हता. गेली

कित्येक वर्षे मी या ऑफिसात येत होतो.

विचार करीत मी रस्त्यातच उभा होतो. एवढ्यात माझ्या लक्षात आले, की आपल्याभोवती धुके जमा होत चालले आहे. चारी बाजूंनी पांढऱ्या रंगाच्या कुत्र्यांनी आपल्याला घेरले आहे आणि उड्या मारमारून ते आपल्या अंगावर येत आहेत, असा भास मला झाला. एवढेच की त्यांच्या हालचाली नि:शब्द होत्या.

धावतच मी गाडी गाठली. या जागेपासून लांब जायला हवे. शक्य तेवढ्या लांब. मी गाडीचा वेग वाढवला.

खरे तर या धुक्यात वेग वाढवणे बरोबर नव्हते. पण अपघात तरी होणार कुठून? रस्त्यात चिटपाखरू नव्हते, की एक वाहन नव्हते!

भकास रस्ता अजगरासारखा पसरला होता. त्यावर कसली म्हणून हालचाल नव्हती. एकटा मी आणि माझी काळ्या रंगाची गाडी धावत होती. असा शांत रस्ता माझ्या कल्पनेतही कधी आला नव्हता. दुकाने बंद होती. सडक मोकळी होती. जशी काही एखाद्या भयंकर रोगाची साथ आल्यामुळे लोक भीतीने वस्ती सोडून गेले होते.

माझ्या अंगावर शहारे आले.

एकदम एक गोष्ट माझ्या लक्षात आली. गाडीला रस्ता स्वच्छ दिसत होता. याचा अर्थ धुके समोर नव्हते.

मी सहज बाजूला पाहिले. समोर नसले तरी दोन्ही बाजूंनी धुके होते. गाडी जशी काही धुक्याच्या ढगामधून चालली होती. मी बाजूच्या आरशात पाहिले. मागचा रस्ता धुक्याने दिसेनासा झाला होता. म्हणजे धुके माझ्या पुढे जायला तयार नव्हते; पण ते मला सोडायलाही तयार नव्हते. ते माझ्याबरोबरच येत होते.

कितीतरी वेळ मी गाडी चालवीत होतो. माझ्या घराच्या दिशेने. पण अजून घर येत नव्हते, आणि धुकेही मागे पडत नव्हते.

कां? कां हे धुके माझ्यासोबत येते आहे? सगळे जग सोडून एकट्या माझ्याच मागे हे धुके येत असेल का? की सगळीकडेच धुके पडले आहे? ते एकट्या माझ्याच मागे लागले आहे, की हा केवळ भासच आहे?

नाही – ते माझ्याच मागे लागले आहे. अगदी प्रथम – जेव्हा ते एकदम झेप घेऊन गाडीसमोर आले तेव्हाच मला हे जाणवले होते. मी ते स्वत:शी कबूल केले नव्हते खरे – पण आता वाटत असलेली ही भीती तेव्हाच कधी तरी माझ्या मनात जन्मली होती... पण उगाच घाबरण्यात अर्थ नव्हता. मी मनाला बजावले. काय करील? हा प्रचंड धुक्याचा ढग माझे काय करील? मन

म्हणाले, काहीही करील... बाप रे! आता कुणाचा आसरा घ्यावा? वाटेत एकही माणूस नाही. एक – निदान एकजण भेटले तरी सारे काही ठीक होईल – निदान आपण माणसात परत येऊ. हा एकट्याचा प्रवास, आणि मागे लागलेले वेडे भयानक पांढरेफटक धुके...

अचानक मला एक मनुष्य दिसला. त्याच्या अंगात करडा सूट होता. त्याला जणू हुडहुडी भरली होती. थंडीचा मारा चुकवण्यासाठी, कॉलर वर करून खिशांत हात घालून आणि आपले फेल्ट हॅट घातलेले डोके शक्य तितके खाली झुकवून तो हळूहळू चालला होता....

मला एकदम ब्रह्मानंद झाला! माणूस! कितीतरी वेळानंतर मला भेटलेला पहिला माणूस!

मी गाडी थांबवली, आणि पळतच त्याच्याकडे गेलो.

तोही माझ्यासाठी थांबला. मी त्याच्याजवळ गेलो. त्याला म्हटले – "मला वाचवा... हे धुकं..."

त्याने खाली झुकवलेली मान वर केली. मला जे दिसले त्यामुळे मी एक दबलेली किंकाळी फोडली; कारण त्याला चेहेरा नव्हता.

म्हणजे त्याची फेल्ट हॅट त्याच्या डोक्यावर ठीक बसली होती. त्याचे डोके त्याच्या मानेवर नीट होते. पण त्याचा चेहेरा जणू नुसताच पुसला गेला होता.

मी मग त्याच्याशी काही बोलायला थांबलोच नाही. मी पळत गाडीशी गेलो. म्हणजे मघा गाडी होती, तिथवर गेलो.

कारण आता गाडी तिथे नव्हती.

ती जागा पूर्णपणे रिकामी होते. तिथे धुक्याचे ढग फुटत होते. धुके वाफांसारखे उसळत होते. जसे काही माझ्या मागे लागलेल्या धुक्याने माझ्या गाडीला गाठले होते आणि त्या निर्मनुष्य रस्त्यावरून पुसून टाकले होते. एवढे केल्यानंतर आता ते जागच्या जागी नाचत जिभल्या चाटीत होते.

मी गाडीसाठी इकडेतिकडे बरेच शोधले; पण शोधण्यात काही अर्थ नाही हे माझे मला आधीच कळले होते. गाडी नाहीशी झाली होती... जसे माझे ऑफिसही नाहीसे झाले होते... जसा त्या माणसाचा चेहेराही नाहीसा झाला होता...

पण घर आता जवळ आले होते. मी भराभर चालू लागलो.

चालताचालता मला जाणवले, की आपल्या मागून कुणीतरी येत आहे.

तोच मनुष्य येत होता. बिनचेहऱ्याचा!

मी त्याच्याशी बोलणे अर्धवट सोडून पळत सुटलो होतो. तरी तो माझ्या मागून येत होता. कां येत होता तो?

मी वेग वाढवला. शांततेमध्ये फरशीवर माझ्या बुटांचा केवढा तरी आवाज येत होता.

पण त्याच्या पावलांचा आवाज मात्र मुळीच ऐकू येत नव्हता.

घर कधी येईलसे मला झाले होते.

एवढ्यात गल्लीतून आणखी एक मनुष्य आला.

मी त्याच्या दिशेने जाऊ लागलो. तोही पुढे झाला. करडा बुशशर्ट, करडी पँट. आणि डोक्यावर –

मी तत्काळ दिशा बदलून चालू लागलो, कारण याही माणसाला चेहेरा नव्हता.

आता ते दोघेही माझ्या मागेमागे येऊ लागले. अत्यंत शांतपणे, कसलाही आवाज न करता.

मात्र माझ्यात आणि त्यांच्यात अंतर कायम राहत होते. मी भराभर चालू लागलो की तेही तसेच करीत.

कशासाठी येताहेत हे माझ्या मागून? काय हेतू आहे यांचा?

बघताबघता रस्त्यारस्त्यांमधून एकएक-दोनदोन माणसे येऊ लागली. चेहरे नसलेल्या त्या नुसत्या सावल्या होत्या. त्यांना मला गाठण्याची घाई नव्हती. केव्हा तरी आपण याला गाठणारच आहोत, याची त्यांना खात्री असावी.

आता माझ्या मनाने ठाव सोडला. या करड्या सावल्यांमधून माझी सुटका होणार नव्हती हे खास. घर...घर लवकर येईल का?... मी मागे न पाहता, आजूबाजूला न पाहता चालत राहिलो. घर... घरासारखे सुरक्षित ठिकाण दुसरे नाही. बायको, मुले – ती काय करीत असतील? त्यांच्यापर्यंत पोहोचायला हवे. शक्य तेवढ्या लवकर...

विचार मनात यायला आणि समोर पब्लिक टेलिफोन बूथ दिसायला एकच गाठ पडली. क्षणभर विचित्र वाटले. कारण या बूथच्या जवळपास कुठल्याही ऑफिसची इमारत नव्हती. मधेच झाड उगवावे, तसा तो उगवला होता. शिरावे का आत? काही धोका तर नाही ना? पण विचार करीत बसण्याची ही वेळ नव्हती. मी घाईघाईने आत शिरलो. सुदैवाने सुटे पैसे खिशात होते.

फोन – लवकर लागायला हवा – त्या सावल्यांनी मला गाठण्याच्या आत. नाहीतर त्या येतील आणि शांतपणे उभ्या राहतील... या टेलिफोन बूथच्या बाहेर... आवाज न करता – पण दबा धरून.

फोन वाजत राहिला. आहे की नाही घरात तरी कोणी?

काही नीट कळत नाही. कुणी उचलला की काय? मी पैसे टाकले. ''हॅलो–मी बोलतोय.'' मी घाईघाईने म्हणालो, ''मला काही समजेनासं झालंय... प्लीज. कोण बोलतंय? हॅलो – हॅलो –''

कसलाही आवाज येत नव्हता. मी निराश होऊन फोन खाली ठेवला, आणि वळलो.

टेलिफोन बूथच्या बाहेर ते उभे असणार असेच मला वाटत होते. समजून-उमजून मी हा धोका पत्करला होता. टेलिफोन करण्यासाठी. घरी.

पण माझ्या नजरेला वेगळेच दृश्य दिसले.

धुके वावटळीसारखे उसळत होते; आणि त्यात त्या मानवी सावल्या नाहीशा होत होत्या.

मी टेलिफोन बूथच्या बाहेर पडलो. माझे पाय आता लटलटा कापू लागले होते.

पण निदान माझ्या मागचा त्या सावल्यांचा पाठलाग संपला होता. एका संकटातून मी सुटलो होतो. मनाला हायसे वाटत होते. तसाच लटपटत्या पायांनी मी घराशी येऊन पोचलो.

घरी जाऊन तसेच बिछान्यावर अंग टाकायचे. बायकोला हाक मारायची. सारा प्रकार सांगायचा. हे भयंकर स्वप्न एकदाचे संपवून टाकायचे....

पण घरात पाऊल टाकले तेव्हा कसलीही चाहूल नव्हती. सारे काही शांत होते.

मी बायकोला, मुलांना हाका मारल्या.

कुणीही आले नाही.

आता मात्र मी एकटा, पूर्ण एकटा झालो. घरात कुणीही नव्हते.

मी एकटाच उरलो होतो.

झाले काय सबंध जगाला? असे रिकामे कसे झाले ते? आणि सगळे लोक – गेले कुठे ते? हाउ इज इट पॉसिबल? हाउ इज इट एव्हर पॉसिबल?

एकदम एका गोष्टीची आठवण झाली; त्यासरशी मी दरवाजाकडे धाव घेतली.

पण मला उशीर झाला होता. दार उघडे राहिले होते, आणि त्यातून धुके आत आलेच होते.

मी नेटाने प्रयत्न करून दार लावून घेतले. खिडक्या बंद केल्या.

मला भयंकर थकवा आला होता.

मी बेसिनशी गेलो आणि तोंडावर थाडथाड पाणी मारून घेतले. वाटले, हे जर स्वप्न असेल, तर मी यातून जागा तरी होईन!

पाणी मारले, टॉवेल घेतला आणि मी आरशात पाहिले.

तत्क्षणी मी किंकाळी फोडली.

माझा चेहेरा नाहीसा झाला होता.

माझ्या हातांना तो लागत होता – पण आरशात मात्र दिसत नव्हता.

मी हमसाहमशी रडत जमिनीवर लोळण घेतली.

धुके आता सर्व घरभर पसरले होते.

पण मी त्यापासून पळून आता कुठे जाणार होतो?

शिवाय आता माझ्यात पळण्याची शक्तीच राहिलेली नव्हती. मी कुठेही पळालो, तरी माझ्या मागून ते धुके येणारच, याची मला पक्की खात्री होती.

जमिनीवर डोके टेकून अस्पष्ट हुंदके देत मी एखाद्या मालक हरवलेल्या पाळीव प्राण्यासारखा पडून राहिलो.

असा मी किती वेळ पडून राहिलो असतो कुणास ठाऊक!

पण एकदम कोपऱ्यातला फोन वाजला आणि ताडकन् उठलो.

आहे – कुणीतरी आहे! अजूनही आहे! सगळे सगळे गेले तरी एकजण आहे! मघापासून तो आपल्याला भेटायचा, आपल्याशी बोलायचा प्रयत्न करतोय!

कदाचित – कदाचित तो मला वाचवेल यातून! मी सगळी शक्ती गोळा करून फोनपाशी गेलो. कुठून दुर्बुद्धी झाली आणि मी मागे वळून पाहिले.

सबंध घर धुक्यात नाहीसे झाले होते. फक्त मी जिथे उभा होतो ती जागा, आणि फोनचे टेबल सोडून! बाकी काही – काहीही शिल्लक राहिले नव्हते. पाटीवरचे चित्र पुसावे तसे सगळे स्वच्छ पुसले गेले होते.

फोन अजूनही वाजत होता. पण उपयोग काय त्याचा? उचलला की तो डिस्कनेक्ट होईल!

मला तो उचलायचीच भीती वाटू लागली. बरा आहे, वाजतो आहे, तेच! निदान त्या आवाजाची तरी सोबत आहे!

शेवटी धीर करून मी तो फोन उचलला.

पलीकडून एक अधीरा स्वर ऐकू आला.

''हॅलो – मी बोलतोय.'' तो घाईघाईने बोलत होता. ''मला काही समजेनासं झालंय. प्लीज... कोण बोलतंय?''

मी तो आवाज ओळखला.

माझी शेवटची आशाही संपली.

माझ्याशी बोलायला आता माझ्याशिवाय दुसरे कुणीच उरले नव्हते.

नसू दे. पण तरीदेखील मी बोलेन. काहीतरी बोलेन. चार धीराचे शब्द सांगेन. मी बोलायला सुरुवात केली : ''हॅलो हॅलो –''

पण माझ्या तोंडून आवाज उमटला नाही. माझा आवाज – तोही आता मला सोडून गेला होता... पण काहीतरी बोलायलाच हवे होते. लवकर! त्या बाजूने निराश होऊन फोन खाली ठेवण्याच्या आत. मी खूप प्रयत्न केला. पण मला काहीच बोलता येईना. दुसऱ्या बाजूने फोन डिस्कनेक्ट केल्याचा आवाज

आला. मी हताश होऊन फोन खाली ठेवला. खिळल्यासारखा जागच्या जागी उभा राहिलो... असहायपणे.

एव्हाना फोनसकट टेबल धुक्यात नाहीसे झाले होते.

माझ्या चारी बाजूंनी धुके पसरत चालले होते. आपले थंडगार पांढरेशुभ्र पारदर्शक हात माझ्यावरून फिरवत होते. मला हळूहळू पुसत चालले होते.

नंतर क्षण-दोन क्षणांतच सारे संपले.

मी धुक्यामध्ये विरून गेलो.

◆

www.ingramcontent.com/pod-product-compliance
Lightning Source LLC
Chambersburg PA
CBHW030545030726
47495CB00004B/1141